ஒவ்வொரு விஷயமும் உங்களைப் பாதிக்க அனுமதிக்காதீர்கள்

ஒவ்வொரு விஷயமும் உங்களைப் பாதிக்க அனுமதிக்காதீர்கள்

அதீத சிந்தனை, உணர்ச்சிக் கொந்தளிப்புகள், சுய அழிவு ஆகியவற்றிலிருந்து விடுபடுவது எப்படி

டேனியல் சிடியாக்

தமிழில்:
நாகலட்சுமி சண்முகம்

MANJUL

மஞ்சுள் பப்ளிஷிங் ஹவுஸ்

First published in India by

MANJUL

Manjul Publishing House
Corporate and Editorial Office
•2nd Floor, Usha Preet Complex, 42 Malviya Nagar,
Bhopal 462 003 – India
Sales and Marketing Office
•C-16, Sector 3, Noida, Uttar Pradesh 201301 – India
Website: www.manjulindia.com
Distribution Centres
Ahmedabad, Bengaluru, Kochi, Kolkata, Chennai,
Hyderabad, Mumbai, New Delhi, Pune

Tamil translation of
Stop Letting Everything Affect You by Daniel Chidiac

English edition first published in 2025 by
Undercover Publishing House Pty Ltd.

This Tamil edition first published in 2026

ISBN 978-93-7317-364-1

Translated by Nagalakshmi Shanmugam
Edited by PSV Kumarasamy
Layout done by Manoranjan Kumar

Printed and bound in India by Repro India Ltd.

இப்புத்தகம் உங்கள் வளர்ச்சிக்காக
அர்ப்பணிக்கப்படுகிறது.

— **டேனியல் சிடியாக்**

உள்ளடக்கம்

முன்னுரை 11

பகுதி 1

எல்லா விஷயங்களும் உங்களைப் பாதிக்க நீங்கள் அனுமதிப்பது ஏன்

அத்தியாயம் 1: *பிரச்சனைக்கான மூல காரணம்: எல்லா விஷயங்கள் குறித்தும் நீங்கள் ஆழமாக உணர்ச்சிவசப்படுவது ஏன்* 19

அத்தியாயம் 2: *மக்கள் மட்டுமே பிரச்சனையல்லர், எல்லாமே பிரச்சனைதான்* 27

அத்தியாயம் 3: *சிந்தனைச் சிறை: உங்கள் மனம் எவ்வாறு மனச் சுழற்சிகளை உருவாக்குகிறது* 33

அத்தியாயம் 4: *பெரும் கண்ணோட்டம்* 44

பகுதி 1: *தீர்வுகள்* 50

பகுதி 2

வாழ்க்கை உங்களைக் கட்டுப்படுத்த நீங்கள் அனுமதிக்கிறீர்கள்

அத்தியாயம் 5: *கட்டுப்பாடு எனும் மாயை* 71

அத்தியாயம் 6: *கட்டுப்பாடு, நிராகரிப்பு, 'வெற்றி' பெறுவதற்கான விருப்பம் ஆகியவற்றுக்கு இடையேயான தொடர்பு* 75

பகுதி 2: *தீர்வுகள்* 86

பகுதி 3

நீங்கள் சுமக்கின்ற சுமை — எல்லைகளும் பற்றின்மையும்

அத்தியாயம் 7: எல்லோருடைய சுமையையும் சுமப்பதற்குப் பின்னால் ஒளிந்துள்ள விலை 99

அத்தியாயம் 8: குற்றவுணர்ச்சியின் சக்தியும் எல்லைகளை நிர்ணயிப்பதற்கான போராட்டமும் 112

அத்தியாயம் 9: அளவுக்கதிகமாக விளக்குதல் எனும் பொறி 119

பகுதி 3: தீர்வுகள் 124

பகுதி 4

முறிவுப் புள்ளி — அங்கீகரித்தலும் உணர்தலும்

அத்தியாயம் 10: மறைந்திருக்கின்ற ஏமாற்றுத்தனம்: மற்றவர்கள் உங்களைப் பிரச்சனையாக ஆக்கும்போது அதை உணர்தல் 141

அத்தியாயம் 11: கடைசி முறையாக அவர்கள் உங்களை இவ்வாறு உணரச் செய்தல்: எப்போது இடத்தைக் காலி செய்ய வேண்டும் என்பதை அறிந்திருத்தல் 155

அத்தியாயம் 13: வளர்ச்சியின் துயரம்: விட்டுத்தள்ளப்பட்டுள்ள உறவுகள் குறித்துத் துக்கம் அனுசரித்தல் 159

அத்தியாயம் 13: உங்களுடைய உண்மையான சுயத்தின் எழுச்சி 164

அத்தியாயம் 14: வெற்று இடம்: அடையாளத்தின் இறப்பும் மறுபிறப்பும் 169

பகுதி 4: தீர்வுகள் 176

பகுதி 5

மேற்பரப்புக்கு அப்பால் — முக்கியமான வேறு பிற யோசனைகள்

அத்தியாயம் 15: உங்களால் முடியும் 191

அத்தியாயம் 16: அகங்காரத்தின் அமைதியான தந்திர வேலை: உங்கள் மனம் எவ்வாறு உங்களைக் குறுக்குகிறது 196

பகுதி 6

சுதந்திரத்திற்கான வழிகள்

அத்தியாயம் 17: மன்னித்தல் குறித்து உங்களிடம் சொல்லப்படாதவை 203

அத்தியாயம் 18: மகிழ்ச்சிக்கு அப்பால்: உள்ளார்ந்த அமைதியைக் கண்டுபிடித்தல் 209

பகுதி 7

ஒளி

அத்தியாயம் 19: வாழ்க்கைப் பயணத்தில் ஒளியைக் கண்டுபிடித்தல் 219

அத்தியாயம் 20: வாழ்க்கையை வாழுங்கள் 227

மொழிபெயர்ப்பாளரைப் பற்றி 231

நூலாசிரியரைப் பற்றி 232

முன்னுரை

தொடர்ந்து சோர்வுற்றும், உங்களைப் பாதிக்கக்கூடாத விஷயங்கள் உங்கள்மீது அதிகாரம் செலுத்த அனுமதித்தும் வாழ்வது இனியும் உங்களுக்குச் சரிப்பட்டு வராது என்பதை நீங்கள் உணர்கின்ற ஒரு கணம் வரும். உங்களுடைய சொந்த உணர்ச்சிகள்மீது உங்களுக்கு எந்தக் கட்டுப்பாடும் இல்லை என்ற உணர்வுடனும், மற்றவர்களுடைய சொல்லும் செயலும் உங்கள்மீது ஆதிக்கம் செலுத்த அனுமதித்தும் நீங்கள் பல ஆண்டுகளைக் கழித்திருக்கக்கூடும். கண்ணுக்குப் புலப்படாத சுமைகளைச் சுமந்து கொண்டு நீங்கள் வாழ்ந்து வந்திருக்கக்கூடும்.

நீங்கள் காலையில் எழுந்திருக்கும்போதே பதற்றமாக எழுகிறீர்கள், ஏற்கனவே மன அழுத்தத்தை எதிர்பார்க்கிறீர்கள், பழைய உரையாடல்களை உங்கள் மனத்தில் மீண்டும் ஓடவிடுகிறீர்கள், உங்களால் மாற்ற முடியாத விஷயங்களை எண்ணி வருந்துகிறீர்கள். அளவுக்கதிகமாகச் சிந்தித்தல், அளவுக்கதிகமாக எதிர்வினையாற்றுதல், வேண்டாத விஷயங்களுக்கு அளவுக்கதிகமாக அலட்டிக் கொள்ளுதல் ஆகியவற்றை உள்ளடக்கிய ஒரு சுழற்சிக்குள் நீங்கள் இழுக்கப்படுவதுபோல நீங்கள் உணர்கிறீர்கள். எதுவுமே உங்கள் கட்டுப்பாட்டில் இல்லாமல் போகிறது. சில

நேரங்களில், ஒரு விதமான கவலையும் பதற்றமும் உங்களை ஆட்டுவிப்பதுபோல நீங்கள் உணர்கிறீர்கள், நீங்கள் அவற்றிடம் ஒரு பிணைக்கைதியாக இருக்கிறீர்கள். மற்ற நேரங்களில், எங்காவது தப்பி ஓடிவிடலாமா என்று உணரக்கூடிய அளவுக்கு அந்த உணர்வுகள் உங்களை அலைக்கழிக்கின்றன. விஷயங்கள் இவ்வளவு சுலபமாகத் தங்களைப் பாதிக்க 'சாதாரண' மனிதர்கள் அனுமதிக்க மாட்டார்கள் என்றும், உங்களுக்கு உண்மையிலேயே பைத்தியம் பிடித்திருக்கிறது என்றும் நீங்கள் நினைக்கிறீர்கள். ஒப்புக் கொள்ளக் கடினமாக இருந்தாலும், மனரீதியாகவும் உணர்ச்சிரீதியாகவும் நீங்கள் நிலையின்றி இருப்பதை நீங்கள் காண்கிறீர்கள். நீங்கள் தொடர்ந்து இந்தச் சுழற்சிக்குள் சிக்கியிருக்கிறீர்கள், அது உங்களை விட மறுக்கிறது. ஒரு கணம், எல்லாம் சரியாக இருப்பதுபோல உங்களுக்குத் தோன்றுகிறது, நீங்கள் அது குறித்து உற்சாகம் கொள்கிறீர்கள். மறுகணம், உங்கள் உலகம் உங்களைச் சுற்றி மொத்தமாக இடிந்து நொறுங்குவதுபோல நீங்கள் உணர்கிறீர்கள். இது மற்றவர்களைப் பற்றியது அன்று, மாறாக, உங்களைப் பற்றியது என்பதை நீங்கள் உள்ளூர அறிவீர்கள். மனத்தளவில் உங்களைக் காயப்படுத்தியவர்கள், உங்களைக் கைவிட்டவர்கள், உங்களை மெச்சாதவர்கள் ஆகியோருக்கும், நீங்கள் உற்சாகமிழந்து இருப்பதற்கும் எந்தத் தொடர்பும் இல்லை. எல்லா விஷயங்களும் எல்லா மனிதர்களும் உங்களுடைய மன அமைதியைக் குலைக்கவும், உங்களுடைய உணர்ச்சிகளுடன் விளையாடவும் நீங்கள்தான் அனுமதிக்கிறீர்கள். நீங்கள் உங்களிடம் கடுமையாக நடந்து கொள்கிறீர்கள்.

இந்த உணர்ச்சிக் கொந்தளிப்புகளுக்கு நீங்கள் கொடுக்கும் விலை மிகவும் அதிகம். இது உங்கள் உறவுகளைப் பாதிக்கிறது. ஏனெனில், நீங்கள் அவர்களிடம் எவ்வாறு நடந்து கொள்வீர்களோ, உங்களுடைய எந்த அவதாரத்தைத் தாங்கள் எதிர்கொள்ள நேருமோ என்று அவர்கள் பயப்படுகின்றனர். இது உங்கள் வேலையையும் பாதிக்கிறது. ஏனெனில், உங்கள் மனக்குழப்பம் உங்களுக்குக் கவனச்சிதறலை ஏற்படுத்தி,

நீங்கள் சரியாக வேலை செய்ய முடியாதபடி செய்கிறது. இது உங்களுக்கு உங்கள்மீது இருக்கும் நம்பிக்கையையும் பறிக்கிறது. நீங்கள் நிலையாக இருப்பீர்கள் என்று உங்களை உங்களால் நம்ப முடியுமா என்று நீங்கள் சந்தேகிக்கிறீர்கள். எல்லாவற்றையும்விட மோசமான விஷயம் என்னவென்றால், உங்கள் முன் மலர்கின்ற வாழ்க்கையை முழுமையாக அனுபவிப்பதற்கான உங்கள் திறனை, உங்கள் இருத்தலை, அது முற்றிலுமாக உங்களிடமிருந்து பறித்துவிடுகிறது.

நீங்கள் பல்வேறு அணுகுமுறைகளை முயற்சித்துப் பார்த்துள்ளீர்கள். உங்களுடைய உணர்ச்சிகளை அடக்க முயற்சித்துள்ளீர்கள், ஆனால் பின்னர் அவை அதிகத் தீவிரமாக வெளிப்படுவதை நீங்கள் காண்கிறீர்கள். உங்கள் மனத்திற்குள் சுழன்றடித்துக் கொண்டிருக்கின்ற சூறாவளியைத் தணிக்கும் என்ற நம்பிக்கையில் மற்றவர்களுடைய ஒப்புதலை நீங்கள் நாடியிருக்கக்கூடும். அல்லது, ஒவ்வொரு விளைவையும் உங்களால் கணிக்கவும் கையாளவும் முடியும் என்ற நம்பிக்கையில் ஒவ்வொரு சூழ்நிலையையும் கட்டுப்படுத்த நீங்கள் முயற்சித்துள்ளீர்கள். ஆனால் இந்த உத்திகள் அனைத்தும் மீண்டும் மீண்டும் தோற்றுப் போயுள்ளன, ஏனெனில், அவை பிரச்சனைகளுக்கான மூல காரணத்தைக் கண்டறிந்து அதைக் கையாள்வதற்குப் பதிலாக அறிகுறிகளைக் கையாள்கின்றன.

இந்த வகையான எதிர்வினை ஒரு நடத்தைக் குறைபாடோ அல்லது உங்கள் ஆளுமையின் மாற்றப்பட முடியாத ஓர் அம்சமோ அன்று என்பதை நீங்கள் உணரவில்லை. இது நீங்கள் கற்றுக் கொள்கின்ற ஒரு போக்கு, மீண்டும் மீண்டும் செய்வதன் மூலம் வலிமைப்படுத்தப்பட்டுள்ள ஒரு மனப் பழக்கம். பிற எந்தவொரு பழக்கத்தையும்போலவே, இதை நீங்கள் கைவிட்டுவிட்டு, அதிக ஆரோக்கியமான செயல்விடைகளை உங்களால் சுவீகரிக்க முடியும்.

நீங்கள் அறிந்து கொள்ள வேண்டிய உண்மை இது: நீங்கள் இவ்விதத்தில் வாழ வேண்டியதில்லை. உங்களால் மாற முடியும்.

இப்பயணம் எல்லா நேரமும் சுலபமாக இருக்காது. வளர்ச்சி நேர்க்கோட்டுரீதியானது அன்று. அது பல புதுமைகளையும் பின்னடைவுகளையும் உள்ளடக்கியது. முறையாகப் பயிற்சி செய்வதன் மூலமும் இப்புத்தகத்தில் கொடுக்கப்பட்டுள்ள வழிமுறைகளைப் பயன்படுத்துவதன் மூலமும், தடுமாற்றமற்ற ஒரு போக்கை உங்களால் வளர்த்துக் கொள்ள முடியும், சூழல்கள் குழப்பமானவையாக இருக்கும்போதுகூட.

இப்புத்தகம், உணர்ச்சியற்றவராக ஆவதைப் பற்றியது அன்று. நீங்கள் எவற்றுக்கு உங்கள் ஆற்றலைக் கொடுக்கிறீர்களோ அவற்றைக் கட்டுப்படுத்தக் கற்றுக் கொள்வதைப் பற்றியது இது. எல்லாவற்றுக்கும் நீங்கள் எதிர்வினையாற்ற வேண்டியதில்லை, எல்லோருக்கும் நீங்கள் செயல்விடை அளிக்க வேண்டியதில்லை, எல்லா எண்ணங்களையும் நீங்கள் நம்ப வேண்டியதில்லை என்பதைப் புரிந்து கொள்வதைப் பற்றியது இது. எந்தக் குற்றவுணர்வும் இன்றி வரம்புகளை நிர்ணயித்து உங்கள் மன அமைதியைப் பாதுகாப்பதைப் பற்றியது இது.

இப்புத்தகம் பின்வருவனவற்றை உங்களுக்குக் கற்றுக் கொடுக்கும்:

- சிறிய விஷயங்கள் உங்களுடைய ஒட்டுமொத்த நாளைச் சீரழிக்க அனுமதிக்காமல் இருப்பது எப்படி
- சுயநாசம் செய்வதை நிறுத்துவது எப்படி
- எந்தக் குற்றவுணர்வும் இன்றி ஆரோக்கியமான வரம்புகளை நிர்ணயிப்பது எப்படி
- உண்மையான குற்றவுணர்வுக்கும் வேண்டுமென்றே தூண்டப்படுகின்ற குற்றவுணர்வுக்கும் இடையேயான வேறுபாட்டைத் தெரிந்து கொள்வது எப்படி
- அளவுக்கதிகமாகச் சிந்திக்கும் பழக்கம் உங்களைத் திக்குமுக்காட வைப்பதற்கு முன்பு அதை உடைத்தெறிவது எப்படி
- எல்லாவற்றையும் தனிப்பட்ட முறையில் எடுத்துக் கொள்வதை நிறுத்திவிட்டு, உணர்ச்சிரீதியாக எதிர்வினையாற்றுவதிலிருந்து உங்களை விடுவித்துக் கொள்வது எப்படி

- உறவுகளில் நச்சான போக்குகளை அடையாளம் கண்டுகொண்டு, எந்தக் குற்றவுணர்வும் இன்றி அவ்வுறவுகளைவிட்டு வெளியேறுவது எப்படி
- உங்கள் வாழ்க்கையை உங்கள் கட்டுப்பாட்டில் எடுத்துக் கொண்டு, ஒவ்வொரு நாளும் சிறப்பாக உணர்வது எப்படி
- பலிகடா மனநிலையிலிருந்து விடுபட்டு, சுய அதிகாரம் என்ற மனநிலைக்கு மாறுவது எப்படி
- உணர்ச்சிரீதியான பற்றின்மை எனும் கலையைக் கற்றுக் கொள்வது எப்படி
- உங்களுடைய வளர்ச்சிக்கு விளக்கமளிக்க வேண்டிய தேவையின்றி முன்னோக்கி நடைபோடுவது எப்படி

விஷயங்கள் குறித்து அளவுக்கதிகமாகச் சிந்திப்பதால் நீங்கள் பலவீனமானவர் என்று அர்த்தமில்லை, ஆனால் அவை உங்களை முழுவதுமாக ஆட்கொள்ள அனுமதிப்பதை நீங்கள் நிறுத்த வேண்டும். நீங்கள் உங்களுக்கு முன்னுரிமை கொடுப்பதைத் தேர்ந்தெடுப்பதால் நீங்கள் ஒரு சுயநலவாதி என்று அர்த்தமில்லை, ஆனால் அவ்வாறு தேர்ந்தெடுப்பதற்காக நீங்கள் மன்னிப்புக் கோருவதை நீங்கள் நிறுத்த வேண்டும். உங்களுக்கு நன்மை பயக்காத ஒன்றை நீங்கள் கைவிடுவதால் நீங்கள் கல்நெஞ்சக்காரர் என்று அர்த்தமில்லை, ஆனால் ஒருபோதும் புரிந்து கொள்ளாத மக்களிடம் உங்கள் செயல்களுக்கு விளக்கமளிப்பதை நீங்கள் நிறுத்த வேண்டும்.

இது உங்கள் திருப்புமுனை. எல்லா விஷயங்களும் ஏன் உங்களை ஆழமாகப் பாதிக்கின்றன என்பதைப் புரிந்து கொண்டு, அவற்றிலிருந்து விடுபடுவதற்கான வழியை இனி நாம் திரைவிலக்கலாம்...

பகுதி 1

எல்லா விஷயங்களும் உங்களைப் பாதிக்க நீங்கள் அனுமதிப்பது ஏன்

அத்தியாயம் 1

பிரச்சனைக்கான மூல காரணம்: எல்லா விஷயங்கள் குறித்தும் நீங்கள் ஆழமாக உணர்ச்சிவசப்படுவது ஏன்

சில விஷயங்கள் ஏன் மற்றவர்களைவிட உங்களை அதிகமாகப் பாதிக்கின்றன என்பதை நீங்கள் எப்போதாவது யோசித்திருக்கிறீர்களா? ஓர் எளிய விமர்சனம், ஒரு குறிப்பிட்டப் பார்வை அல்லது ஒருவருடைய குரலின் தொனிகூட ஏன் மணிக்கணக்கில் அல்லது நாள் கணக்கில் உங்களைத் தொந்தரவு செய்கிறது? நீங்கள் மிகவும் களைத்துப் போகும் அளவுக்கு அல்லது திக்குமுக்காடும் அளவுக்கு நீங்கள் ஏன் அவ்வளவு தூரம் உணர்ச்சிவசப்படுகிறீர்கள்? இதில் நீங்கள் மட்டும் தனியாக இல்லை. சிலர் அப்படிப் பழக்கப்பட்டிருக்கின்றனர். அது ஒரு பலவீனமன்று; அது எளிதில் உணர்ச்சிவசப்படுகின்ற ஒருவராக உங்களை ஆக்குவதில்லை. மாறாக, இவ்வுலகத்தை அந்த விதத்தில் நீங்கள் அனுபவிக்கிறீர்கள், அவ்வளவுதான். ஆனால், உங்கள் உணர்ச்சிகள் உங்கள் வாழ்க்கையை மிக அதிகமாகக் கட்டுப்படுத்துவதுபோல நீங்கள் உணர்ந்தால், அது ஒரு சாபம்போலத் தோன்றத் தொடங்கும்.

ஆழமாக உணர்கின்ற மக்களுக்கு, வாழ்க்கை என்பது வெறுமனே அவர்கள் வாழ்கின்ற ஒன்றாக இருப்பதில்லை; மாறாக, அவர்கள் கிரகித்துக்கொள்கின்ற ஒன்றாக அது இருக்கிறது. ஒவ்வோர் உரையாடலையும், ஒவ்வோர் உறவாடலையும், ஒவ்வொரு சிறு கணத்தையும் அவர்கள் ஓர் ஆழமான நிலையில் உணர்கின்றனர். இது அழகானதுதான். ஏனெனில், மக்களுடன் அர்த்தமுள்ள வழிகளில் தொடர்பு ஏற்படுத்திக் கொள்வதற்கும், சின்னஞ்சிறு விஷயங்களை மெச்சுவதற்கும், மற்றவர்களால் முழுமையாகப் புரிந்து கொள்ளப்பட முடியாத ஒரு வழியில் உணர்ச்சிகளை அனுபவிக்கவும் அது உங்களை அனுமதிக்கிறது. ஆனால் அது உங்களைச் சோர்வுறச் செய்யக்கூடும். நீங்கள் எல்லாவற்றையும் ஆழமாக உணரும்போது, கடினமான கணங்கள் வெறுமனே கடினமாக இருப்பதில்லை, அவை உங்களை முழுவதுமாக ஆட்கொண்டுவிடுகின்றன. ஒரு சிறு தவறான புரிதல்கூட நிராகரிப்புபோலத் தோன்றக்கூடும். ஒரு சிறு தவறு சுயசந்தேகத்தைத் தோற்றுவிக்கக்கூடும். ஒருவர் போகிற போக்கில் சாதாரணமாகச் சொல்கின்ற ஒரு கருத்தோ அல்லது ஓர் அபிப்பிராயமோகூட நெடுநேரம் உங்கள் மனத்தில் நிலைத்திருக்கக்கூடும்.

சிலர் மற்றவர்களைவிட அதிகத் தீவிரமாக உணர்வதற்குப் பல காரணங்கள் உள்ளன: மரபியல், ஆளுமை, மற்றும் வாழ்க்கை அனுபவங்கள். சிலர் இயல்பாகவே உணர்ச்சிகளுடன் அதிக இசைவாக உள்ளனர், மற்றவர்கள் தவறவிடுகின்ற சிறு விவரங்களை அவர்கள் கவனிக்கின்றனர், எதிரே இருப்பவரின் குரலின் தொனி மற்றும் உடல்மொழியை அவர்கள் கவனிக்கின்றனர், அதிக ஆழமாக உணர்கின்ற விதத்தில் விஷயங்களை அவர்கள் கையாள்கின்றனர். மிக அதிகமாக உணர்ச்சிவசப்படுகின்ற நபர்கள் குறித்து டாக்டர் எலைன் ஏரான் 1997-ல் ஓர் ஆய்வு மேற்கொண்டார். 20% மக்கள் அதிகமாக எதிர்வினையாற்றுகின்ற நரம்பு மண்டலத்துடன் பிறப்பதாக அந்த ஆய்வில் அவர் கண்டறிந்தார். அதாவது, அவர்களுடைய மூளை, உணர்வுசார் உள்ளீடுகளையும் உணர்ச்சிகளையும்

மற்றவர்களைவிட அதிக ஆழமாக உள்வாங்கிக் கொண்டு கையாள்கிறது. மேலும், குழந்தைப்பருவ அனுபவங்களும் ஒரு பெரும் பங்கு வகிக்கின்றன. உணர்ச்சிகள் முறையாக அங்கீகரிக்கப்படாத ஒரு சூழலில் நீங்கள் வளர்ந்திருந்தால், விஷயங்களுக்கு அர்த்தத்தைக் கொடுப்பதற்கு அவற்றை அளவுக்கதிகமாக ஆய்வு செய்ய நீங்கள் கற்றுக் கொண்டிருக்கக்கூடும். மக்களுடைய மனநிலை குறித்து அதிக விழிப்புணர்வுடன் இருந்தாக வேண்டிய ஓர் இடத்தில் நீங்கள் வளர்ந்திருந்தால், உங்களைச் சுற்றிலும் உள்ள எல்லாவற்றுக்கும் அதிகமாக உணர்ச்சிவசப்படுகின்ற ஒரு போக்கை நீங்கள் உங்களிடம் வளர்த்திருப்பீர்கள்.

விஷயங்களை நீங்கள் ஆழமாக உணர்வது மட்டுமே பிரச்சனையன்று; அவ்வாறு உணர்வதை நிறுத்துவது எப்படி என்பதும் உங்களுக்குத் தெரியவில்லை. நீங்கள் உங்களுடைய சொந்த உணர்ச்சிகளை மட்டுமே வலிமையாக உணர்வதில்லை; மற்றவர்களுடைய உணர்ச்சிகளையும் நீங்கள் உள்வாங்கிக் கொள்கிறீர்கள். நீங்கள் ஓர் அறைக்குள் நுழைகிறீர்கள், உடனடியாக அங்கே ஆற்றலை நீங்கள் உணர்கிறீர்கள். யாரேனும் வருத்தமாக இருந்தால், அதை நீங்கள் உணர்கிறீர்கள். யாரேனும் வித்தியாசமாக நடந்து கொண்டால், அதை நீங்கள் கவனிக்கிறீர்கள். எப்போதும் ‘ஆன்’ நிலையில் உள்ள ‘உணர்ச்சி ரேடார்’ ஒன்றை நீங்கள் சுமந்து கொண்டிருப்பதைப் போன்றது அது. அது எப்போதும் சமிக்கைகளை ஏற்றுக் கொண்டு, அவற்றைக் கையாண்டு கொண்டே இருக்கும். இது பச்சாதாபமும் புரிந்துணர்வும் கொண்ட ஒருவராக உங்களை ஆக்கக்கூடும் என்றாலும், அது உங்களைச் சோர்வுறவும் செய்யும்; ஏனெனில், நீங்கள் மற்றவர்களுடைய உணர்ச்சிகளின் சுமையையும் சுமந்து கொண்டிருக்கிறீர்கள்.

பச்சாதாபம் காட்டுவதிலுள்ள பிரச்சனை
என்னவென்றால், உங்களைக்
காயப்படுத்தியவர்களுக்காகக்கூட
நீங்கள் வருந்துகிறீர்கள்.

இந்த அளவிலான உணர்ச்சிவசப்படுதல், எல்லாவற்றைப் பற்றியும் அளவுக்கதிகமாகச் சிந்திக்கவும் வழி வகுக்கிறது. உங்கள் மூளை எப்போதும் உரையாடல்களை மீண்டும் மீண்டும் ஓடவிட்டுக் கொண்டு, மறந்திருக்கின்ற அர்த்தங்களைத் தேடிக் கொண்டிருக்கிறது. நீங்கள் சொன்ன வார்த்தைகளை மற்றவர்கள் தவறாகப் புரிந்து கொள்வார்களோ என்று நீங்கள் பயப்படுகிறீர்கள். யாரேனும் பேசாமல் அமைதியாக இருந்தால், அதற்கு நீங்கள் காரணமாக இருக்கக்கூடும் என்று நீங்கள் அனுமானிக்கிறீர்கள். இந்த மிதமிஞ்சிய ஆய்வு, உங்கள் மனத்தை மும்முரமாக வைத்திருப்பதோடு கூடவே, உங்களையும் இழுத்துப் பிடித்து வைத்துக் கொள்கிறது. சுயசந்தேகச் சுழற்சியில் நீங்கள் தொலைந்து போகிறீர்கள், முக்கியமற்ற விஷயங்களைப் பற்றி நீங்கள் கவலைப்படுகிறீர்கள்.

ஆழமாக உணர்கின்ற மக்கள் அனுபவிக்கின்ற மிகப் பெரிய போராட்டங்களில் ஒன்று, அதனோடு வருகின்ற குற்றவுணர்வு. விஷயங்களைத் தனிப்பட்ட முறையில் எடுத்துக் கொள்வது குறித்து நீங்கள் குற்றவுணர்வு கொள்கிறீர்கள். விஷயங்களை விட்டுத்தள்ள முடியாமல் போவது குறித்து நீங்கள் குற்றவுணர்வு கொள்கிறீர்கள். உணர்ச்சிகளை நீங்கள் மிக வலிமையாக உணர்வதால், மற்றவர்கள் உணர்கின்ற விதத்திற்கு நீங்கள்தான் காரணம் என்றும் நீங்கள் நினைக்கக்கூடும். நீங்கள் மற்றவர்களுக்கு முன்னுரிமை கொடுக்கிறீர்கள், அமைதியைத் தக்க வைத்துக் கொள்ளத் தேவையான எல்லாவற்றையும் நீங்கள் செய்கிறீர்கள்—அதற்காக உங்கள் நலன் பாதிக்கப்பட்டால்கூட!

ஆழமாக உணர்வதிலிருந்து வருகின்ற களைப்பு மனரீதியானது மட்டுமன்று, உடலளவிலும் நீங்கள் சோர்வுறுகிறீர்கள். நீங்கள் எப்போதும் உணர்ச்சிவசப்பட்டிருக்கும்போது, உங்கள் நரம்பு மண்டலம் எப்போதும் விழிப்புணர்வுடன் இருக்கிறது. உங்கள் உடல் நீங்கள் நினைத்தறியாத வழிகளில் அழுத்தத்தைச் சுமக்கிறது. இதனால்தான், ஆழமாக உணர்கின்ற மக்கள், கவலை, இறுக்கம், தலைவலி

போன்றவற்றால் துன்புறுகின்றனர். மக்கள் வெறுமனே அவர்களைச் சூழ்ந்திருக்கும்போதுகூட அவர்கள் கடும் களைப்பை உணர்கின்றனர். உங்கள் உடல் உங்களுடைய சொந்த உணர்ச்சிகளுக்கு மட்டும் எதிர்வினையாற்றிக் கொண்டிருக்கவில்லை, அது உங்களைச் சுற்றி உள்ள விஷயங்கள் மற்றும் மக்களின் உணர்ச்சிச் சுமைக்கும் எதிர்வினையாற்றிக் கொண்டிருக்கிறது. எல்லாவற்றையும் ஆழமாக உணர்வது உணர்ச்சிரீதியாக மட்டும் உங்களைக் களைப்புறச் செய்வதில்லை; நீங்கள் அடுத்தவர் குறித்து அளவுக்கதிகமாக அக்கறை கொள்ளவும், உங்களை வருத்திக் கொண்டு அவர்களுக்கு உதவவும்கூட அது வழி வகுக்கிறது.

அக்கறை கொள்வது ஒரு நல்ல விஷயம்தான். அதுதான் நம்மை மனிதர்களாக ஆக்குகிறது. பிறருடன் தொடர்பு ஏற்படுத்திக் கொள்ளவும், பிறரை நேசிக்கவும், அர்த்தமுள்ள உறவுகளை உருவாக்கிக் கொள்ளவும் அது நமக்கு உதவுகிறது. ஆனால், அக்கறை கொள்வது உங்களுக்கு மனநிறைவைக் கொடுப்பதற்குப் பதிலாக உங்களைக் களைப்புறச் செய்தால் என்ன நிகழும்? உங்களால் கீழே இறக்கி வைக்க முடியாத ஓர் உணர்ச்சிச் சுமையை நீங்கள் சுமந்து கொண்டிருப்பதுபோல நீங்கள் உணரத் தொடங்கினால் என்ன நிகழும்? மக்கள் நினைக்கின்ற விஷயங்கள், அவர்கள் உணர்கின்ற உணர்வுகள், அவர்களுடைய தேவைகள் என்று எல்லாவற்றைப் பற்றியும் நீங்கள் அளவுக்கதிகமாக அக்கறை கொண்டால், அது உங்களுக்குள் ஒரு வெறுமையுணர்வைத் தோற்றுவிக்கும், உங்களைத் திக்குமுக்காடச் செய்யும், மற்றவர்கள் உங்களை மெச்சவில்லை என்ற உணர்வை உங்களிடம் உருவாக்கும்.

ஆழமாக உணர்பவர்களுக்கு, வாழ்க்கை என்பது ஒருபோதும் முடிவுறாத ஓர் உணர்ச்சிசார் முதலீடுபோலத் தோன்றுகிறது. உங்கள் உறவுகள், உங்கள் நட்புகள், அந்நியர்களுடனான சிறு உறவாடல்கள் போன்ற எல்லாவற்றிலும் நீங்கள் ஆத்மார்த்தமாக ஈடுபடுகிறீர்கள். தயக்கமின்றி உங்கள் நேரத்தையும் ஆற்றலையும் உணர்ச்சிகளையும் நீங்கள் கொடுக்கிறீர்கள். இருப்பினும்,

மனநிறைவை அனுபவிப்பதற்குப் பதிலாக நீங்கள் களைப்பை உணர்கிறீர்கள், மற்றவர்கள் உங்களைத் துச்சமாக மதிப்பதாக உணர்கிறீர்கள், வெறுப்பைக்கூட உணர்கிறீர்கள். அக்கறை கொள்ளாமல் இருக்க வேண்டும் என்று நீங்கள் நினைப்பதில்லை, ஆனால் அது உங்களுக்கு வேதனையளிக்கும்போதுகூட அதை எப்படி நிறுத்துவது என்பது உங்களுக்குத் தெரியவில்லை.

பிறர்மீது அளவுக்கதிகமாக அக்கறை கொள்வதற்கு ஒரு விலை கொடுக்கப்பட்டாக வேண்டும். அந்த விலை பெரும்பாலும் உங்களுடைய சொந்த உணர்ச்சிசார் நலனாக இருக்கிறது. நீங்கள் எப்போதும் மற்றவர்களுக்கு முன்னுரிமை கொடுக்கும்போது, உங்களுக்குக் கொடுப்பதற்கு உங்களிடம் எதுவும் இல்லாமல் போய்விடுகிறது. உங்களுடைய சொந்தத் தேவைகள், உணர்வுகள், மற்றும் விருப்பங்கள் பின்னுக்குத் தள்ளப்படுகின்றன. ஆனால் அது பரவாயில்லை, மற்றவர்களை மகிழ்ச்சிப்படுத்துவது மதிப்பு வாய்ந்தது என்று உங்களிடம் நீங்கள் சொல்லிக் கொள்கிறீர்கள், ஆனால் உள்ளூர உங்கள் ஆற்றல் முற்றிலுமாக வடிந்துவிடுகிறது. காலப்போக்கில், இந்தச் சமநிலையின்மை, உணர்ச்சிரீதியாக உங்களைக் காலியாக்கிவிடுகிறது. நீங்கள் தொடர்ந்து கொடுத்துக் கொண்டே இருக்கிறீர்கள், ஆனால் எதையும் பெறுவதில்லை.

அளவுக்கதிகமாக அக்கறை காட்டுவதிலுள்ள மிகப் பெரிய போராட்டங்களில் ஒன்று உணர்ச்சிசார் பொறுப்பின் சுமை. மற்றவர்கள் நலமாக இருப்பதை உறுதி செய்ய வேண்டிய பொறுப்பு உங்களுடையது என்று நீங்கள் நினைக்கிறீர்கள். அவர்களுடைய பிரச்சனைகளை உங்களால் தீர்க்க முடியாவிட்டால் நீங்கள் அது குறித்துக் குற்றவுணர்வு கொள்கிறீர்கள். அவர்களுடைய உணர்ச்சிகளை உங்களுடைய சொந்த உணர்ச்சிகள்போல எடுத்துக் கொண்டு, அவர்கள் துன்புறும்போது அவர்களுடைய நிலைமையை மேம்படுத்த வேண்டியது உங்கள் வேலை என்று நீங்கள் கருதுகிறீர்கள். ஆனால் உண்மை என்னவென்றால்,

உங்களால் எல்லோரையும் காப்பாற்ற முடியாது. உங்களைச் சுற்றிலும் உள்ள மக்களின் உணர்ச்சிச் சுமைகளை உங்களால் சுமக்க முடியாது. அவ்வாறு நீங்கள் சுமக்க முயன்றால், உங்களால் உணர்ச்சிரீதியாக நிலையாக இருக்க முடியாது. நீங்கள் எவ்வளவு அக்கறை காட்டினாலும் சரி, மற்றவர்களுடைய மகிழ்ச்சிக்கு நீங்கள் பொறுப்பல்லர். அப்படி நீங்கள்தான் பொறுப்பு என்று நீங்கள் நம்பினால், நீங்கள் மனச்சோர்வையும் ஏமாற்றத்தையும் அனுபவித்தாக வேண்டும்.

> *என்னால் எல்லோரையும் காப்பாற்ற முடியும் என்று நான் நினைத்தேன், ஆனால் அவர்கள் என்னை மூழ்கடித்துக் கொண்டிருந்தனர் என்பதை நான் உணர்ந்தபோது நான் அந்த நினைப்பைக் கைவிட்டேன்.*

அளவுக்கதிகமாக அக்கறை காட்டுவதற்கு நீங்கள் கொடுக்க வேண்டிய இன்னொரு மறைமுகமான விலை, உங்களை அளவுக்கதிகமாக நீங்கள் வருத்திக் கொள்ள அது இட்டுச் செல்வது. முடியாது என்று நீங்கள் கூற விரும்பும்போது நீங்கள் சரி என்று கூறுகிறீர்கள். உங்களுக்கு உதவத் தயாராக இல்லாத மக்களுக்குக்கூட நீங்கள் ஆதரவு காட்டுவீர்கள். உங்கள் வரம்புகளைத் தாண்டி நீங்கள் உங்களை உந்தித் தள்ளுவீர்கள். ஏனெனில், நீங்கள் யாரையும் விட்டுக்கொடுக்க விரும்ப மாட்டீர்கள். ஆனால் ஒரு காலிக் குவளையிலிருந்து நீங்கள் ஊற்றிக் கொண்டே இருந்தால் என்ன நிகழும்? உங்கள் மன ஆற்றல் வற்றிப் போகும், உணர்ச்சிரீதியாக நீங்கள் எளிதில் நிலைகுலைந்து போவீர்கள், சில நேரங்களில் நீங்கள் உடல்ரீதியாகவும் முற்றிலும் களைத்துப் போவீர்கள். இதைவிட மோசமான விஷயம் என்ன தெரியுமா? சில சமயங்களில், நீங்கள் யாருக்காக இவ்வளவு மெனக்கெடுகிறீர்களோ, அவர்கள் நீங்கள் செய்து கொண்டிருக்கின்ற தியாகங்களைக் கவனிக்கக்கூட மாட்டார்கள்.

அளவுக்கதிகமாக அக்கறை காட்டுவது, பிறர்

உங்களைத் தங்கள் விருப்பம்போலப் பயன்படுத்திக் கொள்ளும் நிலைக்கு உங்களைத் தள்ளிவிடக்கூடும். நீங்கள் எப்போதும் தங்கள் உதவிக்கு வந்து நிற்பீர்கள், எப்போதும் சரி என்று கூறுவீர்கள், எப்போதும் அக்கறை காட்டுவீர்கள் என்பதை மக்கள் பார்க்கும்போது, சிலர் அதை உங்களிடமிருந்து எதிர்பார்ப்பார்கள், ஆனால் அதை மெச்ச மாட்டார்கள். அவர்கள் உங்களை எவ்வளவு மோசமாக நடத்தினாலும் நீங்கள் அவர்களுக்காக வந்து நிற்பீர்கள் என்று அவர்கள் அனுமானிப்பார்கள். நீங்கள் அளவுக்கதிகமாக அக்கறை காட்டுவதால், நீங்கள் சகித்துக் கொள்ளக்கூடாத விஷயங்களை நீங்கள் சகித்துக் கொள்வீர்கள். உங்களைக் காயப்படுத்துகின்ற மற்றவர்களுடைய நடவடிக்கைகளை நீங்கள் மன்னித்துவிடுவீர்கள். உங்கள் உறவுகளும் நட்புகளும் ஒருதலையாக இருக்கும், மக்கள் உங்களைக் கவனிக்கவோ அல்லது மதிக்கவோ மாட்டார்கள்.

வாழ்வின் கடுமையான உண்மை இது: பிறர்மீது அக்கறை காட்டுவது அவர்கள் அதே வழியில் உங்கள்மீது அக்கறை காட்டுவார்கள் என்று அர்த்தமாகாது. அந்த உணர்தல் வேதனைகரமானது. அதுதான் மௌனமான வெறுப்புக்கும் உளச்சோர்வுக்கும் உணர்ச்சிசார் களைப்புக்கும் இட்டுச் செல்லும். எந்த உறவுகளை நீங்கள் பெரிதும் கொண்டாடினீர்களோ, அதே உறவுகள் உங்கள் ஆற்றலை உறிஞ்சிவிடுவதை நீங்கள் காண்பீர்கள். வரம்பின்றி அளவுக்கதிகமாக நீங்கள் அக்கறை காட்டும்போது, உங்களை நிலையாக வைத்துக் கொள்ள முடியாமல் நீங்கள் தவிக்கின்ற அதே நேரத்தில், மற்ற அனைவருடைய உணர்ச்சிச் சுமையையும் நீங்கள் சுமந்து கொண்டிருப்பீர்கள்.

அத்தியாயம் 2

மக்கள் மட்டுமே பிரச்சனையல்லர், எல்லாமே பிரச்சனைதான்

வாழ்க்கை உங்களைத் திக்குமுக்காட வைக்க நீங்கள் எப்படி அனுமதிக்கிறீர்கள்

ஒரு குறிப்பிட்ட நாள் என்னைத் திணறடித்தது எனக்கு நன்றாக நினைவிருக்கிறது. அது ஒரு பேரழிவு எதுவுமில்லை. ஒரு சாதாரணமான காலைநேரம் என்னால் கையாள முடியாத அளவுக்கு ஒரு பெரிய விஷயமாக ஆயிற்று.

முந்தைய நாள் இரவு நான் நன்றாகத் தூங்கியிருந்தும்கூட, காலையில் எழுந்தபோது நான் மிகவும் களைப்பாக உணர்ந்தேன். கண்விழித்ததும் நான் முதலில் பார்த்தது என்னுடைய அலைபேசியைத்தான். குறுஞ்செய்திகள், நான் செய்திருக்காத வேலைகள் பற்றிய நினைவூட்டிகள், பதிலளிக்க எனக்கு ஆற்றலில்லாத குரலஞ்சல்கள் போன்றவை அதில் குவிந்திருந்தன. அவற்றைப் பிறகு பார்த்துக் கொள்ளலாம் என்று எனக்கு நானே கூறிக் கொண்டேன், ஆனாலும் என்னுள் குற்றவுணர்வு தோன்றியது. படுக்கையைவிட்டு

எழுந்திருப்பதற்கு முன்பாகவே அது என்னை இழுத்துப் பிடித்தது. நான் வேகவேகமாக என்னுடைய காலைநேர வேலைகளைச் செய்து முடித்தும்கூட நான் ஏற்கனவே பின்தங்கியிருந்தேன். பிறகு நான் தவறுதலாக என்னுடைய காபியைக் கொட்டிவிட்டேன். அது ஒன்றும் பெரிய விஷயமில்லைதான், ஆனால் அந்தக் காலை வேளையில் அது ஒரு பூதாகரமான பிரச்சனையாக எனக்குத் தோன்றியது. நான் எவ்வளவு கடினமாக முயன்றாலும் எளிய விஷயங்களைக்கூட என்னால் சரியாகச் செய்ய முடியாது என்று பிரபஞ்சம் நிரூபித்துக் கொண்டிருந்ததாக நான் நினைத்தேன்.

நான் உடை மாற்றிக் கொள்ள வேண்டியதாயிற்று. அது என்னை இன்னும் தாமதப்படுத்தி, என்னுடைய பதற்றத்தை அதிகரித்தது. நான் விரைந்து சென்று என் காருக்குள் ஏறி, ஸ்டியரிங் வீலை இறுக்கமாகப் பிடித்தப் பிடியில் என் கணுவிரல்கள் வெளிர் நிறத்திற்கு மாறின. போக்குவரத்து சிக்னலின் சிவப்பு விளக்குகள் ஒவ்வொன்றும் தனிப்பட்ட முறையில் என்னைப் பழிவாங்கியதாகவும், எனக்கு முன்னால் வாகனங்களை மெதுவாக ஓட்டிச் சென்ற ஓட்டுநர்கள் ஒவ்வொருவரும் வேண்டுமென்றே என் வழியில் குறுக்கிட்டதாகவும் நான் உணர்ந்தேன். என் மனம் பதறியது: நான் முன்னதாகவே புறப்பட்டிருந்திருக்க வேண்டும்; நான் இன்னும் அதிக ஒழுங்குமுறையோடு செயல்பட்டிருந்திருக்க வேண்டும்; என் வாழ்க்கையை ஏன் என்னால் சரியாகக் கையாள முடியவில்லை?

நான் என்னுடைய அலுவலக சந்திப்புக்கூட்டத்திற்கு வந்து சேர்ந்தபோது, நான் மன அழுத்தத்திற்கு ஆளாகியிருந்ததோடு, முற்றிலுமாக ஆற்றலிழந்தும் போயிருந்தேன். ஆனால், எதுவுமே நிகழாததுபோல நான் சாதாரணமாக அந்த அறைக்குள் நுழைந்தேன். உள்ளூர நான் நிலை தடுமாறிக் கொண்டிருந்தேன். திக்குமுக்காடலால் ஏற்படுகின்ற பிரச்சனை இதுதான். அது முழுவதுமாக நம்மைத் தாக்குவதில்லை, அது சிறிது சிறிதாக நம்மை ஆட்கொள்கிறது. உங்களுடைய சொந்த எதிர்பார்ப்புகள், மற்றவர்களுடைய எதிர்பார்ப்புகள்,

சமுதாயத்தின் எதிர்பார்ப்புகள் ஆகிய அனைத்தின் சுமையும் சேர்ந்து, உங்களால் சுவாசிக்கக்கூட முடியாத அளவுக்கு உங்களைத் திணறடிக்கிறது.

உங்களால் அதைக் கையாள முடியும் என்று உங்களிடம் நீங்கள் சொல்லிக் கொள்கிறீர்கள். மற்றவர்கள் எல்லாவற்றையும் எளிதாகச் சமாளித்துவிடுவதுபோல உங்களுக்குத் தோன்றுகிறது. ஆனால் உங்களுக்கு மட்டும் வாழ்க்கை ஏன் இவ்வளவு கடினமானதாக இருக்கிறது? உங்களுடைய ஒவ்வொரு நாளும் பல்வேறு சிறு கணங்களால் ஆகியுள்ளன; அவை ஒவ்வொன்றும் உங்களிடமிருந்து எதையோ எதிர்பார்க்கின்றன. ஒவ்வொரு காரியத்திற்கும், ஒவ்வோர் உரையாடலுக்கும், ஒவ்வொரு செய்திக் குறிப்புக்கும் ஆற்றல் தேவைப்படுகிறது. உங்களுடைய ஆற்றல் ஏற்கனவே முழுவதுமாகக் காலியாகியிருக்கும்போது, மிகச் சிறிய கோரிக்கைகூட ஒரு பெரும் கோரிக்கையாக உங்களுக்குத் தோன்றுகிறது.

சற்றுச் சிந்தித்துப் பாருங்கள்: ஏதேனும் தவறாகப் போயிருந்து, ஆனால் அது உங்களைப் பாதிக்காதது என்றேனும் நடந்திருக்கிறதா? நீங்கள் வெறுமனே அதைப் புறக்கணித்துவிட்டுப் போயிருக்கக்கூடும். பிற நாள்களில், சிறு விஷயங்கள்கூட உங்களைப் பெரும் கோபத்திற்கு ஆளாக்கியிருக்கும். வித்தியாசம் சூழ்நிலை அன்று; அச்சூழ்நிலை ஏற்பட்டபோது உங்களுக்கு இருந்த மனநிலைதான் எல்லா வித்தியாசத்தையும் ஏற்படுத்தியது.

உங்களுக்குள் எழுகின்ற உணர்ச்சிகளை நீங்கள் கையாளாமல் இருந்தால், அவை வெறுமனே மறைந்துவிடுவதில்லை—பின்புலத்தில் அவை குவிகின்றன. அவற்றுக்கு ஒரு வடிகால் இல்லாவிட்டால், ஏதேனும் ஒரு சாக்குப்போக்கைத் தேடிக் கொண்டு அவை மேலெழுந்து வந்துவிடும். அதனால்தான், நீங்கள் உங்கள் அலைபேசியைத் தவறுதலாகக் கீழே போடுவது போன்ற அற்பமான விஷயங்களுக்குக்கூட நீங்கள் அழக்கூடும். அது அந்த அலைபேசியைப் பற்றியது அன்று; மாறாக, நீங்கள் உங்களுக்குள் அடக்கி வைத்து

வந்துள்ள உணர்ச்சிகளின் வெளிப்பாடு அது.

உங்கள் மூளை அளவுக்கதிகமான விஷயங்களால் சுமையேற்றப்படும்போது அற்ப விஷயங்கள்கூட உங்களால் தாங்கிக் கொள்ளப்பட முடியாதவையாக ஆவது ஏன் என்பதை உளவியலாளர் ஜான் ஸ்வெல்லரின் 'காக்னிட்டிவ் லோடு கோட்பாடு' (1998) விளக்குகிறது. குறிப்பிட்ட எந்தவொரு கணத்திலும் ஒரு குறிப்பிட்ட அளவு தகவல்களைக் கையாளும் விதத்திலேயே உங்கள் மூளை வடிவமைக்கப்பட்டுள்ளது. அளவுக்கதிகமான மன அழுத்தமோ அல்லது தீர்மானம் மேற்கொள்ளுதலோ உங்கள் மன வெளிக்குப் போட்டி போடும்போது, ஆற்றல்மிக்க வகையில் செயல்படுவதற்கு உங்கள் மூளை போராடுகிறது.

உங்கள் மனத்தை உங்களுடைய படுக்கையறைபோலக் கற்பனை செய்துகொள்ளுங்கள். உங்கள் படுக்கையறையில் ஆங்காங்கே துணிகளும் பிற பொருள்களும் சிதறிக் கிடந்து, ஒழுங்காக நடக்கக்கூட முடியாதபடி சீரற்று இருந்தால், அது உங்களுக்குத் திக்குமுக்காடல் உணர்வை ஏற்படுத்தும். சில நாள்களோ அல்லது சில வாரங்களோ நீங்கள் அதைக் கண்டுகொள்ளாமல் போகக்கூடும். உங்கள் அறை அலங்கோலமாக இருப்பதை நீங்கள் கவனிக்கிறீர்கள், அது உங்களைத் தொந்தரவு செய்வதை நீங்கள் உணர்கிறீர்கள், ஆனால் நீங்கள் அதைப் புறக்கணித்துவிட்டு வேறு வேலையைப் பார்க்கப் போய்விடுகிறீர்கள். பின்னர் ஒரு நாள், நீங்கள் அதே அறைக்குள் நுழையும்போது அது உங்களுக்கு மன அழுத்தத்தை ஏற்படுத்துகிறது. உங்களுக்குத் தேவையான ஒரு பொருளை அங்கே கண்டுபிடிப்பதற்கு உங்களுக்குக் கூடுதல் முயற்சி தேவைப்படுகிறது. நீங்கள் அக்கணத்தில் செய்து கொண்டிருக்கின்ற வேலையை மட்டும் நீங்கள் கையாள வேண்டியிருக்கவில்லை; உங்கள் படுக்கையறையின் அலங்கோலக் காட்சியையும் உங்கள் மூளை ஆழ்மனரீதியாகக் கையாள வேண்டியிருக்கிறது.

இப்போது, உங்கள் அறை சுத்தமாக இருந்தால் எப்படி இருக்கும் என்று யோசியுங்கள். பொருள்கள் அதனதன் இடத்தில் இருக்கின்றன, தடுமாறாமல்

நடப்பதற்குத் தாராளமாக இடம் இருக்கிறது, எதுவும் உங்கள் கூடுதலான கவனத்தை எதிர்பார்க்கவில்லை. திடீரென்று, அந்த அறை பெரியதாகத் தெரிகிறது. உங்களால் சுலபமாக சுவாசிக்க முடிகிறது, அதிக ஆசுவாசம் கொள்ள முடிகிறது, சிறப்பாகக் கவனம் செலுத்த முடிகிறது. உங்கள் மூளையும் இதே வழியில்தான் வேலை செய்கிறது. அழுத்தத்தாலும், தீர்மானங்களாலும், முழுமை பெற்றிராத எண்ணங்களாலும் உங்கள் மனவெளி நிரம்பியிருந்தால், மிகச் சிறிய அசௌகரியம்கூட உங்களைத் திணறடிப்பதாக இருக்கும். விஷயம் உங்களால் கையாள முடியாதபடி இருக்கிறது என்பதன்று பிரச்சனை, மாறாக, உங்கள் மூளையின் கையாளும் திறனை மிஞ்சி அது நிரம்பியிருக்கிறது என்பதுதான் பிரச்சனை.

நம்முடைய மூளை அதன் கையாளும் திறனை எட்டியிருக்கும்போது, அது பெரும்பாலும் அதிக ஆழமான மனக்காயங்களுடன் தொடர்புடைய உணர்ச்சிசார் எதிர்வினைகளைத் தோற்றுவிக்கிறது. நம்முடைய புறவயமான எதிர்வினைகள் தாறுமாறாக இருப்பதுபோலத் தோன்றக்கூடும். ஏனெனில், அவை நிகழ்கணத்தைப் பற்றியவை மட்டுமல்ல, மாறாக, நாம் இதுவரை எதிர்கொண்டுள்ள அதே போன்ற அனைத்து அனுபவங்களையும் பற்றியதாகும். சாலையில் காரோட்டிச் செல்லும்போது இன்னொரு வாகனம் தவறான திசையில் நம்மை முந்திச் செல்வது ஒரு பெரிய பிரச்சனையாகத் தோன்றாமல் இருக்கலாம்; ஆனால் அக்கணத்தில், மக்கள் சுயநலவாதிகள் என்பதற்கும் அக்கறையற்றவர்கள் என்பதற்குமான நிரூபணமாக அது தோன்றக்கூடும். உங்களுடைய குறுஞ்செய்திக்கு ஒருவர் உடனடியாகப் பதிலனுப்பாவிட்டால் அது நிராகரிப்புபோலத் தோன்றக்கூடும், உண்மை அப்படி இல்லாதபோதுகூட. இந்த எதிர்வினைகள் எப்போதும் தர்க்கரீதியானவையாக இருப்பதில்லை, ஆனால் முழுமையாகக் குணமாகியிருக்காத உணர்ச்சிசார் காயங்களும் நம் மனத்தின் அடியாழத்தில் உள்ள நம்பிக்கைகளும் அந்த எதிர்வினைகளைத்

தூண்டுகின்றன.

நம்முடைய மனத்தையும் நம்முடைய வாழ்க்கையையும் நம்முடைய கட்டுப்பாட்டிற்குள் கொண்டுவருவதை அதிகக் கடினமாக்குவது எதுவென்றால், நாம் இன்று வாழ்கின்ற உலகம். தகவல்கள், ஒப்பீடுகள், சமுதாயம் ஏற்படுத்துகின்ற அழுத்தங்கள் ஆகியவற்றால் நாம் தொடர்ந்து திணறடிக்கப்படுகிறோம். அதிகமாகச் செய்கின்ற, அதிகமாகச் சாதிக்கின்ற, அதிகச் சிறப்பான வாழ்க்கையை வாழ்கின்ற மக்களைச் சமூக ஊடகங்கள் நமக்குக் காட்டிக் கொண்டே இருக்கின்றன. கூப்பிடும்போதெல்லாம் நாம் வர வேண்டும் என்று நம்முடைய வேலை நம்மிடம் எதிர்பார்க்கிறது. நாம் தொடர்ந்து மேம்பட்டுக் கொண்டிருக்கவில்லை என்றால், நாம் தோற்றுக் கொண்டிருக்கிறோம் என்று சமுதாயம் நம்மை நம்ப வைக்கிறது. நாம் முற்றிலுமாக நிலைகுலைந்து விழுந்துவிடுவோமோ என்று நம்மில் பலர் நினைப்பதில் வியப்பேதும் இல்லை.

மக்கள் உங்கள் ஆற்றலை உறிஞ்சிவிடுவதும், உங்கள் எண்ணங்கள் உங்களைத் திணறடிப்பதும் மட்டுமே பிரச்சனையல்ல. வாழ்க்கையே உள்ளீடுகளையும் எதிர்பார்ப்புகளையும் உள்ளடக்கிய ஒரு முடிவற்றச் சுழற்சியாக ஆகியுள்ளது. அதை எவ்வாறு கையாள்வது என்பது நம்மில் பெரும்பாலானோருக்குக் கற்றுக் கொடுக்கப்படவே இல்லை. இந்தத் தொடர்ச்சியான உள்ளீட்டுச் சுமையால் நம்முடைய மனம் திணறும்போது, அது தன் இயக்கத்தை நிறுத்திக் கொள்வதில்லை, மாறாக, அது மிதமிஞ்சிச் செயல்பட முயற்சிக்கிறது. இந்த அழுத்தங்கள் முற்றிலுமாக நம்மை ஆட்கொள்ளும்வரை அவற்றை நம்முடைய மனம் கையாள்கின்ற விதம், அவை குறித்துச் சிந்திக்கின்ற விதம், அவற்றைப் பெருக்குகின்ற விதம் ஆகிய எல்லாமாகச் சேர்ந்து இங்கேதான் உண்மையான சிறை உருவாகத் தொடங்குகிறது.

அத்தியாயம் 3

சிந்தனைச் சிறை: உங்கள் மனம் எவ்வாறு மனச் சுழற்சிகளை உருவாக்குகிறது

பல நேரங்களில், நம்முடைய மனம் நம்மிடம் ஏமாற்று வேலை காட்டுகிறது. இந்தத் தந்திரங்களால், நாம் அளவுக்கதிகமாகச் சிந்திக்கத் தொடங்குகிறோம். விஷயங்கள் இங்கேதான் சுவாரசியமடைகின்றன ... நீங்கள் ஒரு விஷயத்தைப் பற்றி நீண்ட நேரம் சிந்தித்துக் கொண்டே இருந்தால் அது உங்கள் கட்டுப்பாட்டிற்குள் வந்துவிடும் என்று ஆழ்மனரீதியாக உங்கள் மனம் உங்களை நம்ப வைக்க முயற்சிக்கிறது. தொடக்கத்தில், அது உங்களுக்கு உதவுவதாக நீங்கள் நினைக்கிறீர்கள். ஏனெனில், அவ்விஷயம் தொடர்பான ஒவ்வொரு விவரத்தையும் ஆய்வு செய்வதன் மூலம் நீங்கள் தவறுகளைத் தவிர்க்கிறீர்கள் என்றும், வேதனையிலிருந்து உங்களைப் பாதுகாத்துக் கொள்கிறீர்கள் என்றும் நீங்கள் நினைக்கிறீர்கள். ஆனால், அளவுக்கதிகமாகச் சிந்திப்பது உங்களைப் பாதுகாப்பதில்லை, மாறாக, 'கவலைச் சுழற்சி' என்ற பொறிக்குள் அது உங்களைச் சிக்க வைத்துக் கொண்டிருக்கிறது என்பதை நீங்கள் உணர்வதில்லை. இச்சுழற்சி, உங்கள் மூளை ஒரு

கவலையின்மீது நிலை கொண்டு, அதற்கு அதிக அழுத்தத்தைக் கொடுத்து, அக்கவலையைத் 'தீர்ப்பதற்கு' நீங்கள் அது குறித்துத் தொடர்ந்து சிந்தித்துக் கொண்டே இருக்க வேண்டும் என்று உங்களை நம்ப வைக்கும்போது தொடங்குகிறது. நீங்கள் அச்சிந்தனையில் எவ்வளவு அதிகமாக ஈடுபடுகிறீர்களோ, அது அவ்வளவு அதிகமாக மோசமடைகிறது. அது புதைமணலைப் போன்றது— நீங்கள் எவ்வளவு அதிகமாகப் போராடுகிறீர்களோ, அவ்வளவு அதிகமாக நீங்கள் புதையுறுகிறீர்கள்.

இதில் மோசமான விஷயம் என்ன தெரியுமா? நீங்கள் கவலைப்படுகின்ற விஷயங்களில் பெரும்பாலானவை ஒருபோதும் நிகழ்வதே இல்லை. உங்கள் மனம் எவ்வாறு உரையாடல்களை மீண்டும் மீண்டும் ஓடவிடுகிறது, நீங்கள் என்ன சொல்லியிருக்க வேண்டும் என்று ஆய்வு செய்கிறது, ஒருபோதும் நிகழ்ந்திராத மோசமான விஷயங்களைக் கற்பனை செய்கிறது என்பதெல்லாம் உங்களுக்கு நன்றாகத் தெரியும். ஒருபோதும் நிகழாத சூழ்நிலைகள் குறித்துக் கவலைப்பட்டு நீங்கள் உங்கள் தூக்கத்தை இழக்கிறீர்கள். ஒருபோதும் நிகழாத வாக்குவாதங்களை நீங்கள் ஒத்திகை பார்க்கிறீர்கள். ஒருபோதும் ஏற்படாத ஏமாற்றங்களை எதிர்கொள்ள நீங்கள் உங்களைத் தயார்படுத்திக் கொள்கிறீர்கள். ஏதேனும் தவறாகப் போனால், நீங்கள் நினைத்த அளவுக்கு அது மோசமாக இருப்பதில்லை. இருப்பினும், உங்கள் மூளை அதே சுழற்சியை மீண்டும் மீண்டும் ஓட்டிக் கொண்டே இருக்கிறது.

நீங்கள் அனுப்பிய குறுஞ்செய்திக்கு ஒருவர் உடனடியாகப் பதிலளிக்காதபோது என்ன நிகழ்கிறது என்று பாருங்கள். "அவர்கள் ஏதோ ஒரு வேலையில் பரபரப்பாக இருக்கக்கூடும்," என்று உங்கள் மூளை சிந்திப்பதில்லை. மாறாக, "நான் ஏதேனும் தவறாகச் சொல்லிவிட்டேனா? அவர்கள் என்மீது கோபமாக இருக்கிறார்களா? அவர்களுக்கு என்னைப் பிடிக்கவில்லையா?" என்று அது யோசிக்கிறது. ஒரு நண்பர் ஏதோ சிந்தனையில் மூழ்கியிருந்தால், அவர்களுக்கு ஏதேனும் பிரச்சனை இருக்கக்கூடும்

என்று அனுமானிப்பதற்குப் பதிலாக, உங்கள் மனம் உடனடியாக, “அவர்களுக்கு என்மீது ஏதோ வருத்தம் இருக்கிறது. அவர்களுடைய மனம் புண்படும்படியாக நான் ஏதேனும் செய்துவிட்டேனா? அவர்கள் இனியும் என்னுடன் நட்பு பாராட்ட விரும்பவில்லையா?” என்று யோசிக்கிறது.

உங்கள் மூளை நிச்சயமின்மையை விரும்புவதில்லை, எனவே அது ஒரு விளக்கத்தை உருவாக்குகிறது. அந்த விளக்கம் பொதுவாக எதிர்மறையானதாக இருக்கிறது. அவை எப்போதேனும் தோன்றும் எண்ணங்கள் அல்ல; மாறாக, நீங்கள் உங்களையும் இந்த உலகத்தையும் பார்க்கும் விதத்தை வடிவமைக்கின்ற மைய நம்பிக்கைகளாக அவை ஆகின்றன.

அச்சுறுத்தல்கள்மீது கவனத்தைக் குவிப்பதற்கு உங்கள் மூளை வடிவமைக்கப்பட்டுள்ளது. முன்னொரு காலத்தில் நம்முடைய மூதாதையரை ஆபத்திலிருந்து பாதுகாத்த, உயிர்பிழைத்திருத்தலுக்கான ஓர் இயங்குமுறை அது. உளவியலாளர்கள் இதை ‘எதிர்மறைச் சார்பு’ என்று அழைக்கின்றனர்: உண்மையான அச்சுறுத்தல் எதுவும் இல்லாதபோதுகூட, உங்கள் மூளை, இயல்பாக நேர்மறையான அனுபவங்களை விடுத்து எதிர்மறையான அனுபவங்கள்மீது கவனத்தைக் குவிக்கிறது. எதிர்மறையான நிகழ்வுகள், சம அளவு தீவிரத்தன்மை கொண்ட நேர்மறையான நிகழ்வுகளைவிட நம்முடைய உளவியல் நிலைமீது அதிகத் தாக்கம் ஏற்படுத்துவதாக 2001-ல் பாமைஸ்டரும் அவருடைய சகாக்களும் விளக்கிக் காட்டினர். இந்த மிகையான கண்காணிப்பு நம்முடைய மூதாதையரை உயிரோடு வைத்திருந்தது, ஆனால் நவீன வாழ்க்கையில், உங்கள் மூளை உண்மையான ஆபத்தைப் பற்றி உங்களை எச்சரித்துக் கொண்டிருக்கவில்லை—தர்மசங்கடம், நிராகரிப்பு, தோல்வி, மற்றும் நிச்சயமின்மையைப் பற்றி அது உங்களை எச்சரித்துக் கொண்டிருக்கிறது.

உங்கள் மூளை உறுதிப்பாட்டை விரும்புகிறது. அது விடைகளை விரும்புகிறது. அது விளைவுகளை முன்கணிக்க விரும்புகிறது. மோசமான எந்தவொரு

நிகழ்வுக்கும் அது தன்னைத் தயார்படுத்திக் கொள்ள விரும்புகிறது. ஏனெனில், தான் போதுமான அளவு கவலைப்பட்டால், மோசமான விஷயங்கள் நிகழ்வதைத் தன்னால் தடுக்க முடியும், சரியான தீர்மானங்களைத் தன்னால் எட்ட முடியும் என்று அது நம்புகிறது. இது ஒரு மாயை—கவலைப்படுதல் எதையும் தடுப்பதில்லை, அது அரிதாகவே சரியான தீர்மானங்களை எட்டுகிறது, அது வெறுமனே நிகழ்கணத்தில் உங்கள் அமைதியை உங்களிடமிருந்து பறிக்கிறது, அவ்வளவுதான். தேவையற்றக் கவலைகளில் நீங்கள் எவ்வளவு அதிக மன ஆற்றலைச் செலவிடுகிறீர்களோ, தெளிவான, அறிவுபூர்வமான தீர்மானங்களை மேற்கொள்வதற்கான உங்களுடைய திறன் அவ்வளவு குறைகிறது என்று தீர்மானக் களைப்பு பற்றி 1998-ல் பாமைஸ்டரும் அவருடைய சகாக்களும் மேற்கொண்ட ஆய்வு ஒன்று வெளிப்படுத்தியது. கவலை உங்களுடைய கவனக்குவிப்புத் திறனைக் காவு வாங்கிவிடுகிறது, மனரீதியாக உங்களைக் களைத்துப் போகச் செய்கிறது, ஆனால் எந்தத் தீர்வையும் எட்டுவதில்லை.

உங்கள் மனம் ஏன் வேதனையை உடும்புபோலப் பற்றிக் கொள்கிறது

அளவுக்கதிகமாகச் சிந்தித்தல் என்பது உயிர்பிழைத்திருத்தலைப் பற்றியது மட்டுமன்று, அது உணர்ச்சிசார் வேதனையைப் பற்றியதும்கூட. ஏதோ ஒரு கட்டத்தில், வேதனையின்மீது கவனம் செலுத்தப்பட்டாக வேண்டும் என்பதை நீங்கள் கற்றுக் கொள்கிறீர்கள். அது, உங்களை இன்னும் வருத்திக் கொண்டிருக்கின்ற ஒரு கடந்தகாலத் தவறாக இருக்கலாம், அல்லது உங்கள் மனத்தை நொறுக்கிய ஓர் உறவாக இருக்கலாம். அல்லது, அடுத்த ஏமாற்றத்திற்கு உங்களைத் தயார்படுத்திக் கொண்டு எப்போதும் எச்சரிக்கையாக இருந்தாக வேண்டிய ஒரு சூழலில் நீங்கள் வளர்ந்திருக்கலாம். காரணம் எதுவாக இருந்தாலும்,

வேதனையை விட்டுத்தள்ளுவதற்குப் பதிலாக அதை உடும்புபோலப் பிடித்துக் கொள்வதற்கு உங்கள் மூளை பழக்கப்பட்டுவிட்டது.

வாழ்வின் கடுமையான உண்மை இது: வேதனை பரிச்சயமானதாக ஆகக்கூடும். நீங்கள் இறுக்கமாகப் பற்றிக் கொண்டிருக்கிறீர்கள் என்பதை நீங்கள் அறியாத அளவுக்கு அது அவ்வளவு பரிச்சயமானதாக இருக்கும். நீங்கள் மனத்தளவில் காயப்பட்டிருக்கும்போது, உங்கள் மனம் அந்த வேதனையை மீண்டும் மீண்டும் ஓடவிட்டுப் பார்த்துக் கொண்டே இருக்க விரும்பும், அவ்வாறு செய்வது அந்த நிகழ்வை மாற்றிவிடும் என்பதுபோல. ஆனால், அந்த நிகழ்வை மறப்பதற்குப் பதிலாக, நீங்கள் அந்தக் காயத்தை மறுபடியும் திறக்கிறீர்கள். ஒரு வெட்டுக்காயம் குணமாக அனுமதிப்பதற்குப் பதிலாக அதை மீண்டும் சொறிவதைப் போன்றது அது.

அதனால்தான், தங்களுடைய வேதனையை வலியுறுத்துகின்ற சூழ்நிலைகளை மக்கள் தங்களையும் அறியாமல் நாடுகின்றனர். அவர்கள்மீது அக்கறையில்லாத நபர்களை அவர்கள் தேடிப் போகின்றனர், நச்சான உறவுகளில் நீடிக்கின்றனர், தங்களுக்கு ஏமாற்றம் ஏற்படுத்தக்கூடிய சூழ்நிலைகளில் தங்களைப் புகுத்திக் கொள்கின்றனர். துன்பத்தை அவர்கள் ரசிக்கின்றனர் என்று அது அர்த்தமாகாது, ஆனால் அதுதான் அவர்களுக்குத் தெரியும் என்பதுதான் விஷயம். வேதனையை எதிர்பார்க்க உங்கள் மனம் பழக்கப்பட்டிருந்தால், அமைதி பரிச்சயமற்றதாகத் தோன்றக்கூடும், சில நேரங்களில் அது அசௌகரியமூட்டுவதாகக்கூட இருக்கும். உங்களை அறியாமலேயே, உங்களைத் துன்புறுத்துகின்ற விஷயங்களை நோக்கி நீங்கள் மீண்டும் மீண்டும் போவீர்கள். ஏனெனில், அது இயல்பானதாகத் தோன்றும். பொதுவாக, அளவுக்கதிகமாகச் சிந்திப்பதுதான் இந்தப் பழக்கங்களை மறைக்கிறது. எடுத்துக்காட்டாக, உங்கள் வாழ்வில் அமைதி நிலவும்போது, எது மோசமாகப் போகக்கூடும் என்று உங்கள் மூளை அதீதமாகச் சிந்திக்கத் தொடங்கிவிடும். அச்சூழ்நிலை எழும்போது

அதை எவ்வாறு சமாளிப்பது என்பது தெரியாமல் அது வேர்விட நாம் அனுமதித்தால், நம்மை நாமே சீரழித்துக் கொள்ள ஆழ்மனரீதியாக அது நம்மைத் தூண்டிவிடும். பிறகு, நாம் மீண்டும் குழப்பத்திற்குள் மாட்டிக் கொள்வோம்.

துன்பகரமான அனுபவங்களைப் பற்றி மீண்டும் மீண்டும் சிந்திக்கின்ற செயல் குறித்து உளவியலாளர் சூசன் நோலென்-ஹோக்செமா 2000-ல் ஓர் ஆய்வு மேற்கொண்டார். அவ்வாறு அசைபோடுவது கவலையையும் உளச்சோர்வையும் போக்குவதற்குப் பதிலாக உண்மையில் அவற்றுக்குத் தீனி போடுவதை அவருடைய ஆய்வு கண்டறிந்தது. கடந்தகால வேதனையை நீங்கள் எவ்வளவு அதிகமாக அசைபோடுகிறீர்களோ, அதிலிருந்து விடுபடுவது அவ்வளவு அதிகக் கடினமாகிறது. உங்களுடைய உணர்ச்சிகளைக் கையாள உங்களுக்கு உதவுவதற்குப் பதிலாக, அளவுக்கதிகமாகச் சிந்திப்பது உங்களுடைய உணர்ச்சிசார் வேதனையை ஆழப்படுத்தி, அதை நீங்கள் மறந்துவிட்டு முன்னே செல்வதை மேலும் கடினமாக்குகிறது.

> *நீங்கள் மிக இளவயதிலேயே வளர்ந்துவிட்டீர்கள், மிக இளவயதிலேயே காதலில் விழுந்துவிட்டீர்கள், மிக இளவயதிலேயே கடினமான போராட்டங்களைக் கையாண்டீர்கள் என்பதை உணர்ந்து கொண்டுள்ள நீங்கள், இப்போது உங்கள் வாழ்வின் பெரும்பகுதியில் 'எதிர்த்துச் சண்டையிடுதல் அல்லது தப்பி ஓடுதல்' என்ற நிலையில் இருந்து கொண்டு, உங்களால் முடிந்த அளவு சிறப்பாகச் செயல்பட முயற்சித்துக் கொண்டிருக்கிறீர்கள்.*

உங்கள் எண்ணங்கள் நீங்கள் எவ்வாறு உணர்கிறீர்கள் என்பதன்மீது மட்டும் தாக்கம் ஏற்படுத்துவதில்லை, அவை உங்களுடைய ஒட்டுமொத்த யதார்த்தத்தையும் செதுக்குகின்றன. உங்கள் மனம் உங்களிடம் சொல்கின்ற கதைகள் நீங்கள் எல்லாவற்றையும் பார்க்கின்ற லென்ஸாக

மாறுகின்றன. இந்தக் கதைகள் உங்களுடைய சொந்தத் தலைக்குள் இருந்து வருவதால், அவை உண்மையாக இருக்க வேண்டும் என்று நீங்கள் அனுமானிக்கிறீர்கள். நீங்கள் அவற்றைக் கேள்விகூடக் கேட்பதில்லை. ஆனால் நீங்கள் புரிந்து கொள்ள வேண்டிய அடிப்படை உண்மை இது: உங்கள் எண்ணங்கள் யதார்த்தமல்ல. உங்கள் மூளை, உண்மைத் தகவல்களை மட்டுமே வழங்குகின்ற ஒரு கச்சிதமான இயந்திரமன்று. உங்களுடைய பயங்கள், கவலைகள், மற்றும் கடந்தகால அனுபவங்களால் அது செதுக்கி வடிவமைக்கப்படுகிறது. அது வேகமாக முடிவுகளுக்கு வந்துவிடுகிறது. இடைவெளிகளை அது இட்டு நிரப்புகிறது. இல்லாத பிரச்சனைகளை அது உருவாக்குகிறது.

ஒன்று தெளிவற்றதாகவோ அல்லது பரிச்சயமற்றதாகவோ தோன்றும்போது, உங்கள் மூளை அந்த இடைவெளிகளை இட்டு நிரப்புகிறது. பெரும்பாலும், மிக மோசமானதை அனுமானிப்பதன் மூலம் அது இதைச் செய்கிறது. அதற்காக, அது யதார்த்தம் என்று அர்த்தமாகாது. பெரும்பாலான நேரங்களில், விஷயங்களை உள்ளது உள்ளபடி பார்ப்பதற்குப் பதிலாக, அவை எவ்வளவு மோசமாக உள்ளனவோ அதைவிட அதிக மோசமாக இருப்பதாக நீங்கள் பார்க்கிறீர்கள். ஒட்டுமொத்தமாகப் பார்க்கும்போது, நாம் அளவுக்கதிகமாக அலட்டிக் கொள்கின்ற விஷயங்களில் பெரும்பாலானவை உண்மையில் அவ்வளவு தீவிரமானவை அல்ல. கவலைக்குள் அல்லது ‘எதிர்த்துச் சண்டையிடுதல் அல்லது தப்பியோடுதல்’ மனநிலைக்குள் மூழ்க வேண்டிய அளவுக்கு அவை நிச்சயமாக அவ்வளவு தீவிரமானவை அல்ல.

இந்த மன விவரிப்புகள் காலப்போக்கில் தானியங்கி முறையில் நிகழத் தொடங்குகின்றன. நீங்கள் அதே விஷயங்களை மீண்டும் மீண்டும் உங்களிடம் சொல்லிக் கொண்டே இருக்கிறீர்கள் என்பதை நீங்கள் உணர்வதுகூட இல்லை. அது யதார்த்தம்போல உங்களுக்குத் தோன்றுகிறது. ஆனால் இக்கதைகள் நீங்கள் ஏற்றுக் கொண்டுள்ள கண்ணோட்டங்கள் மட்டுமே

ஒழிய, உண்மைகள் அல்ல.

நீங்கள் போதுமானவர் அல்லர் என்று நீங்கள் நம்பினால், நீங்கள் மதிக்கப்பட்ட நேரங்களை நினைத்துப் பார்ப்பதை விட்டுவிட்டு, நீங்கள் உதாசீனப்படுத்தப்பட்டக் கணங்களை மட்டும் நீங்கள் உங்கள் மனக்கண்ணில் மீண்டும் மீண்டும் ஓடவிட்டுப் பார்ப்பீர்கள். மக்கள் எப்போதும் உங்களை விட்டுவிட்டுச் சென்றுவிடுவர் என்று நம்பினால், உங்களுடன் தங்கியவர்களைக் கண்டுகொள்ளாமல் இருந்துவிட்டு, விலகிப் போகின்றவர்களை மட்டுமே நீங்கள் பார்ப்பீர்கள். உங்கள் மூளையானது உண்மையைத் தேடுவதில்லை—நீங்கள் ஏற்கனவே நம்பத் தீர்மானித்துள்ள கதைகளுக்கான நிரூபணங்களை மட்டுமே அது தேடுகிறது.

இந்தப் போக்குகள் ஏன் நீடிக்கின்றன

இந்த மனச் சுழற்சிகள் நீடிப்பதற்குப் பல காரணங்கள் உள்ளன:

1. **அளவுக்கதிகமாகச் சிந்திப்பதற்கு உங்கள் மூளை வெகுமதியளிக்கிறது,** அவ்வாறு சிந்திப்பது உங்களுக்கு உதவாவிட்டாலும்கூட. கவலைகரமான எண்ணங்களில் நீங்கள் ஈடுபடும் ஒவ்வொரு முறையும், வருங்காலத்தில் அந்த எண்ணங்களை அதிகமாகச் சிந்திப்பதற்கான நரம்புப் பாதைகளை நீங்கள் வலிமைப்படுத்துகிறீர்கள். நீங்கள் எந்த எண்ணங்களில் அடிக்கடி ஈடுபடுகிறீர்களோ, அந்த எண்ணங்களை உற்பத்தி செய்வதில் உங்கள் மூளை அதிகத் திறன்மிக்கதாக ஆகிறது.
2. **பரிச்சயத்தை உங்கள் மூளை விரும்புகிறது.** ஒரு நம்பிக்கை வேதனைகரமானதாக இருந்தாலும்கூட, அதுதான் உங்களுக்குத் தெரியும் என்பதால் அது உங்களுக்கு சௌகரியமானதாக இருக்கிறது. அதை மாற்றுவது உங்களுக்கு அசௌகரியமாக

இருக்கிறது. ஏனெனில், நீங்கள் இதுவரை நம்பி வந்துள்ள யதார்த்தத்திற்கு அது சவால்விடுகிறது. இது ‘அறிதிறன் நிலைத்தன்மை’ என்று அழைக்கப்படுகிறது. அதாவது, சான்றுகள் அதற்கு முரண்பட்டு இருந்தாலும்கூட சில நம்பிக்கைகளை இறுக்கமாகப் பற்றிக் கொள்ளும் போக்கு அது.

3. **நீங்கள் இந்த எண்ணங்கள் குறித்து ஒருபோதும் கேள்வி கேட்கவில்லை.** அவற்றின் செல்லுபடித்தன்மை குறித்துக் கேள்வி கேட்பதற்குப் பதிலாக, அவற்றை உங்களின் ஒரு பகுதியாக நீங்கள் ஏற்றுக் கொண்டுள்ளீர்கள். கவலையைக் கையாள்வதற்கான மிகச் சிறந்த அணுகுமுறைகளில் ஒன்றான ‘புலனுணர்வு சார்ந்த நடத்தை சிகிச்சை’, இந்தத் தன்னிச்சையான எண்ணங்களை அடையாளம் கண்டுகொண்டு அவற்றைக் குறித்துக் கேள்வி கேட்பதன்மீது கவனம் செலுத்துகிறது.
4. **விட்டுத்தள்ளுவது பொறுப்பற்றப் போக்குபோலத் தோன்றுகிறது.** நீங்கள் ஒன்றைப் பற்றிச் சிந்திப்பதை நிறுத்தினால், நீங்கள் கவனக்குறைவாக இருப்பதாக உங்கள் மூளை உங்களை நம்ப வைக்கிறது. ஆனால் விட்டுத்தள்ளுதல் என்றால் உங்களுடைய பிரச்சனையை உதாசீனப்படுத்துதல் என்று அர்த்தமாகாது, மாறாக, எதை உங்களால் கட்டுப்படுத்த முடியாதோ அதை ஏற்றுக்கொள்ளுதல் என்று அர்த்தமாகும். எண்ணங்கள்மீது பற்றின்றி அவற்றை அவதானிப்பது பிரச்சனைகளுக்குச் சிறப்பான முறையில் தீர்வு காண உதவும் என்று நிகழ்கணலயிப்பு குறித்த ஆராய்ச்சிகள் தெரிவிக்கின்றன.

எதிர்மறை எண்ணங்களில் நீங்கள் எவ்வளவு அதிகமாக மூழ்கிக் கிடக்கிறீர்களோ, அவை உங்கள் மனத்தில் அவ்வளவு அதிக ஆழமாகப் பதிந்துவிடுகின்றன, பிறகு அந்தச் சுழற்சியை முறியடிப்பது அதிகக் கடினமாகிவிடுகிறது. எதிர்மறை எண்ணங்களை

மீண்டும் மீண்டும் அசைபோடுகின்ற மக்கள் எளிதில் மனச்சோர்வுக்கு ஆளாகின்றனர் என்றும், அவர்கள் அதிலிருந்து மிக மெதுவாகவே மீள்கின்றனர் என்றும் நோலென்–ஹோக்செமாவின் ஆராய்ச்சி வெளிக்காட்டியது.

ஓர் ஒற்றை எண்ணம் ஒரு முழுநீள நெருக்கடியாக மாறக்கூடும். அதற்குக் காரணம், தான் உற்பத்தி செய்கின்ற ஒவ்வோர் எண்ணமும் தீவிரமாக எடுத்துக் கொள்ளப்பட வேண்டும் என்று உங்கள் மூளை அனுமானிக்கிறது. உங்கள் வேலையில் நீங்கள் ஒரு சிறு தவறு செய்கிறீர்கள்; நீங்கள் அறியும் முன்பாகவே, நீங்கள் உங்கள் வேலையில் மிக மோசமாகச் செயல்படுகிறீர்கள் என்றும், தோல்வி தவிர்க்கப்பட முடியாதது என்றும் உங்கள் எண்ணங்கள் உங்களை நம்ப வைத்துவிடுகின்றன. நீங்கள் காலையில் ஒரு லேசான பதற்றத்துடன் கண்விழிக்கிறீர்கள்; அந்த உணர்வு கடந்து போக அனுமதிப்பதற்குப் பதிலாக, உங்கள் மூளை அதை இறுக்கமாகப் பற்றிக் கொண்டு, “என்னிடம் ஏதோ பிரச்சனை இருக்கிறதா? நான் எப்போதும் இப்படிப் பதற்றமாக உணர்ந்தால் என்ன ஆகும்?” என்று சிந்திக்கத் தொடங்கிவிடுகிறது.

காலப்போக்கில், நீங்கள் வேதனையைப் பற்றிச் சிந்திப்பதோடு கூடவே, அதனோடு உங்களை அடையாளம் காணவும் தொடங்கிவிடுகிறீர்கள். உங்கள் எண்ணங்களை யதார்த்தம் என்றும், உங்கள் பயங்களை உண்மை என்றும் தவறாக நினைக்கிறீர்கள். ஆனால் நீங்கள் உங்கள் எண்ணங்கள் அல்லர், அவை உண்மையாக இருக்க வேண்டியதும் இல்லை. அவை வெறும் எண்ணங்கள், அவ்வளவுதான். அவற்றை உண்மை என்று ஏற்றுக் கொள்வதை நீங்கள் நிறுத்துகின்ற கணத்தில், விட்டுத்தள்ளுவதற்கான சுதந்திரத்தை உங்களுக்கு நீங்கள் கொடுக்கிறீர்கள்.

இந்தப் போக்குகளைப் புரிந்து கொள்வதுதான் அவை உங்கள்மீது கொண்டுள்ள ஆதிக்கத்தை உணர்ந்து கொள்வதற்கான முதல் படி. உங்கள் எண்ணங்கள்தாம் இந்தச் சுழற்சிகளை உருவாக்கிக் கொண்டிருக்கின்றனவே அன்றி, புற யதார்த்தம் அன்று என்பதை நீங்கள்

பார்க்கும்போது, அவை உங்கள்மீது எவ்வளவு தாக்கம் ஏற்படுத்துகின்றன என்பதை நீங்கள் உணரத் தொடங்குகிறீர்கள். அந்தச் சிறை உங்கள் மனத்தில் மட்டுமே நிலை கொண்டுள்ளது.

இங்கேதான் நீங்கள் சிறிது பின்வாங்க வேண்டும். அது உதவிகரமானது மட்டுமன்று, தேவையானதும்கூட. இந்த மனச் சுழற்சிகளுக்குள் நாம் சிக்கிக் கொள்ளும்போது, எல்லாவற்றையும் ஒரு குறுகலான சாவித்துளை வழியாக நாம் பார்க்கிறோம். நம்முடைய பிரச்சனைகளைப் பூதாகரப்படுத்தி, நம்முடைய தாங்குதிறனைக் குறைக்கின்ற ஒரு சிதைந்த கண்ணோட்டம் அது. இதிலிருந்து விடுபடுவதற்கு, நம்முடைய கண்ணோட்டத்தை நாம் விசாலப்படுத்த வேண்டும்—நம்முடைய உடனடி எண்ணங்களுக்கு அப்பால் மட்டுமல்லாமல், நம்முடைய அனைத்துக் கவலைகளுக்கும் அப்பால்!

அத்தியாயம் 4

பெரும் கண்ணோட்டம்

உங்கள் சொந்த மனத்திற்குள் இருந்து ஒரு கணம் வெளியே வருவதுபோலக் கற்பனை செய்து கொள்ளுங்கள். வேறொரு கிரகத்திலிருந்து பூமியை அவதானித்துக் கொண்டிருக்கின்ற ஓர் அவதானிப்பாளரை உங்கள் மனத்தில் காட்சிப்படுத்துங்கள். மலைகளும் பெருங்கடல்களும் சூழல் அமைப்புமுறைகளும் உயிர்த்துடிப்புடன் இருப்பதை அவர்கள் பார்க்கின்றனர். இரசித்து அனுபவிப்பதற்கும், நேசிப்பதற்கும், உருவாக்குவதற்கும், இந்த அற்புதமான யதார்த்தத்தில் வெறுமனே ஜீவித்திருப்பதற்குமான முடிவற்ற வாய்ப்புகள் சூழ மக்கள் தினமும் விழித்தெழுவதை அவர்கள் பார்க்கின்றனர். இவற்றையெல்லாம் அனுபவிக்க அம்மக்களுக்கு ஒரே ஒரு வாழ்க்கை மட்டுமே வழங்கப்படுகிறது என்பதை அவர்கள் அறிவர். பிறகு, அவர்கள் தங்களுடைய சொந்தக் கிரகத்தைச் சுற்றுமுற்றும் பார்க்கின்றனர். அது ஜீவனற்றதாக இருக்கிறது. அது ஒரு புழுதிப் பந்தைத் தவிர வேறெதுவும் இல்லை. அது ஒரு வெற்றுக் கலயம்போல இருக்கிறது.

நான் இக்காட்சியைப் பற்றி நினைத்துப் பார்க்கும்போது, மேலேயிருந்து நம்மைப்

பார்க்கின்றவர்கள் நம்மைப் பற்றி என்ன நினைப்பார்கள் என்று உண்மையிலேயே யோசிக்கத் தோன்றுகிறது. இந்தப் பிரபஞ்சக் கண்ணோட்டத்திலிருந்து பார்க்கும்போது அது நகைப்புக்குரியதாக இருக்கிறது, ஆனால் அது அப்படி இல்லை. அது வருத்தத்திற்குரியதாக இருக்கிறது. ஒவ்வொரு திசையிலும் முடிவின்றி நீண்டிருக்கின்ற, பரந்து விரிந்துள்ள இப்பிரபஞ்சத்தில், நாம் இந்த அழகான குட்டிக் கிரகத்தில் வாழ்ந்து கொண்டிருக்கிறோம். ஆனாலும், நம்முடைய சமூக ஊடகப் பதிவுகளுக்கு யாரேனும் 'லைக்' போட்டார்களா, நேற்றிரவு விருந்தில் தர்மசங்கடம் ஏற்படுத்தும்படியாக நாம் ஏதேனும் கூறினோமா, சமுதாயத்தின் எதிர்பார்ப்புகளுக்கு ஏற்ப நாம் வாழ்ந்து கொண்டிருக்கிறோமா என்று நாம் பலவாறு யோசித்து நம்மை நாமே அலைக்கழித்துக் கொண்டிருக்கிறோம். மிக அழகான இந்தக் கிரகத்தில் நாம் மன அழுத்தத்தில் உழன்று கொண்டு நம்முடைய வாழ்க்கையை வீணாக்கிக் கொண்டிருக்கிறோம். நாம் மன அழுத்தத்திற்குள் மூழ்கும் ஒவ்வொரு முறையும், நம்முடைய பொன்னான நேரத்தை நாம் வீணாக்கிக் கொண்டிருக்கிறோம். எதற்காக? நம் வசம் எல்லையில்லாக் காலம் இருப்பதுபோல நினைத்துக் கொண்டு நாம் வாழ்கிறோம்; கவலையிலும் பயத்திலும் தொடர்ந்து சிக்கிக் கொண்டு நாம் நம்முடைய வாழ்நாளை வீணாக்குகிறோம்.

யாரோ ஒருவர் உங்களிடம் மோசமாக நடந்து கொண்டது உங்களைப் பாதித்ததால் எத்தனை குடும்ப நிகழ்ச்சிகளும் அனுபவங்களும் களங்கப்படுத்தப்பட்டுள்ளன? எத்தனை முறை நீங்கள் உங்கள் சிந்தனையில் தொலைந்து போயுள்ளீர்கள்? உங்கள் அன்புக்குரியவர்களோடு இருக்கும்போதுகூட, உங்கள் நினைப்பு வேறு எங்கோ இருக்கிறது. பல பொன்னான நினைவுகளும் கணங்களும் வீணாக்கப்பட்டுள்ளன. எதற்காக? எது குறித்து நீங்கள் கவலைப்படுகிறீர்கள்? உண்மை என்னவென்றால், பூமியில் நம்முடைய நேரம் மட்டுப்படுத்தப்பட்டுள்ளது. நாம் எல்லோருமே இறக்கப் போகிறோம்!

ஒரு நாள், நீங்கள் விரும்புகின்ற விஷயங்களில் எதையும் செய்வதற்கு நீங்கள் இங்கு இருக்கப் போவதில்லை. உண்மையில், நீங்கள் மரணம்வரைகூடக் காத்திருக்க வேண்டியதில்லை. ஒரு குறிப்பிட்ட வயதில், உடலளவில் உங்களால் அவ்விஷயங்களைச் செய்ய முடியாமல் போகும். உங்களுக்கு மிகவும் வயதாகி, உங்களால் சுயமாக நடக்கக்கூட முடியாமல் போகக்கூடும். கடலில் நீந்துவதற்கோ, புதிய மக்களைச் சந்திப்பதற்கோ, இந்த அழகான உலகத்தை ஆய்வு செய்வதற்கோ உங்களால் முடியாமல் போகும். இன்று நீங்கள் நேசிக்கின்றவர்களில் பலர் காலமாகியிருப்பர். நீங்கள் உங்கள் வாழ்க்கையைத் திரும்பிப் பார்த்து என்ன சொல்வீர்கள்? "நான் அனுப்பிய குறுஞ்செய்திக்குப் பதிலளிக்காத நபரைப் பற்றி இரண்டு மாதங்களாக நான் மன அழுத்தம் கொண்டிருந்தது நல்லதுதான்," என்றா? நீங்கள் பின்வருத்தத்துடன் திரும்பிப் பார்ப்பீர்கள் என்று என்னால் உறுதியாகச் சொல்ல முடியும். இது நாம் எதிர்கொள்கின்ற பிரச்சனைகளைக் கண்டுகொள்ளாமல் இருப்பதைப் பற்றியது அன்று, மாறாக, அவற்றுக்கு நாம் கொடுக்கின்ற முக்கியத்துவத்தின் அளவு குறித்து நாம் விழிப்புணர்வுடன் இருக்க வேண்டியதைப் பற்றியது.

> ***இந்த ஆண்டு, மரத்திற்குக் கீழே இருப்பதைப் பற்றிக் கவலைப்படுவதை விடுத்து, அந்த மரத்தைச் சுற்றி இருப்பதற்கு உயிருடன் இருக்கின்ற மக்களைக் குறித்து நன்றியுணர்வு கொள்ளுங்கள்.***

சற்றுப் பின்னால் தள்ளி வந்து, வாழ்க்கையை ஓர் உயர்ந்த கண்ணோட்டத்திலிருந்து பார்ப்பது தெளிவை மீண்டும் கைவசப்படுத்த நமக்கு உதவுகிறது. உங்களுடைய உள்ளங்கையைப் பார்ப்பதைப் போன்றது அது. உங்கள் உள்ளங்கையை உங்கள் மூக்கின் நுனியின்மீது வைத்து அழுத்தினால், அதை உங்களால் தெளிவாகப் பார்க்க முடியாது. இப்போது உங்கள் கையைச் சற்றுத் தள்ளி வைத்துப் பாருங்கள். நம்முடைய பிரச்சனைகளும் நம்முடைய வாழ்க்கையும் அதைப் போன்றவைதாம்.

சில நேரங்களில், பிரச்சனையைப் பற்றித் தொடர்ந்து சிந்தித்துக் கொண்டே இருப்பதன் மூலம் நம்மால் அதைத் தீர்க்க முடியாது. நாம் அதிலிருந்து விலகி நின்று அதைப் பார்க்க வேண்டும். அடுத்த முறை நீங்கள் ஒரு பிரச்சனைக்குள் உழல்வதை நீங்கள் காணும்போது, சற்று விலகி நிற்க முயற்சி செய்யுங்கள். "இன்றிலிருந்து மூன்று மாதங்கள், ஆறு மாதங்கள், அல்லது ஓராண்டுக்குப் பிறகு இந்த விவகாரம் என்னை இந்த அளவு தொந்தரவு செய்யுமா?" என்று உங்களிடம் கேளுங்கள். இக்கேள்விக்கு நேர்மையாக விடையளியுங்கள். 'இல்லை' என்பதுதான் பெரும்பாலும் உங்கள் பதிலாக இருக்கும். சில நேரங்களில், ஓரிரு வாரங்களில்கூட அப்பிரச்சனை அவ்வளவு பெரிய விஷயமாக இல்லாமல் போய்விடக்கூடும்.

நாம் கவலைப்படுவதற்கும் மன அழுத்தம் கொள்வதற்குமான காரணத்தின் பெரும் பகுதி, நாம் ஒட்டுமொத்தப் படத்தைப் பார்க்கத் தவறுதான். எல்லாம் எல்லா நேரமும் நம்முடைய கட்டுப்பாட்டில் இருக்கிறது என்று சிந்திக்க நம்மில் சிலர் விரும்புகிறோம். பைபிளில் வருகின்ற யோபுவின் கதையை எண்ணிப் பாருங்கள். மனிதத் துயரத்திற்கும் அர்த்தத்திற்குமான மிகவும் சக்தி வாய்ந்த எடுத்துக்காட்டுகளில் ஒன்று அது. நீங்கள் மத நம்பிக்கை உடையவரோ இல்லையோ, யோபுவின் கதை, துன்பத்திலும் கையறு நிலையிலும் வெளிப்படுகின்ற மனிதநேயத்தைப் பிரதிபலிக்கிறது. விஷயங்களை விட்டுத்தள்ளுவதையும், விஷயங்கள் நிகழும்போது அவை ஏன் அவ்வாறு நிகழ்கின்றன என்பதை நம்மால் எல்லா நேரமும் புரிந்து கொள்ள முடியாது என்பதை ஏற்றுக் கொள்வதையும் பற்றியது அது. யோபு தன்னுடைய குழந்தைகளையும், தன்னுடைய செல்வத்தையும், தன்னுடைய ஆரோக்கியத்தையும், தான் உருவாக்கிய அனைத்தையும், தான் நேசித்த அனைவரையும் இழக்கிறார். கற்பனை செய்து பார்க்க முடியாத இந்தத் துயரத்தின் நடுவே, விடைகளைக் கேட்டு யோபு அழுகிறார். ஒரு நல்லிதயம் கொண்ட தான் ஏன் இவ்வளவு துன்புற வேண்டும் என்பதை

அறிந்து கொள்ள அவர் துடிக்கிறார். இந்தப் பண்டைய கதையைப் பற்றிய சுவாரசியமான விஷயம், கடவுளின் பதில்தான்.

கடவுள் இறுதியில் பேசும்போது, அவர் யோபுவின் கேள்விகளுக்கு நேரடியாகப் பதிலளிக்கவில்லை. யோபுவின் துன்பம் ஏன் நிகழ்ந்தது என்பதை அவர் விளக்கவில்லை, அக்கணத்தில் யோபு எதிர்பார்த்த ஆறுதலை அவர் வழங்கவில்லை. மாறாக, கடவுள் தன்னுடைய கேள்வியை முன்வைத்தார்: "பூமிக்கான அடித்தளத்தை நான் அமைத்தபோது நீ எங்கே இருந்தாய்? அதன் அளவுகளை யார் தீர்மானித்தது? அது நிச்சயமாக உனக்குத் தெரியும்!" கடவுள் யோபுவை ஒரு பிரபஞ்சச் சுற்றுப்பயணத்திற்கு அழைத்துச் சென்று, நட்சத்திரங்களின் அமைப்புகளில் தொடங்கி மலையாடுகளின் பிறப்புவரை, தன்னுடைய படைப்பின் பரந்த சிக்கல்தன்மையை அவருக்கு விளக்கினார். கடவுளின் செய்தி தெளிவாகவும் பணிவை வலியுறுத்துவதாகவும் இருந்தது: யோபுவின் கண்ணோட்டம் மட்டுப்படுத்தப்பட்டதாக இருந்தது. யோபு தன்னுடைய மனிதக் கண்ணோட்ட நிலையிலிருந்து பார்க்கும்போது, துன்பம் அர்த்தமற்றதாகவும் கொடூரமானதாகவும் இருக்கிறது. ஆனால் அவரால் புரிந்து கொள்ள முடியாத ஒரு பெரிய போக்கு செயல்பட்டுக் கொண்டிருக்கிறது. யோபுவின் நண்பர்களில் ஒருவருடைய அறிவுரையை இது வழிமொழிகிறது. யோபுவின் துன்பம் அவருடைய பாவங்களால் விளைந்தது என்று அவருடைய வேறு மூன்று நண்பர்கள் கூறியதற்கு மாறாக, அவருடைய இன்னொரு நண்பரான எலைஹு, துன்பம் ஆன்மிக வளர்ச்சிக்கும் தூய்மைப்படுத்தலுக்கும் உதவுவதாகக் கூறினார்.

இது துன்பத்தின் தீவிரத்தைப் புறந்தள்ளுவதாகாது. மாறாக, நம்முடைய கண்ணோட்டம் எவ்வளவு மட்டுப்படுத்தப்பட்டதாக இருக்கக்கூடும் என்பதற்கான ஒரு சக்திவாய்ந்த நினைவூட்டல் அது. ஒரு பாணியின் ஒரு சிறு பகுதியை, ஒரு பெரிய திரைச்சீலையில்

ஒரு சில இழைகளை மட்டுமே நாம் பார்க்கிறோம். அதனால்தான், விஷயங்களை விட்டுத்தள்ளவும், நம்முடைய கண்ணோட்டத்திலிருந்து பார்க்கும்போது அர்த்தமற்றதாகத் தோன்றுகின்ற அனுபவங்களில்கூட ஒரு நோக்கமும் ஓர் அர்த்தமும் இருக்கக்கூடும் என்று நம்பவும் நாம் கற்றுக் கொண்டாக வேண்டும். இது சாத்தியம் என்பதை அனுபவபூர்வமாக நாம் அறிவோம்.

நீங்கள் மன அழுத்தத்திற்கோ அல்லது கவலைக்கோ ஆளாகியிருக்கும்போது, சற்று நிதானியுங்கள். ஒரு முறை ஆழமாக சுவாசியுங்கள். இக்கணத்தில் உங்கள் கண்ணோட்டம் மட்டுப்படுத்தப்பட்டுள்ளது என்பதை நினைவுகூருங்கள். உங்களுடைய எண்ணங்களை ஆக்கிரமித்துக் கொண்டிருக்கின்ற விஷயம் நீங்கள் நினைக்கும் அளவுக்கு முக்கியமானதாக இல்லாமல் இருக்கலாம். அது சவாலானதாக இருந்தாலும்கூட, இந்தப் பரந்த பிரபஞ்சத்தில் வேறு எத்தனை விஷயங்கள் கச்சிதமாகவும், அழகாகவும், அவை எப்படி நிகழ வேண்டுமோ துல்லியமாக அப்படியும் நிகழ்கின்றன என்பதை நினைத்துப் பாருங்கள். இந்தப் பரந்த கண்ணோட்டத்தை மனத்தில் இருத்திக் கொண்டுவிட்டால், உங்களை ஓரிடத்திற்குள் சிக்க வைக்கின்ற மனரீதியான மற்றும் உணர்ச்சிரீதியான போக்குகளிலிருந்து விடுபட உதவக்கூடிய நடைமுறை உத்திகளை முயற்சித்துப் பார்க்க நீங்கள் தயார் என்று கூறலாம்.

பகுதி 1

தீர்வுகள்

அவதானிப்புப் பயிற்சி: உணர்ச்சிகளுடனான உங்கள் உறவை மாற்றுதல்

உணர்ச்சிசார் விடுதலைக்கு முக்கியமானது ஓர் எளிய, ஆனால் ஆழமான பெயர்ச்சி: நீங்கள் உங்களுடைய உணர்ச்சிகளாக ஆவதற்குப் பதிலாக அவற்றை அவதானிக்கக் கற்றுக் கொள்ளுதல். தீவிர உணர்வுகளால் நீங்கள் ஆட்கொள்ளப்பட்டிருக்கும்போது, நீங்கள் கண்ணோட்டத்தை இழந்துவிடுகிறீர்கள். நீங்கள் இனியும் நீங்களாக இருப்பதில்லை—கோபம், கவலை, வேதனை ஆகியவையாக நீங்கள் மாறிவிடுகிறீர்கள். இவ்வாறு உணர்ச்சிகளுடன் உங்களை நீங்கள் முழுமையாக அடையாளப்படுத்திக் கொள்வதுதான் உங்களைத் திக்குமுக்காடச் செய்கிறது.

அவதானிப்புப் பயிற்சி இந்தப் போக்கை ஒன்றோடொன்று தொடர்புடைய மூன்று நடவடிக்கைகளின் மூலம் தகர்க்கிறது:

முதலில், நீங்கள் எந்த உணர்ச்சியை அனுபவித்துக் கொண்டிருக்கிறீர்கள் என்பதைத் தெளிவாகச்

சொல்லுங்கள். இது வெறுமனே ஒரு மனப் பயிற்சி அன்று, இது நரம்பியல் ரசவாதம். நீங்கள் ஓர் உணர்ச்சியைத் துல்லியமாகப் பெயரிடும்போது ("நான் மோசமாக உணர்கிறேன்" என்பதற்குப் பதிலாக "நான் ஏமாற்றமாக உணர்கிறேன்" என்று கூறுதல்), நீங்கள் உங்கள் மூளையின் முன்நெற்றிப் புரணியை முடுக்கிவிடுகிறீர்கள். உங்கள் உணர்ச்சிகளின் தீவிரத்தை ஒழுங்குபடுத்துகின்ற, பகுத்தறிவுபூர்வமாகச் சிந்திக்கின்ற பகுதி இதுதான். பெயரிடுதல் என்ற இந்த எளிய நடவடிக்கை, அமிக்டலாவில் நடைபெறும் செயல்பாடுகளைக் குறைப்பதாக மூளை ஆய்வுகள் தெரிவிக்கின்றன.

அடுத்து, வார்த்தைப் பிரயோகங்களை மாற்றியமையுங்கள். "நான் கோபமாக இருக்கிறேன்," என்று கூறுவதற்குப் பதிலாக, "இக்கணம் என்னுள் கோபம் தோன்றுவது எனக்குத் தெரிகிறது," என்று கூற முயற்சி செய்யுங்கள். அந்தக் கோப உணர்ச்சி உங்களை முழுவதுமாக வரையறை செய்ய அனுமதிக்காமல், நீங்கள் அந்த உணர்ச்சியை அங்கீகரிக்கிறீர்கள். இது நீங்கள் எவ்வாறு உணர்கிறீர்கள் என்பதை மறுப்பதாகாது, மாறாக, உங்களின் ஊடாகக் கடந்து செல்கின்ற எந்தவோர் உணர்வையும்விட நீங்கள் பெரிதானவர் என்பதை நீங்கள் அங்கீகரிப்பதாகும்.

இறுதியாக, உடல்ரீதியான உணர்வுகளைக் கவனியுங்கள். உங்கள் உடலின் எந்தப் பகுதியில் நீங்கள் இந்த உணர்ச்சியை உணர்கிறீர்கள்? உங்கள் நெஞ்சுப் பகுதியில் இறுக்கத்தை உணர்கிறீர்களா? உங்கள் வயிற்றில் ஏதேனும் இறுக்கத்தை உணர்கிறீர்களா? உங்கள் முகம் கதகதப்பாக இருக்கிறதா? உடல்ரீதியான உணர்வுகளில் உங்கள் கவனத்தை நிலைப்படுத்துவதன் மூலம், உங்கள் உணர்ச்சிகளைத் தீவிரப்படுத்துகின்ற மனரீதியான கதைகளிலிருந்து உங்களை நீங்கள் விடுவிக்கிறீர்கள், நேரடியான அனுபவத்தில் உங்களை நீங்கள் நிலைப்படுத்துகிறீர்கள். இந்த விழிப்புணர்வு, உருவமற்ற உணர்ச்சிசார் துன்பத்தை, கையாளத்தக்க உடல்சார் அனுபவமாக மாற்றுகிறது.

இந்த மூன்று-கட்டப் பயிற்சியைத் தினமும் பயிற்சி

செய்யுங்கள், குறிப்பாகச் சிறிய உணர்ச்சிகளுடன். அப்போது, வலிமையான உணர்ச்சிகள் தலைதூக்கும்போது அவற்றை உங்களால் இயல்பாகக் கையாள முடியும். நீங்கள் உங்களுடைய உணர்ச்சிகளாக மாறுவதற்குப் பதிலாக அவற்றை அவதானிப்பதை எவ்வளவு அதிகமாகப் பயிற்சி செய்கிறீர்களோ, அவ்வளவு அதிகமான வெளியை நீங்கள் உருவாக்குகிறீர்கள்—இந்த வெளியில்தான் உங்கள் சுதந்திரம் இருக்கிறது.

கவன மீட்பு அமைப்புமுறை: மனவெளியை உருவாக்குதல்

> *சில நேரங்களில், நீங்கள் உண்மையிலேயே உங்கள் உயிருக்காகப் போராடிக் கொண்டிருக்கக்கூடும், ஆனால் தாங்கள் விரும்புகின்ற விதத்தில் நீங்கள் தங்கள் உதவிக்கு வந்து நிற்கவில்லை என்பதை மட்டுமே மக்கள் கவனிப்பர்.*

நவீன உலகமானது உணர்ச்சிவசப்படுகின்ற நரம்பு மண்டலத்திற்காக வடிவமைக்கப்படவில்லை. ஒவ்வோர் அறிவிப்புச் செய்திக்கும், உரையாடலுக்கும், தீர்மானத்திற்கும் மன ஆற்றல் தேவைப்படுகிறது. அதிகமாக உணர்ச்சிவசப்படுகின்ற மக்களுக்கு இந்தச் சுமை திணறடிப்பதாக இருக்கும். பைத்தியம் பிடிக்க வைக்கக்கூடிய இந்தச் சுமைக்கான தீர்வு சிறப்பான நேர நிர்வாகம் அன்று, மாறாக, பிரக்ஞையுடன்கூடிய கவன மீட்புதான்.

"கவனப் புகலிடங்களை" உருவாக்குவது மனத்தின் குணமாதலுக்கு இன்றியமையாதது. இவற்றுக்கு உங்கள் கவனம் தேவையில்லை. சமூக ஊடகங்களில் உலா வருவது போன்ற வெவ்வேறு வகையான தூண்டுதல்களை உள்ளடக்கிய சிறு இடைவேளைகளைப் போலன்றி, உண்மையான கவனப் புகலிடங்கள் உங்கள் கவனக்குவிப்பை ஒழுங்குபடுத்த உதவுகின்றன.

பின்வருவனவற்றைக் கொண்டு உங்கள் கவனப் புகலிடத்தை வடிவமையுங்கள்:

- **புலன்சார் எளிமை:** குறைவான புலன்சார் உள்ளீடு இருக்கின்ற ஒரு சூழலைத் தேர்ந்தெடுங்கள். அது ஓர் அமைதியான இடமாக இருக்கட்டும். தேவையற்றக் காட்சிப் பொருள்கள், சத்தங்கள், மற்றும் பிற தூண்டுதல்கள் இல்லாத ஓர் இடமாக அது இருக்கட்டும்.
- **தொழில்நுட்பம் இல்லாமை:** உங்கள் புகலிடத்தில் எந்தவிதமான தொழில்நுட்பக் கருவிகளும் இல்லாமல் பார்த்துக் கொள்ளுங்கள். டிஜிட்டல் உலகத்துடன் உங்களைப் பிணைக்கின்ற அலைபேசிகள், கணினிகள், கடிகாரங்கள் போன்ற எதுவும் அங்கு இருக்கக்கூடாது. இது வெறுமனே கவனச்சிதறல்களைத் தவிர்ப்பதைப் பற்றியது மட்டுமன்று; உங்கள் மூளைக்கு இந்த டிஜிட்டல் சுமையிலிருந்து முற்றிலுமாகச் சிறிது நேரம் ஓய்வு கொடுப்பதைப் பற்றியதும்கூட.
- **இயற்கையான அம்சங்கள்:** கவனத்தை மீட்டெடுப்பதற்கு இயற்கைச் சூழ்நிலைகள் குறிப்பாகப் பலனளிப்பதாக ஆராய்ச்சிகள் காட்டுகின்றன. மரங்கள், நீரின் சத்தம், ஒரு செடியை வருடிக் கொடுத்தல் என்பன போன்றவை உங்கள் கவனத்தை மீட்டெடுக்க வெகுவாக உதவும்.
- **கால வரம்புகள்:** உங்கள் புகலிடத்தில் நீங்கள் எவ்வளவு நேரத்தைச் செலவிடுவீர்கள் என்பதை முன்கூட்டியே தீர்மானித்துக் கொள்ளுங்கள். இடையூறில்லாமல் இருந்தால் வெறும் ஐந்து நிமிடங்கள்கூடப் போதுமானதாக இருக்கும்.

இந்தக் கவன மீட்பு இடைவேளைகளை நாள் முழுவதற்கும் அட்டவணையிட்டுக் கொள்ளுங்கள். சிறிது நேர இடைவேளைகூட, உணர்ச்சிரீதியான எதிர்வினைக்கும் மனச் சோர்வுக்கும் இட்டுச் செல்கின்ற மூளைக் களைப்பைத் தடுக்க உதவும்.

இது ஆடம்பரமன்று, மாறாக, உங்களுடைய மிகப் பொன்னான வளமான, ஒருமித்தக் கவனக்குவிப்பிற்கும்

உணர்ச்சி முறைப்படுத்தலுக்குமான உங்கள் திறனைப் பராமரிப்பதற்கு இது இன்றியமையாதது. கவன மீட்பு இடைவேளைகள் உண்மையில் உற்பத்தித்திறனையும் படைப்பாற்றலையும் அதிகரிக்கின்றன என்றும், மன அழுத்தத்திற்குக் காரணமான ஹார்மோன்களையும் உணர்ச்சிவசப்பட்டு எதிர்வினையாற்றும் போக்கையும் குறைக்கின்றன என்றும் ஆராய்ச்சிகள் தொடர்ந்து காட்டுகின்றன.

சிந்தனையைக் கட்டுப்படுத்தும் பயிற்சி: ஒரு நிகழ்வை மீண்டும் மீண்டும் அசைபோடுவதிலிருந்து விடுபடுதல்

உங்கள் மூளை ஒன்றைப் பற்றி மீண்டும் மீண்டும் அசைபோடும்போது உண்மையிலேயே எதை நாடுகிறதோ அதை, ஒரு விதமான கட்டுப்பாட்டு உணர்வு மற்றும் முழுமையுணர்வை, அதற்குக் கொடுப்பதன் மூலம் 'சிந்தனையைக் கட்டுப்படுத்தும் பயிற்சி' வேலை செய்கிறது. எண்ணங்களை நிறுத்த முயற்சிப்பதற்குப் பதிலாக (இது அவற்றை அதிக வலிமையாக்க மட்டுமே செய்யும்), நீங்கள் அவற்றுக்கு ஒரு கொள்கலனை உருவாக்குகிறீர்கள்.

அதை நீங்கள் இவ்வாறு செயல்படுத்த வேண்டும்:

முதலில், ஒவ்வொரு நாளும் 15-20 நிமிடங்களுக்கு ஒரு குறிப்பிட்டக் 'கவலை நேரத்தை' ஒதுக்கிக் கொள்ளுங்கள். அந்த நேரத்தில், உங்களைத் தொந்தரவு செய்கின்ற விவகாரங்களைப் பற்றிச் சிந்தியுங்கள். படுக்கப் போவதற்கு முன்பு இதைச் செய்யாதீர்கள், மாறாக, உங்கள் மன ஆற்றல் போதுமான அளவு இருக்கும்போது இதைச் செய்யுங்கள்.

நீங்கள் ஒதுக்கியுள்ள இந்த நேரத்திற்கு வெளியே ஏதேனும் கவலை எண்ணம் தோன்றினால், "உனக்கு ஒதுக்கப்பட்டுள்ள நேரத்தில் நான் உன்மீது முழுமையான கவனம் செலுத்துகிறேன்," என்று அதனிடம் கூறுங்கள். பிறகு அந்த எண்ணத்தை ஒரு குறிப்பிட்ட நோட்டுப்புத்தகத்திலோ அல்லது டிஜிட்டல் முறையிலோ

எழுதிக் கொள்ளுங்கள். இவ்வாறு பதிவு செய்வது உங்கள் மூளையைத் தற்காலிகமாகச் சாந்தப்படுத்தும்.

உங்களுடைய பிரத்யேகமான கவலை நேரத்தின்போது, நீங்கள் எழுதியுள்ளவற்றைப் பரிசீலனை செய்து, அவற்றின்மீது முழுமையாகக் கவனம் செலுத்துங்கள். ஒவ்வொரு கவலைக்கும், பின்வரும் கேள்விகளை உங்களிடம் கேளுங்கள்:

- இது குறித்து இப்போது நான் மேற்கொள்ளக்கூடிய ஏதேனும் நடவடிக்கை உள்ளதா?
- ஆம் என்றால், நான் செய்யக்கூடிய முதல் சிறிய காரியம் எது?
- இல்லை என்றால், இந்த நிச்சயமின்மையை இப்போதைக்கு நான் ஏற்றுக் கொள்ளலாமா?

கவலை நேரம் முடிந்த பிறகு, உங்கள் நோட்டுப்புத்தகத்தை மூடிவிட்டு, இந்த நடவடிக்கை முடிந்துவிட்டதாக உங்கள் மூளைக்கு ஒரு சமிக்கை அனுப்பிவிடுங்கள். உங்களுடைய அடுத்தக் கவலை நேரத்திற்கு முன்பாக அதே எண்ணங்கள் திரும்பி வந்தால், “நான் இதை ஏற்கனவே குறித்து வைத்துவிட்டேன், அடுத்தக் கவலை நேரத்தின்போது இதைப் பற்றி நான் சிந்திப்பேன்,” என்று உங்களுக்கு நீங்களே நினைவூட்டிக் கொள்ளுங்கள்.

இப்பயிற்சி வேலை செய்கிறது. ஏனெனில், உங்கள் மூளைக்குத் தேவையான உத்தரவாதத்தை நீங்கள் கொடுத்துவிடுவதால், அது உங்கள் நாளின் ஒவ்வொரு கணமும் உங்களை நச்சரிப்பதை நிறுத்திவிடுகிறது. காலப்போக்கில், இந்தக் கவலை எண்ணங்கள்மீது கவனம் செலுத்தப்படும், ஆனால் உடனடியாக அல்ல என்பதை உங்கள் மனம் கற்றுக் கொள்ளும்.

தொடர்ந்து செய்வதுதான் இங்கு முக்கியம். தொடக்கத்தில், இந்தத் திட்டவட்டமான அணுகுமுறையை உங்கள் மூளை எதிர்க்கும், எண்ணங்களை உடனுக்குடன் கையாளும்படி அது உங்களை வற்புறுத்தும். ஆனால், பயிற்சியின் மூலமாக,

அவசரமாகக் கையாளப்பட வேண்டிய எண்ணங்கள் பொதுவாகக் காத்திருக்கலாம் என்பதையும், முக்கியமானவைபோலத் தோன்றிய பல விவகாரங்கள் கவலை நேரத்தின்போது ஆய்வு செய்யப்படும்போது தம்முடைய தீவிரத்தன்மையை இழக்கின்றன என்பதையும் நீங்கள் காண்பீர்கள்.

ஆழமாகப் பதிந்து போயுள்ள நீண்டகால எண்ணப் போக்குகளுக்கு, இப்பயிற்சியுடன் சேர்த்து, நாட்குறிப்பு எழுதும் பழக்கத்தையும் வளர்த்துக் கொள்ளுங்கள். ஒவ்வொரு நாளும், உங்களுடைய எதிர்மறை நம்பிக்கைகளுடன் முரண்படுகின்ற சான்றுகளை எழுதிக் கொண்டு, ஒரு புதிய கண்ணோட்டத்திற்கான வாதத்தை மெள்ள மெள்ள உருவாக்குங்கள். நாம் எதன்மீது கவனத்தைக் குவிக்கிறோமோ, அது விரிவடைகிறது. எதிர்மறை எண்ணப் போக்குகளுக்கு சவால்விடுகின்ற சான்றுகளை நாம் பிரக்ஞையோடு நாடுவதன் மூலம், அந்த எண்ணப் போக்குகளை வலிமைப்படுத்துகின்ற நரம்பியல் பாதைகளை நீங்கள் மாற்றியமைக்கிறீர்கள்.

மனத்தை வலிமைப்படுத்துதல்: சிந்தனைச் சுழலிலிருந்து விடுபடுதல்

ஸ்டேன்ஃபோர்டு பல்கலைக்கழகத்தின் நரம்பு அறிவியல் துறை மேற்கொண்ட ஆராய்ச்சி ஒரு சுவாரசியமான விஷயத்தை வெளிப்படுத்தியுள்ளது: தேவையற்ற எண்ணங்களை நேரடியாக அடக்கி வைக்க நீங்கள் எவ்வளவு அதிகமாக முயற்சிக்கிறீர்களோ, அவை அவ்வளவு வலிமையடைகின்றன (வெக்னர் மற்றும் சிலர், 2012). "ஒரு வெள்ளைக் கரடியைப் பற்றி நினைக்காதே," என்று உங்களிடம் நீங்களே சொல்லிக் கொள்வதைப் போன்றது இது—திடீரென்று, உங்கள் மனத்தில் எல்லா இடங்களிலும் வெள்ளைக் கரடிகள் உலா வருகின்றன. இந்த விநோதமான மனச் செயல்பாடுதான், "எதிர்மறையாகச் சிந்திக்காதீர்கள்," "அளவுக்கதிகமாகச் சிந்திக்காதீர்கள்," என்பன போன்ற

அணுகுமுறைகள் அவற்றுக்கு நேர்மாறான விளைவுகளை ஏற்படுத்துவதற்குக் காரணமாக இருக்கிறது.

இந்த மனச் சுழலிலிருந்து எவ்வாறு விடுபடுவது? உங்கள் மூளையின் கட்டமைப்புக்கு எதிராகச் செயல்படுவதை விடுத்து அதனோடு நேரடியாக வேலை செய்கின்ற இரண்டு அணுகுமுறைகளை அறிவியல் சுட்டிக்காட்டுகிறது.

சிந்தனைப் பரவல் பயிற்சி

நீங்கள் ஒரு சிந்தனைச் சுழலில் சிக்கியிருக்கும்போது, ஹார்வர்டு பல்கலைக்கழகத்தின் உளவியல் துறை நடத்திய பல ஆய்வுகளின் ஊடாக உறுதிப்படுத்தப்பட்டுள்ள இந்த உத்தியை முயற்சித்துப் பாருங்கள்:

1. நீங்கள் ஒரே எண்ணத்தில் சிக்கியிருக்கும்போது அதைக் கவனியுங்கள்
2. “நான் __________ எண்ணத்தைக் கொண்டிருப்பதை நான் கவனிக்கிறேன்...” என்று உங்களுக்கு நீங்களே சொல்லிக் கொள்ளுங்கள்.
3. பிறகு, அந்த எண்ணம் ஒரு திரையில் எழுத்துகளாகத் தோன்றி மறைவதுபோலவோ அல்லது ஓர் இலையில் எழுதப்பட்டு ஒரு நீரோடையில் மிதந்து சென்றுவிடுவதுபோலவோ உங்கள் மனத்தில் காட்சிப்படுத்துங்கள்.
4. அந்த எண்ணம் உங்கள் மனத்திலிருந்து மறைந்து போவதை அவதானியுங்கள்.

இது உங்களுக்கும் உங்கள் எண்ணங்களுக்கும் இடையே ஓர் உளவியல்ரீதியான இடைவெளியை உருவாக்குகிறது. இந்த எளிய பயிற்சி, தங்களுடைய எண்ணங்களை அடக்கி வைக்கவோ அல்லது அவற்றுடன் வாக்குவாதம் செய்யவோ முயன்ற மக்களோடு ஒப்பிடுகையில், எதிர்மறை எண்ணங்கள் உங்கள் உணர்ச்சிகள்மீது ஏற்படுத்துகின்ற தாக்கத்தையும் அந்த எதிர்மறை

எண்ணங்களின் நம்பகத்தன்மையையும் 40 சதவீதத்திற்கு மேல் குறைத்ததாக மசூடாவும் அவருடைய சகாக்களும் 2010-ல் மேற்கொண்ட ஓர் ஆய்வு விளக்கிக் காட்டியது.

போக்கு இடையூறு + மைய ஆதாரம்

சிந்தனைச் சுழல்களைத் தகர்த்தெறிவதற்கு, தற்போதைய போக்கைத் தகர்த்தெறியவும், நரம்பியல் செயல்பாடுகளைத் திசைமாற்றி அமைக்கவும் வேண்டும். யூசிஎல்ஏ மருத்துவக் கல்லூரியைச் சேர்ந்த டாக்டர் ஜெஃப்ரி ஷுவார்ட்ஸ் உருவாக்கியுள்ள பின்வரும் நான்கு-கட்ட அணுகுமுறை, ஓசிடி என்று அழைக்கப்படுகின்ற 'பெருவிருப்ப கட்டாய மனப்பிறழ்வு' என்ற உளப்பிறழ்ச்சியில் தோன்றுகின்ற தீவிர எண்ணப் போக்குகளின் விஷயத்தில்கூடப் பலனளிப்பதாக நிரூபிக்கப்பட்டுள்ளது:

1. **மறுபெயரிடுங்கள்:** சிந்தனைச் சுழலுக்கு ஒரு பெயரிடுங்கள்: "இது அசைபோடுதல்" அல்லது "இது சூழ்நிலையை உள்ளதைவிட மோசமாகப் பார்த்தல்."
2. **மறுகற்பிதம் செய்யுங்கள்:** "இது என்னுடைய மூளை ஒரே சிந்தனைக்குள் உழன்று கொண்டிருப்பதுதானே அன்றி, யதார்த்தத்தின் ஒரு துல்லியமான பிரதிபலிப்பு அன்று," என்று உங்களுக்கு நீங்களே நினைவூட்டிக் கொள்ளுங்கள்.
3. **மறுகவனக்குவிப்பு செய்யுங்கள்:** உங்களுடைய முழு கவனமும் தேவைப்படுகின்ற, நீங்கள் முன்கூட்டியே தேர்ந்தெடுத்துள்ள ஒரு காரியத்தில் உடனடியாக ஈடுபடுங்கள் (ஒரு கணினிப் பிரச்சனைக்குத் தீர்வு காணுதல், உங்கள் சூழலில் நீல நிறத்தில் உள்ள எல்லாவற்றையும் அடையாளம் காணுதல், 100-ல் இருந்து பின்னோக்கி எண்ணுதல் என்பன போன்றவை).

4. **மறுமதிப்பீடு செய்யுங்கள்:** "இந்த எண்ணப் போக்கு உதவிகரமானதாக இல்லை, இது தேவையற்றது," என்று உங்கள் எண்ணப் போக்கைப் பற்றிச் சிந்தித்துப் பாருங்கள்.

இந்த உத்தி தொடர்ந்து பயிற்சி செய்யப்படும்போது, சிந்தனை சுழல்களில் ஈடுபடும் ஒரு முக்கியப் பகுதியான 'காடேட் கருவில்' உள்ள மூளைச் செயல்பாட்டு முறைகளை அது உண்மையில் மாற்றுகிறது என்பதை 'ஆர்கைவ்ஸ் ஆஃப் ஜெனரல் சைக்கயாட்ரியில்' வெளியிடப்பட்ட ஷுவார்ட்ஸின் ஆராய்ச்சி காட்டுகிறது.

இந்த இரண்டு உத்திகளுக்குமே சீரான பயிற்சி முக்கியம். எந்தவொரு திறமையையும் கற்றுக் கொள்வதைப்போலவே, ஆழமாக வேரூன்றியுள்ள சிந்தனைப் போக்குகளைத் தகர்ப்பதற்குப் பயிற்சி தேவை. பயிற்சியின் மூலம், இப்புதிய செயல்விடைகள் உங்கள் மூளையின் இயல்பான நிலையாக ஆகிவிடுகின்றன. அந்த எண்ணங்கள் எழக்கூடும், ஆனால் அவை இனியும் உங்களை முடிவற்றச் சிந்தனைச் சுழல்களுக்குள் சிக்க வைக்க மாட்டா.

ஒருங்கிணைப்பு: நிரந்தர மாற்றத்திற்கான தினசரிப் பயிற்சி

இந்தப் பயிற்சிகள் அவ்வப்போது மட்டுமே முயற்சிக்கப்பட வேண்டிய தனித்தனி உத்திகள் அன்று, அவை ஓர் ஒருங்கிணைந்த அமைப்பை உருவாக்குகின்றன. அவை சீராகக் கடைபிடிக்கப்படும்போது, காலப்போக்கில் அவை ஓர் ஆழமான மாற்றத்தைத் தோற்றுவிக்கின்றன. நடைமுறைப்படுத்துதல்தான் இங்கு முக்கியம். என்ன செய்ய வேண்டும் என்பதைத் தெரிந்திருப்பதும், மாற்றத்தை உருவாக்குவதற்கு அதைச் சீராகச் செய்வதும் வெவ்வேறு விஷயங்களாகும்.

இந்தப் பயிற்சிகளை உங்கள் வாழ்விற்குள்

ஒருங்கிணைப்பதற்கு 'நடைமுறைப்படுத்துதல் நோக்கங்களை' உருவாக்குங்கள். ஒவ்வோர் உத்தியையும் நீங்கள் எப்போது, எங்கே பயிற்சி செய்வீர்கள் என்பதற்கான திட்டவட்டமான திட்டங்கள் அவை. இந்தத் திட்டவட்டமான திட்டங்கள், பொதுவான நோக்கங்களைவிட, நீங்கள் அவற்றைச் சீராகக் கடைபிடிப்பதற்கு உத்தரவாதமளிக்கின்றன.

- **காலைநேரம்:** ஒரு சிறு அவதானிப்புப் பயிற்சியுடன் தொடங்குங்கள். உங்கள் நாளின் முதல் உணர்ச்சிச் செயல்விடைகளை நீங்கள் கவனிக்கும்போது, பெயரிடுதல், தள்ளி நின்று பார்த்தல், சுவீகரித்தல் ஆகியவற்றைப் பயிற்சி செய்யுங்கள். இது நாள் முழுவதும் பிரக்ஞையுடன்கூடிய உணர்ச்சி விழிப்புணர்வுக்கான அடித்தளத்தை அமைத்துக் கொடுக்கும்.
- **நாள் நெடுகிலும்:** உணர்ச்சிகள் தீவிரமாக எழும்போது, அவதானிப்புப் பயிற்சியைச் செயல்படுத்துங்கள். ஆக்கிரமிப்பு எண்ணங்கள் சுழன்றடிக்கத் தொடங்கும்போது, பின்னர் அவற்றின்மீது கவனம் செலுத்துவதற்கு அவற்றைப் பதிவு செய்து கொள்வதற்கு எண்ணங்களைக் கட்டுப்படுத்தும் அணுகுமுறையைப் பயன்படுத்துங்கள்.
- **நண்பகல்:** *5-10* நிமிட கவன மீட்புக் காலம் ஒன்றை அட்டவணையிட்டுக் கொள்ளுங்கள். வேறு எந்த விஷயத்தின்மீதும் அப்போது கவனம் செலுத்தாதீர்கள். இந்தக் குறுகிய காலம்கூட உங்களுடைய மதியவேளை எதிர்வினையைக் கணிசமாகக் குறைக்கும்.
- **மாலைவேளை:** உங்களுடைய சிந்தனைக் கட்டுப்பாட்டு நோட்டுப்புத்தகத்தை நீங்கள் ஏற்கனவே திட்டமிட்டுள்ள கவலை நேரத்தின்போது பரிசீலனை செய்யுங்கள். தூங்குவதற்கு முன்பு, உங்கள் மூளையின் எதிர்மறைச் சார்பைச் சமநிலைப்படுத்துவதற்கு ஒரு சுருக்கமான நன்றி

நவிலல் சிந்தனையைக் கடைபிடியுங்கள். "இன்று என்ன நல்ல விஷயம் நடந்தது?" அது உங்கள் பார்வையில் சிறியதாக இருக்கலாம், அல்லது நாம் வழக்கமாகக் கண்டுகொள்ளாத ஒன்றாக இருக்கலாம், ஆனால் அதை அங்கீகரிப்பது முக்கியம். நீங்கள் ஆழமாகச் சிந்தித்தால், எக்கச்சக்க நல்ல விஷயங்களை நீங்கள் கண்டுபிடிப்பீர்கள்.

அந்த மாற்றம் நேர்க்கோட்டுரீதியானதன்று என்பதை நினைவில் கொள்ளுங்கள். சில நாள்கள், உங்கள் உணர்ச்சிகள் உங்களைத் திக்குமுக்காடச் செய்யும்போது நீங்கள் இந்த அனைத்துப் பயிற்சிகளையும் முழுவதுமாக மறந்துவிடக்கூடும். இது தோல்வியன்று, இது செயல்முறையின் ஒரு பகுதி.

இங்கு இலக்கு முன்னேற்றம்தானே அன்றி, கச்சிதம் அன்று. நீங்கள் உங்கள் உணர்ச்சிகளுடனும் உங்கள் கவனக்குவிப்புடனும் உங்கள் எண்ணங்களுடனும் படிப்படியாக ஒரு புதிய உறவை வளர்த்தெடுக்கவேண்டும். சீரான பயிற்சியின் மூலம், பிரக்ஞையுடன்கூடிய ஒரு பயிற்சியாகத் தொடங்குகின்ற ஒன்று, மெதுவாக உங்களுடைய இயல்பாக ஆகிவிடும். ஒரு சமயம் உங்களுடைய பலவீனமாக உங்களுக்குத் தோன்றிய உங்கள் உணர்ச்சிவசப்படுதல், உங்களுடைய மாபெரும் வலிமையாக ஆகும். வாழ்க்கையால் முழுவதும் ஆட்கொள்ளப்படுவதற்குப் பதிலாக, அதன் செழிப்பை நீங்கள் அனுபவிக்க அது வழி வகுக்கும்.

இப்பயணம் உங்களுடைய அடுத்த சுவாசத்துடனும், உங்களுடைய அடுத்த உணர்ச்சியுடனும், உங்களுடைய அடுத்த எண்ணத்துடனும், அது குறித்த விழிப்புணர்வுடனும் இப்போது தொடங்குகிறது.

விரைவான குறுக்கீட்டிற்கான வரைபடம்

பின்வரும் வரைபடத்தை வரைந்து கொள்ளுங்கள் அல்லது ஒரு புகைப்படம் எடுத்து உங்கள்

அலைபேசியில் 'பதற்றச் சுழல்' என்ற பெயரில் சேமித்து வையுங்கள். அடுத்த முறை நீங்கள் பதற்றச் சிந்தனைச் சுழல்களை அனுபவிக்கும்போது, இந்த வரைபடத்தை எடுத்துப் பார்த்து இதில் கொடுக்கப்பட்டுள்ளவற்றைப் பின்பற்றுங்கள். விழிப்புணர்வும் செயல்நடவடிக்கையும் சிந்தனைப் போக்கில் குறுக்கிட இன்றியமையாதவை. எண்ணங்கள் தோன்றும்போது, நீங்கள் குறுக்கிட வேண்டும். ஓர் எளிய கேள்வியின் மூலம் நீங்கள் அதைச் செய்யலாம்: "இந்த எண்ணங்களை எண்ணுவது எந்த விதத்தில் என் வாழ்வில் நன்மை பயக்கிறது?"

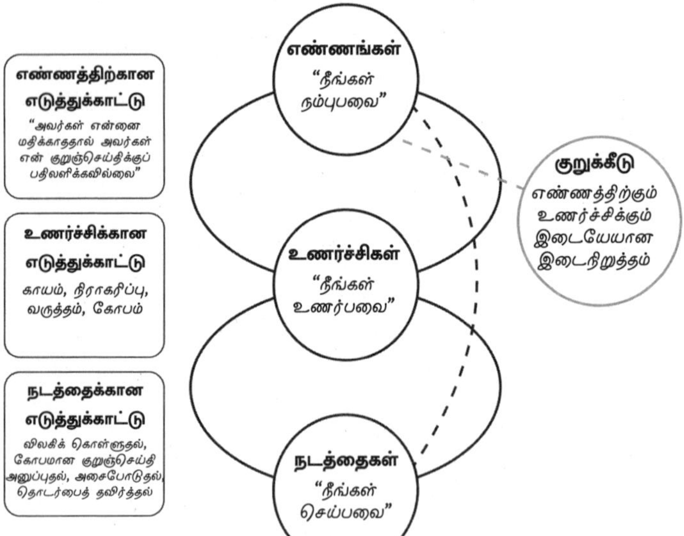

நீங்கள் இந்தப் பயிற்சிகளை உங்கள் அன்றாட வாழ்க்கைக்குள் ஒருங்கிணைக்கும்போது, தெளிவையும் அமைதியையும் நீங்கள் அனுபவிக்கத் தொடங்குவீர்கள். உங்கள் உணர்ச்சிகளுக்கும் அவற்றுக்கான உங்கள் எதிர்வினைகளுக்கும் இடையே இடைவெளிகள் தோன்றுவதை நீங்கள் காண்பீர்கள். ஆனால் இன்னும்

அதிக சக்திவாய்ந்த ஓர் அணுகுமுறை இருந்தால்? கடினமான எண்ணங்களையும் உணர்வுகளையும் நிர்வகிப்பதற்கு அல்லது கட்டுப்படுத்துவதற்குப் பதிலாக, உள்ளுணர்வுக்கு முரணான ஒரு மாற்றத்தின் மூலம் அவற்றுடனான உங்கள் உறவைப் பரிபூரணமாக மாற்ற முடிந்தால்? இந்த அடுத்த உத்தி, இதுவரை நீங்கள் கற்று வந்துள்ள அனைத்தின் அடிப்படையிலும் அமைந்துள்ளது, ஆனால், எல்லாவற்றையும் மாற்றக்கூடிய, முற்றிலும் வித்தியாசமான ஒரு கோணத்திலிருந்து அது செயல்படுகிறது...

அளவுக்கதிகமாகச் சிந்தித்தல், பதற்றம், சுயநாசம் ஆகியவற்றைத் துவம்சம் செய்யக்கூடிய, மிகவும் ஆற்றல்மிக்க வழி

நாம் இதுவரை ஆய்வு செய்துள்ள பயிற்சிகளுக்கு அப்பால், அளவுக்கதிகமாகச் சிந்திப்பதையும் பதற்றத்தையும் சமாளிப்பதற்கான சக்திவாய்ந்த இன்னோர் அணுகுமுறை உள்ளது. தொடக்கத்தில் அது பொது அறிவுக்கு முரணானதாக இருப்பதுபோலத் தோன்றக்கூடும், எனவே நீங்கள் அதைச் சந்தேகிக்கக்கூடும். பிற வழிமுறைகளோடு சேர்ந்து இந்த உத்தி வேலை செய்கிறது, ஆனால் முற்றிலும் வேறொரு கோணத்திலிருந்து அது செயல்படுகிறது. மனித மனத்தைப் பற்றிய ஓர் அடிப்படை உண்மையை அடிக்கோடிட்டுக் காட்டியபோது, கார்ல் யுங், "நீங்கள் எதை எதிர்க்கிறீர்களோ, அது நிலைக்கிறது," என்று கூறினார். நமக்குப் பிடிக்காத எண்ணங்களை நாம் வலுக்கட்டாயமாகத் துரத்தியடிக்க முயற்சிக்கும்போது, நம்மையும் அறியாமல் நாம் அவற்றை வலிமைப்படுத்துகிறோம். ஓர் எண்ணத்தை அடக்குவதற்கு நாம் மேற்கொள்கின்ற ஒவ்வொரு முயற்சியும், நீங்கள் எதை மறக்க முயற்சிக்கிறீர்களோ துல்லியமாக அதற்கான இன்னொரு நினைவூட்டலாக ஆகிறது. இது ஓர் இரட்டைச் சிக்கலை உருவாக்குகிறது:

நீங்கள் அந்த முதல் எண்ணத்திற்குள் சிக்கியிருக்கிறீர்கள், பிறகு அந்த எண்ணத்தைப் பற்றிச் சிந்திக்காமல் இருக்க முயற்சிப்பதில் நீங்கள் சிக்குகிறீர்கள்.

இந்தக் கூடுதல் கருவி தொடக்கத்தில் விசித்திரமானதுபோலத் தோன்றக்கூடும்: உங்கள் பதற்றத்திற்கு நீங்கள் நன்றி கூறுங்கள். இது நகைப்புக்குரியதாகத்தான் தெரியும். எந்த விஷயம் உங்களுக்கு மன உளைச்சலை ஏற்படுத்துகிறதோ, அதற்கு யாரேனும் நன்றி சொல்வார்களா? ஆனால் இந்த அணுகுமுறை எக்கச்சக்கமான ஆற்றலை உள்ளடக்கியுள்ளது. பதற்றம் உங்களைத் தாக்கும்போது, வெறுமனே புன்னகைத்துவிட்டு, "இந்த உணர்வுக்கு நன்றி. ஆற்றலில் ஏற்பட்டுள்ள இந்த நகர்வை நான் மெச்சுகிறேன். நான் உன்னை நேசிக்கிறேன்," என்று கூறுங்கள். எடுத்துக்காட்டாக, நாளின் முற்பகுதியில் நடந்த ஒரு தற்செயலான உரையாடலை நீங்கள் உங்கள் மனத்தில் ஓடவிட்டுப் பார்த்துவிட்டு, நீங்கள் கூறிய ஓர் அற்ப விஷயத்தின்மீது உங்கள் கவனத்தை நிலைப்படுத்தியிருந்த அந்தப் பரிச்சயமான கணத்தைக் கற்பனை செய்து கொள்ளுங்கள்: "நான் கூறியது அடுத்தவருக்கு மரியாதைக் குறைவாகத் தோன்றியிருக்குமா? நான் ஏன் அப்படிச் சொன்னேன்? நான் தரக்குறைவானவன் என்று அவர்கள் நினைத்திருப்பார்கள்." அல்லது, சமூக ஊடகத்தில் நீங்கள் எதையோ பதிவு செய்துவிட்டு, நீங்கள் அதில் எதையோ தவறுதலாகக் குறிப்பிட்டுவிட்டதாக நீங்கள் நினைக்கிறீர்கள். அது எதுவாக இருந்தாலும், இந்த எண்ணங்களை எதிர்ப்பதற்குப் பதிலாக அல்லது அவற்றுக்கு அறிவுபூர்வமான விளக்கம் அளிக்க முயற்சிப்பதற்குப் பதிலாக, "என் பதற்றமே, நீ மீண்டும் என்னுள் தலைதூக்கியதற்கு நன்றி. நீ இல்லாமல் நான் பரிதவித்துப் போனேன்," என்று நீங்கள் கூறக்கூடும். உணர்ச்சிகளை உங்களால் முடிந்த அளவு சிறப்பாக உணருங்கள், வார்த்தைகளைச் சத்தமாகச் சொல்லுங்கள், உண்மையிலேயே நன்றி தெரிவியுங்கள்.

நீங்கள் உணரும் உணர்வுக்கு நன்றி தெரிவிப்பது

அதனுடனான உங்கள் உறவில் ஓர் உடனடி மாற்றத்தை உருவாக்குகிறது, அந்த உணர்வை நேரடியாக எதிர்க்காமல் அதன் பிடியைத் தளர்த்துகிறது. இந்த அணுகுமுறை மிக எளிமையானதாக இருப்பதால் இது வேலை செய்யுமா என்று நீங்கள் சந்தேகிக்கக்கூடும், ஆனால் அறிவியல் இதற்கு ஆதரவாக இருக்கிறது. நன்றி நவிலல் பயிற்சிகள் நேர்மறையான நரம்புத் தூண்டல்களை முடுக்கிவிடுவதன் மூலம் எதிர்மறை உணர்ச்சிகளைத் துடிப்போடு எதிர்க்கின்றன, பதற்றத்தை உருவாக்குகின்ற சிந்தனைப் போக்குகளைத் துண்டிக்கின்றன என்று யூசி பெர்க்கிலீ பல்கலைக்கழகத்தில் நடத்தப்பட்ட ஓர் ஆய்வு கண்டறிந்தது.

பலர் தொடக்கத்தில் சந்தேகத்துடனேயே இதைப் பார்க்கின்றனர். “நான் பிற எல்லாவற்றையும் முயற்சித்துப் பார்த்திருக்கும்போது, என்னுடைய பதற்றத்திற்கு நான் நன்றி தெரிவிப்பது எப்படி எனக்கு உதவும்?” என்று நீங்கள் யோசிக்கக்கூடும். இந்தச் சந்தேகம் இயல்பானதுதான். நம்முடைய பகுத்தறியும் மனம் பிரச்சனைகளை ஆய்வின் மூலமாகத் தீர்க்க விரும்புகிறது. முரண்பாடு இங்கேதான் இருக்கிறது: பிரச்சனையை உருவாக்கியதே உங்களுடைய ஆய்ந்தறியும் மனம்தான் என்பதால், அந்தப் பிரச்சனையை அதனால் தீர்க்க முடியாது. இந்த உத்தி துல்லியமாக வேலை செய்கிறது, ஏனெனில் இது ஆய்வை ஒட்டுமொத்தமாகப் புறந்தள்ளுகிறது. நீங்கள் நன்றியை வெளிப்படுத்தும்போது, நீங்கள் புன்னகைக்கிறீர்கள். உங்கள் உடலும் வார்த்தைகளும் உணர்ச்சிகளுமாகச் சேர்ந்து ஒரு சக்திவாய்ந்த குறுக்கீட்டை உருவாக்குகின்றன.

ஒரு விஷயத்தைக் கவனித்திருக்கிறீர்களா? நீங்கள் ஏதோ பிரச்சனையைத் தீர்த்ததால் உங்கள் பதற்றம் மறையவில்லை, மாறாக, நீங்கள் வெறுமனே வேறு விஷயத்தின்மீது உங்கள் கவனத்தைத் திருப்பியதால் அது மறைந்தது. பெரும்பாலான நேரம், ‘பிரச்சனை’ உண்மையானதாகக்கூட இருப்பதில்லை. உங்கள் கவனம் திசை திரும்பியபோது கரைந்து போன ஒரு மனப் படைப்பு அது. எனவே, இந்த உணர்வுகளுக்கு நன்றி கூறுவதில்

என்ன தவறு? இந்த அணுகுமுறை, நீங்கள் கற்றுள்ள பிற உத்திகளுடன் இசைவாகச் செயல்படக்கூடியது. அவதானிப்புப் பயிற்சியைப் பயன்படுத்தி தொடக்க விழிப்புணர்வை உருவாக்குங்கள்; விடாப்பிடியான கவலைகளிலிருந்து விடுபடுவதற்கு சிந்தனைக் கட்டுப்பாட்டு வழிமுறையைப் பயன்படுத்துங்கள்; நீங்கள் ஒரு சிந்தனைச் சுழலுக்குள் சிக்கியிருப்பதாக நீங்கள் உணரும்போது, அதிலிருந்து விடுபடுவதற்கு இந்த நன்றி நவிலல் அணுகுமுறை உதவும்.

ஏதேனும் எதிர்மறையானது நிகழ்ந்தால்கூட நான் நன்றி சொல்கிறேன். என் வாழ்வில் பல நேரங்களில், தொடக்கத்தில் மோசமானதுபோலத் தோன்றிய ஒன்று பின்னர் எனக்குச் சாதகமாக அமைந்தது. கடினமான நேரங்களில் நன்றி கூறுவது அக்கணங்களுக்கு என்மீது இருக்கும் சக்தியைக் குறைத்து, என் நம்பிக்கையை அதிகரிக்கிறது. என் வாழ்வில் நிகழ்கின்ற எல்லாமே எனக்காக நிகழ்கிறதே அன்றி, எனக்கு நிகழ்வதில்லை என்று நான் நம்புகிறேன். அது என் வாழ்வின்மீது எனக்கு அதிகக் கட்டுப்பாட்டைக் கொடுக்கிறது. நம்மால் உடனடியாக நன்றியை உணர முடியாத, உண்மையிலேயே மிகக் கடினமான வாழ்க்கை நிகழ்வுகள் ஏற்படத்தான் செய்யும். ஆனால், அன்றாடம் நமக்கு விரக்தி ஏற்படுத்துகின்ற சிறிய விஷயங்களுக்கு நன்றி கூறத் தொடங்குவது சக்திவாய்ந்ததாக இருக்கும். இது வலுக்கட்டாயமான நேர்மறைத்தன்மையைப் பற்றியதன்று, மாறாக, உங்களுடைய உள்ளார்ந்த சக்தியுடன் பிணைப்பு ஏற்படுத்திக் கொள்வதற்கு உங்கள் அறிவைப் பயன்படுத்துவதைப் பற்றியது.

இந்த அணுகுமுறை ஓர் ஆழமான முரண்பாட்டை உள்ளடக்கியுள்ளது: நமக்கு எது பிரச்சனை தருகிறதோ அதை ஏற்றுக் கொள்வதன் மூலம், நாம் அதன் சக்தியைக் குறைக்கிறோம். அது பொது அறிவுக்கு முரணானது. துல்லியமாக இக்காரணத்தால்தான், தர்க்கரீதியான வழிமுறைகள் தோற்கின்ற இடத்தில் இந்த அணுகுமுறை வேலை செய்கிறது. அகரீதியாக உங்களுடைய பதற்றத்துடனான உறவை மாற்றுவதற்கான சக்திவாய்ந்த

கருவிகள் இப்போது உங்கள் வசம் இருப்பதால், புற உலகத்துடனான உங்கள் உறவைக் கையாள வேண்டியதற்கான நேரம் வந்துவிட்டது. நன்றி நவிலல் பயிற்சி உங்களுடைய அகவயமான செயல்விடைகளை மாற்ற உதவுகின்ற அதே நேரத்தில், நம்மில் பலர் புறச் சூழல்களின் தயவில் இருக்கிறோம். இந்நூலின் அடுத்தப் பகுதி, நம்முடைய கட்டுப்பாட்டிற்கு அப்பாலுள்ள சூழ்நிலைகளுக்கு எப்படி நம்மையும் அறியாமல் நம்முடைய சக்தியை நாம் தாரைவார்க்கிறோம் என்பதையும், கட்டுப்படுத்தப்பட முடியாதவற்றைக் கட்டுப்படுத்த முயற்சிக்காமலேயே அந்த சக்தியை எவ்வாறு மீட்டெடுப்பது என்பதையும் ஆய்வு செய்கிறது.

பகுதி 2

வாழ்க்கை உங்களைக் கட்டுப்படுத்த நீங்கள் அனுமதிக்கிறீர்கள்

அத்தியாயம் 5

கட்டுப்பாடு எனும் மாயை

நான் என் வாழ்வின் இந்தக் கட்டத்தில் இருக்கிறேன், நான் மோசமான உணர்வுகளை உணரத் தொடங்கினால்... நான் அதிலிருந்து வெளியேறிவிடுகிறேன்.

சிறிய விஷயங்கள் உங்களுக்குப் பெரும் மன அழுத்தத்தை ஏற்படுத்துவதற்கான முக்கியக் காரணங்களில் ஒன்று, கட்டுப்பாடு எனும் மாயையை அவை தகர்ப்பதுதான். உங்கள் வாழ்வில் அனைத்து விஷயங்களையும் ஒழுங்குடன் வைத்துக் கொள்ளவும், அவற்றை உங்கள் கட்டுப்பாட்டில் வைத்துக் கொள்ளவும், உங்களுடைய நாளை ஒரு குறிப்பிட்ட விதத்தில் திட்டமிடவும் நீங்கள் முயற்சிக்கிறீர்கள்—பிறகு, உங்கள் அலைபேசி கைதவறிக் கீழே விழுதல் போன்ற ஓர் எளிய விஷயம் உங்களுக்குப் பைத்தியம் பிடிக்கச் செய்கிறது. அலைபேசியைத் தவறவிடுவது அன்று பிரச்சனை, மாறாக, வாழ்க்கை நீங்கள் எதிர்பார்த்த விதத்தில் போகவில்லை என்பதைப் பற்றியது அது. விஷயங்கள் உங்கள் கட்டுப்பாட்டில் இல்லை என்று அது உங்களை உணரச் செய்கிறது.

மன அழுத்தமானது உங்களுக்கு நிகழ்கின்ற விஷயத்தைப் பற்றியது அன்று, அதன்மீது உங்களுக்கு எவ்வளவு கட்டுப்பாடு இருப்பதாக நீங்கள் உணர்கிறீர்கள் என்பதைப் பற்றியது அது. வாழ்க்கை நீங்கள் திட்டமிட்டபடி போகாதபோது, உங்கள் மூளை அதை ஓர் அச்சுறுத்தலாகப் பார்க்கிறது; அந்த நிகழ்வு ஆபத்தானது என்பது காரணமன்று, மாறாக, அது உங்களுடைய எதிர்பார்ப்புகளைத் தகர்க்கிறது. விஷயங்கள் உங்கள் கட்டுப்பாட்டை மீறிக் கொண்டிருப்பதாக நீங்கள் உணரும்போது, உங்கள் மன அழுத்தமும் தாறுமாறாக எகிறுகிறது.

ஆய்வுகளும் இந்தக் கட்டுப்பாட்டுப் பார்வையை நிரூபிக்கின்றன. கட்டுப்பாட்டுப் பார்வை என்பது நம்முடைய சூழல்மீதும் அனுபவங்கள்மீதும் நமக்கு எவ்வளவு செல்வாக்கு இருப்பதாக நாம் நம்புகிறோம் என்பதைக் குறிக்கின்ற ஓர் உளவியல் கோட்பாடாகும். தங்கள் வாழ்க்கைமீது தங்களுக்கு அதிகக் கட்டுப்பாடு இருப்பதாக உணர்கின்ற மக்கள் குறைவான மன அழுத்தங்களை அனுபவிக்கின்றனர், தங்கள் உணர்ச்சிகளைச் சிறப்பாக முறைப்படுத்துகின்றனர், அவர்களுடைய ஆரோக்கியமும் மேம்படுகிறது. இதற்கு நேர்மாறாக, தங்கள் வாழ்க்கை தங்கள் கட்டுப்பாட்டில் இல்லை என்று உணர்கின்ற மக்கள், நாட்பட்ட மன அழுத்தத்தையும், பதற்றத்தையும், மனச்சோர்வையும்கூட அனுபவிக்கின்றனர் (லேங்கர் & ரோடின், 1976).

இது குறித்த ஒரு பிரபல ஆய்வு, 1970களில் எல்லென் லேங்கர், ஜூடித் ரோடின் ஆகியோரால் ஒரு முதியோர் இல்லத்தில் நடத்தப்பட்டது. அந்த ஆய்வில், தங்களுடைய அன்றாட வாழ்க்கையில் சிறு தீர்மானங்களை எடுப்பதற்கான அனுமதி ஒரு முதியோர் குழுவுக்குக் கொடுக்கப்பட்டது. எடுத்துக்காட்டாக, எந்தச் செடிகளை அவர்கள் பராமரிக்கலாம், எந்தத் திரைப்படங்களைப் பார்க்கலாம், எந்தச் சமூக நடவடிக்கைகளில் ஈடுபடலாம் என்பன போன்றவற்றை அவர்களால் தாங்களாகவே தீர்மானிக்க முடிந்தது. மற்றொரு குழுவுக்கு அந்த அனுமதி வழங்கப்படவில்லை, தேர்ந்தெடுக்கும்

சுதந்திரம் அவர்களுக்குக் கொடுக்கப்படவில்லை. அதன் விளைவு? தங்கள் வாழ்க்கையின்மீது அதிகக் கட்டுப்பாடு கொண்டிருந்த மக்கள் அதிக காலமும் அதிக மகிழ்ச்சியாகவும் வாழ்ந்தனர்; அந்த இரண்டாம் குழுவினரோடு ஒப்பிடுகையில், அவர்கள் அதிக ஆரோக்கியமாகவும் இருந்தனர்.

இப்பரிசோதனை ஒரு முக்கியமான விஷயத்தை வெளிப்படுத்தியது: சிறிதளவு கட்டுப்பாட்டு உணர்வுகூட மன அழுத்தத்தை நாம் கையாளும் விதத்தின்மீது ஒரு பெரிய வித்தியாசத்தை ஏற்படுத்துகிறது. அன்றாட அசௌகரியங்களை நாம் கையாளும் விதத்திலும் இது அதே அளவு வித்தியாசத்தை ஏற்படுத்துகிறது. வாழ்க்கை தொடர்ந்து உங்கள்மீது பிரச்சனைகளை வீசிக் கொண்டே இருப்பதாக நீங்கள் உணர்ந்தால், நீங்கள் களைப்பாக உணர்வீர்கள், எல்லாவற்றுக்கும் உணர்ச்சிவசப்பட்டு எதிர்வினையாற்றுவீர்கள். ஆனால் நீங்கள் உங்கள் மனநிலையை மாற்றி, உங்களால் கட்டுப்படுத்த முடிகின்ற விஷயங்கள்மீது கவனம் செலுத்தினால், மன அழுத்தம் தொடர்பான உங்களுடைய ஒட்டுமொத்த அனுபவமும் மாறுகிறது.

எனவே, விஷயங்கள் நம்முடைய கட்டுப்பாட்டில் உள்ளது என்ற உணர்வால் நம்மால் நம்முடைய வாழ்க்கையை மேம்படுத்த முடியும் என்றாலும், நாம் எந்த வகையான கட்டுப்பாட்டை நாடுகிறோம் என்பதுதான் தீர்மானிக்கும் காரணியாக இருக்கிறது. இதோ ஓர் உண்மை: உங்களால் எல்லாவற்றையும் கட்டுப்படுத்த முடியாது. போக்குவரத்து நெரிசலை, மக்கள் நடந்து கொள்ளும் விதத்தை, அல்லது நீங்கள் திட்டமிட்டபடி உங்களுடைய நாள் அமைகிறதா என்பதை உங்களால் கட்டுப்படுத்த முடியாது. ஆனால், சூழ்நிலைகளை நீங்கள் எவ்வாறு அர்த்தப்படுத்துகிறீர்கள், நீங்கள் எவ்வாறு எதிர்வினையாற்றுகிறீர்கள், நீங்கள் உங்கள் ஆற்றலை எங்கே குவிக்கிறீர்கள் என்பன போன்றவற்றை உங்களால் கட்டுப்படுத்த முடியும். உளவியலாளர் ஜூலியன் ராட்டரின் 'லோகஸ் ஆஃப் கன்ட்ரோல்' கோட்பாடு (1954) இதைச் சிறப்பாக விளக்குகிறது.

உள்ளார்ந்த கட்டுப்பாட்டு உணர்வு கொண்ட மக்கள், தங்களுடைய சொந்த நடவடிக்கைகள் தங்களுடைய வாழ்க்கையை வடிவமைப்பதாக நம்புகின்றனர். புறவயமான கட்டுப்பாட்டு உணர்வு கொண்ட மக்கள், அதிர்ஷ்டம், தலைவிதி, அல்லது பிற மக்கள் தங்கள் வாழ்க்கையைத் தீர்மானிப்பதாக நினைக்கின்றனர். உள்ளார்ந்த கட்டுப்பாட்டு உணர்வைக் கொண்ட மக்கள் அதிகத் தாங்குதிறன் கொண்டவர்களாகவும், மன அழுத்தத்தைக் கையாள்வதில் சிறந்தவர்களாகவும் இருப்பதை ஆராய்ச்சிகள் காட்டியுள்ளன (டெசி & ரயன், 1985). இதை என் சொந்த வாழ்வில் நான் உணர்ந்துள்ளேன். மேலும், நான் என்னுடைய சொந்த அனுபவங்களுக்குள் ஆழமாகச் சென்றபோது, கட்டுப்பாடு, நிராகரிப்பு, 'வெற்றி' பெறுவதற்கான விருப்பம் ஆகிய அனைத்தும் உண்மையிலேயே ஒன்றோடொன்று தொடர்புடையவை என்பதை நான் கண்டறிந்தேன்.

அத்தியாயம் 6

கட்டுப்பாடு, நிராகரிப்பு, 'வெற்றி' பெறுவதற்கான விருப்பம் ஆகியவற்றுக்கு இடையேயான தொடர்பு

நீங்கள் மிகவும் நேசித்த நபர் உங்களிடம் மிகவும் மோசமாக நடந்து கொள்ளும்போது, அது உங்களை மாற்றுகிறது.

நம்முடைய மனத்திலுள்ள விவரிப்புகளை எப்போதும் கட்டுப்படுத்த விரும்புவது சமூக நிராகரிப்புடன் ஆழமாகத் தொடர்புடையது, உடல் வேதனை தூண்டுகின்ற அதே நரம்புப் பாதைகளை அது முடுக்கிவிடுகிறது (ஐசன்பெர்ஜர், லீபர்மேன், & வில்லியம்ஸ், 2003). மக்கள் நிராகரிப்பை அனுபவிக்கும்போது, உடல் வேதனையைக் கையாள்கின்ற அதே மூளைப் பகுதிகள் தூண்டப்படுகின்றன. உயிர் பிழைத்திருத்தலுக்கான ஓர் அச்சுறுத்தலாக மூளை அதைப் பார்க்கிறது. பரிணாமரீதியான கண்ணோட்டத்திலிருந்து பார்க்கும்போது, நிராகரிப்பு, மக்கள் ஓர் இனக்குழுவிலிருந்து ஒதுக்கி வைக்கப்படுவதற்குப்

பயன்படுத்தப்பட்டது. ஆதிகால மனித வரலாற்றில் அது கிட்டத்தட்ட ஒரு மரண தண்டனைதான். பாதுகாப்பு, உணவு, உயிர்பிழைத்திருத்தல் ஆகியவற்றுக்கு, நம்முடைய முன்னோர்கள், தாங்கள் ஒரு குழுவின் ஒரு பகுதியாக இருப்பதைச் சார்ந்திருந்தனர். அதன் விளைவாக, நிராகரிப்பதைத் தவிர்ப்பதற்கு நம்முடைய மூளை பரிணாமரீதியாக வளர்ச்சியடைந்தது. தாமதமான பதில்கள் போன்ற சிறு நிச்சயமின்மைக் கணங்கள்கூட அவர்களுக்குப் பெரும் சுமையாக இருந்தன.

நிராகரிப்பு எல்லா நேரமும் ஒரு காதலனையோ அல்லது காதலியையோ பற்றியதாக இருப்பதில்லை என்பதை உணர்ந்து கொள்ள வேண்டியது முக்கியம். உங்களிடம் அவ்வளவாக நெருக்கமாக இல்லாத ஒரு பெற்றோர், உங்களைக் கைவிட்ட ஒரு நண்பர், உங்களை மதிக்காத உங்கள் அலுவலகம், நீங்கள் உதாசீனப்படுத்தப்பட்டதாக உணர்ந்த ஒரு குழந்தைப்பருவ அனுபவம் ஆகியவையாகவும் அது இருக்கலாம். நிராகரிப்பின் வகைகளுக்கு இடையே உங்கள் மூளையால் வேறுபடுத்திப் பார்க்க முடியாது. உங்கள் மூளையைப் பொறுத்தவரை, நிராகரிப்பின் உணர்ச்சிரீதியான வேதனை ஒன்றுதான். முன்பு நீங்கள் நிராகரிக்கப்பட்டிருந்தாலோ அல்லது விமர்சிக்கப்பட்டிருந்தாலோ, உங்கள் மூளை அதை நினைவில் வைத்திருக்கும். இப்போது, நிச்சயமின்மைக்கான ஒரு சிறு அறிகுறிகூட, அதே வகையான வேதனைக்கு மீண்டும் வழி வகுக்கக்கூடும் என்பதுபோல உங்கள் மூளைக்குத் தோன்றுகிறது. சக்தியற்றதாக இருப்பதை உங்கள் மூளை வெறுக்கிறது, எனவே ஏதோ ஒன்று உங்கள் கட்டுப்பாட்டில் இல்லை எனும்போது, அதை மீண்டும் உங்கள் கட்டுப்பாட்டிற்குள் கொண்டுவருவதற்கு உள்ளுணர்வுரீதியாக நீங்கள் தூண்டப்படுகிறீர்கள். இங்கேதான், கட்டுப்பாட்டை நாடும் நடத்தைகள் களத்தில் இறக்குகின்றன. நிராகரிப்பின் காரணமாக சக்தியற்றவராக ஒருவர் உணரும்போது, பின்வரும் மூன்று நடவடிக்கைகளில் ஏதோ ஒன்றில் அவர்கள் இறங்கக்கூடும்:

- சூழ்நிலையை அவர்கள் அளவுக்கதிகமாக ஆய்வு செய்வர், விளைவை மாற்றியமைப்பதற்கு தாங்கள் வேறு எந்த அணுகுமுறைகளைக் கையாண்டிருக்கலாம் என்று அவர்கள் யோசிப்பர்.
- தங்களை யார் அல்லது எந்தக் குழு நிராகரித்ததோ, அவர்களிடம் தங்களை நிரூபிப்பதற்காக அவர்கள் மெனக்கெடுவர்.
- தங்களைக் குறை கூறுவதில் ஈடுபடுவர். தாங்கள் 'சிறப்பாகச் செயல்பட்டிருந்தால்' நிராகரிப்பைத் தங்களால் தவிர்த்திருந்திருக்க முடியும் என்று அவர்கள் நினைப்பர்.

நாம் ஆழமாகப் பார்க்கும்போது, சில நேரங்களில், நாம் உண்மையில் அவர்கள்மீது கோபமாக இல்லை, மாறாக, அவர்கள் நம்மை அவ்விதத்தில் நடத்த நாம் அவர்களை அனுமதித்ததற்காக நம்மீதுதான் நாம் அதிகக் கோபமாக இருக்கிறோம் என்பதை நாம் காண்கிறோம்.

மற்றவர்கள் அவர்களைப் பார்க்கும் விதத்தின்மீது அவர்களுக்கு எந்தக் கட்டுப்பாடும் இல்லாதது தீவிர உணர்ச்சிக் கொந்தளிப்பை ஏற்படுத்தி, கட்டுப்பாட்டை நாடுவதை நோக்கி அவர்களை உந்தித் தள்ளுகிறது. சில நேரங்களில், அளவுக்கதிகமாகச் சிந்தித்தல், கச்சிதமாக இருக்க முயற்சித்தல், போதைப் பழக்கங்களுக்கு அடிமையாகி சுயநாசத்தில் ஈடுபடுதல், பிரச்சனையைத் தீர்ப்பதற்கு என்ன செய்யலாம் என்று மண்டையை உடைத்துக் கொள்ளுதல் ஆகிய பிற வடிகால்களை நோக்கி அவர்கள் போகின்றனர். கட்டுப்பாட்டின்மீது மூளை கொண்டிருக்கின்ற வெறி, வெறுமனே அளவுக்கதிகமாகச் சிந்திப்பதோடு மட்டும் நின்றுவிடுவதில்லை. தன்னை நிரூபிப்பதற்கான தேவைக்கும் அது நீள்கிறது. நிராகரிப்பை அல்லது நிச்சயமின்மையை அனுபவித்தப் பிறகு எப்படியேனும் 'வெற்றி' பெறுவதற்கான ஆசை அது. நாம் ஓர் இலக்கை அடையும்போது, ஒரு வாக்குவாதத்தில் வெற்றி பெறும்போது, அல்லது ஒருவருடைய ஒப்புதலை வென்றெடுக்கும்போது, நம்முடைய மூளை,

இன்பம், ஊக்குவிப்பு, வெகுமதி ஆகியவற்றோடு தொடர்புடைய நியூரோடிரான்ஸ்மிட்டரான டோப்பமைன் ஹார்மோனைச் சுரக்கிறது (டிரைகோமி, ரேஞ்சல், கேமரர், & ஓ'டோஹர்ட்டி, 2010). இதே அமைப்புமுறைதான், அடிமைப் பழக்க நடவடிக்கைகளையும் முடுக்கிவிடுகிறது. ஏனெனில், வெற்றி, அங்கீகாரம், மற்றும் பழிவாங்குதல்கூட நமக்கு ஒரு சக்திவாய்ந்த டோப்பமைன் சுரப்பைத் தருகிறது.

இதனால்தான், நிராகரிப்பிற்குப் பிறகு தங்களை நிரூபித்துக் காட்டுவதற்குச் சிலர் வெறித்தனமாக முயற்சிக்கின்றனர். இது உணர்ச்சிக் காயத்தை ஆற்றுவதைப் பற்றியது மட்டுமன்று—இது மூளையின் வெகுமதி அமைப்புமுறையைத் தூண்டிவிடுவதைப் பற்றியது. வெற்றி பெறுவது அல்லது மற்றவர்களின் அங்கீகாரத்தை நாடுவது ஒரு விதமான சக்தியை மீட்டெடுக்கிறது, நிராகரிப்பால் விளைகின்ற கையறு நிலையை அது சமாளிக்கிறது. இதனால்தான், தங்களை நிராகரித்த நபரைப் பழி வாங்குவதைச் சிலர் நாடுகின்றனர் அல்லது அவர்கள் பின்வருத்தம் கொள்ள வேண்டும் என்று உள்ளூர விரும்புகின்றனர். சிறப்பாக உணர விரும்புவதைப் பற்றியது மட்டுமன்று இது; எது அவர்களைச் சக்தியற்றவர்களாக உணரச் செய்ததோ அதன்மீதான கட்டுப்பாட்டைத் திரும்பப் பெற முயற்சிப்பதைப் பற்றியதும்கூட.

ஆராய்ச்சிகள் இதற்குச் சான்று பகர்கின்றன. தங்களை நிராகரித்த ஒருவருக்குப் பதிலடி கொடுப்பதாக மக்கள் கற்பனை செய்யும்போது, மூளையின் வெகுமதி மையங்களில் ஒன்றான 'நியூக்ளியஸ் அக்கும்பென்ஸ்' மிக உயர்ந்த நிலையில் செயல்படத் தொடங்குகிறது என்று 2016-ல் செஸ்டரும் டீவாலும் மேற்கொண்ட ஓர் ஆய்வு கண்டுபிடித்தது. வேறு வார்த்தைகளில் சொல்வதென்றால், பழி வாங்குதல் பற்றி வெறுமனே சிந்திப்பதே மூளைக்கு ஒரு டோப்பமைன் அதிகரிப்பைக் கொடுக்கிறது. ஒரு போட்டியில் வெற்றி பெறும்போது கிடைக்கின்ற களிப்பை ஒத்தது இது. ஆனால் இங்கு ஒரு சிக்கல் இருக்கிறது:

- இந்த உணர்வு தற்காலிகமானது. உங்களை நிரூபித்துக் காட்டுவதிலிருந்து அல்லது ஒருவரைப் பழி வாங்குவதிலிருந்து கிடைக்கின்ற களிப்பு நீடிப்பதில்லை. அதனால்தான் மக்கள் ஒரு சுழலுக்குள் சிக்கிக் கிடக்கின்றனர். அவர்களுக்கு அடுத்தடுத்து அங்கீகாரம் தேவைப்படுகிறது.
- இது நிராகரிப்புடன் உணர்ச்சிரீதியாக உங்களைக் கட்டிப் போடுகிறது. நீங்கள் உங்களை நிரூபிப்பதன்மீது எவ்வளவு அதிக கவனம் செலுத்துகிறீர்களோ, உங்களைக் காயப்படுத்திய விஷயத்திற்கு அது அவ்வளவு அதிக சக்தியைக் கொடுக்கிறது.
- அது உங்கள் காயத்தை உண்மையிலேயே குணப்படுத்துவதில்லை. ஏனெனில், உண்மையான விவகாரம் வெற்றியைப் பற்றியதன்று, புறவயமான அங்கீகாரம் இல்லாமலேயே நீங்கள் போதுமானவர் என்ற உணர்வை நீங்கள் அனுபவிப்பதைப் பற்றியது.

நிராகரிப்பு ஒருவரை சக்தியற்றவராக ஆக்கும்போது, அவர்களுடைய மனம், கட்டுப்பாட்டை மீண்டும் கைவசப்படுத்த முயற்சிக்கிறது. அது பின்வருவனவற்றுக்கு இட்டுச் செல்லக்கூடும்:

- உங்களை நிராகரித்த நபரிடம் உங்கள் மதிப்பை நிரூபிப்பதில் வெறித்தனமாக இருத்தல்.
- வெற்றியின் மூலமாகவோ, சிறப்பாகத் தோன்றுவதன் மூலமாகவோ, அல்லது அவர்கள் தவறான தேர்ந்தெடுப்பை மேற்கொண்டனர் என்று நிரூபிப்பதன் மூலமாகவோ அவர்களுக்கு எதிராக 'வெற்றி' பெற வேண்டிய தேவையை உணர்தல்.
- பழி வாங்குதல். பதிலடி கொடுத்தல் உங்களுக்கு மனநிறைவளிக்கும் என்று உங்கள் மூளை உங்களை நம்ப வைக்கிறது (உண்மையில், அது உங்களை அதே எண்ணத்திற்குள் சிக்க வைக்கிறது).

நிராகரிப்பு ஓர் உணர்ச்சிச் சமநிலையின்மையை உருவாக்குகிறது; ஒரு வாக்குவாதத்திலோ அல்லது வாழ்க்கையிலோ வெற்றி பெற முயற்சிப்பது உணர்ச்சிச் சமநிலையை மீட்டெடுப்பதற்கான ஒரு வழியாக உங்களுக்குத் தோன்றுகிறது. ஆனால் அது ஒரு மாயை. உங்களுடைய மதிப்பு புறவயமான அங்கீகாரத்தைச் சார்ந்திருக்க நீங்கள் அனுமதித்துவிட்டால், கட்டுப்பாட்டைக் கைவசப்படுத்துவதன் பின்னால் நீங்கள் ஓடிக் கொண்டே இருப்பீர்கள். பிறர் கொடுக்கின்ற அங்கீகாரத்திலிருந்து மகிழ்ச்சியை நாடுவீர்கள், அது கிடைக்காதபோது நீங்கள் நிராகரிக்கப்பட்டதாக நீங்கள் உணர்வீர்கள், பிறகு அதே சிந்தனைச் சுழலுக்குள் நீங்கள் சிக்கிக் கிடப்பீர்கள்.

> *சூழ்ச்சித்திறத்துடன் செயல்படுவது என்பது ஒருவர் தன்னுடைய சொந்தக் கீழ்த்தரமான நடத்தையைப் புறந்தள்ளிவிட்டு, அதற்கு நீங்கள் எதிர்வினையாற்றிய விதத்திற்கு உங்களைக் குறை கூறுவதாகும்.*

டேட்டிங்கில் நிராகரிப்பு

ஒருவர் உங்களை நிராகரிக்கும்போது, குறிப்பாக நீங்கள் மிகவும் நேசித்த ஒருவர், இன்னொருவருடைய நேசத்தைக் கைவசப்படுத்துவதற்கான ஆழ்மனரீதியான தூண்டுதல் உங்களுக்கு ஏற்படுகிறது. பலருக்கு, இந்த நிராகரிப்பு பல நேரங்களில் அவர்களுடைய முதல் அனுபவத்தை உண்மையான, பிரக்ஞைபூர்வமான பதற்றத்துடன் உருவாக்குகிறது. இந்த உணர்வை நீங்கள் சரியாகக் கையாளாவிட்டால், அது ஆண்டுக்கணக்கில் உங்கள் உணர்ச்சிக் கட்டமைப்புக்குள் தன்னைப் பொதிந்து கொண்டுவிடும். நிராகரிப்பு எங்கிருந்து வேண்டுமானாலும் வரலாம்—ஒரு கனவு வேலை, சமூக வட்டம், அல்லது குடும்ப ஒப்புதல்—ஆனால் டேட்டிங்கில், அது குறிப்பாக மிகவும் சக்திவாய்ந்ததாக வெளிப்படுகிறது.

அடையப்பட முடியாதவர்போலத் தோன்றுகின்ற இப்புதிய நபர் உங்களுக்குக் கிடைத்துவிட்டால், அது உங்களுடைய காயப்பட்டுள்ள சுயமதிப்பையும் கண்ணியத்தையும் மீட்டெடுக்கும் என்று நீங்கள் நம்புகிறீர்கள், அவரிடமிருந்து விலகிச் செல்ல நீங்கள் பயப்படுகிறீர்கள். முந்தைய உறவு முறிவு ஏற்படுத்தியுள்ள வெற்றிடத்தை நிரப்பவும், அந்த உறவு முறிவு தோற்றுவித்தப் பதற்றத்திலிருந்து விடுபடவும் நீங்கள் முயற்சிக்கிறீர்கள்.

இப்புதிய நபர் உங்களுடைய முந்தைய வேதனையைக் குணப்படுத்துவதற்கான ஒரு மாற்றாக ஆகிறார். நீங்கள் அவரை உண்மையில் ஒரு தனிநபராகப் பார்க்கவில்லை, மாறாக, உங்களுடைய காயப்பட்டுள்ள அகங்காரத்திற்கான ஒரு தீர்வாகவும், உங்கள் பதற்றத்திற்கு எதிரான ஒரு பாதுகாப்புக் கேடயமாகவும் நீங்கள் பார்க்கிறீர்கள்.

இந்தச் சுழற்சி உங்கள் ஆழ்மனத்தில் தன்னை ஆழமாகப் புதைத்துக் கொண்டு ஆண்டுக்கணக்கில் நீடிக்கக்கூடும். தொடக்கத்தில் உங்களிடம் தோன்றிய பதற்றம், உங்களுடைய காதல் வாழ்க்கையின் பின்னணிக் கதிரியக்கமாக ஆகிறது. ஏனெனில், அடையக் கடினமான ஒருவரை 'அடைவதன்' மூலம், இறுதியில் ஒருவழியாக அந்த முதல் நிராகரிப்பின் வேதனையிலிருந்து மீண்டு, நீங்கள் மீண்டும் முழுமையாக உணர்கிறீர்கள் என்று உங்களை நீங்கள் நம்ப வைக்கிறீர்கள்.

> *ஒரு கோமாளியின் தலையில் ஒரு கிரீடத்தைச் சூட்டிவிட்டு ஓர் அரசனை உங்களால் எதிர்பார்க்க முடியாது.*

தனிப்பட்ட முறையில் எடுத்துக் கொள்ளாதீர்கள்

> *மக்களுக்கு அசிங்கமான விஷயங்களைச் செய்துவிட்டு, நீங்கள் ஓர் அழகான வாழ்க்கையை வாழ்வதை உங்களால் எதிர்பார்க்க முடியாது.*

யாரேனும் உங்களை மோசமாக நடத்தும்போது அல்லது உங்களுடனான உறவை முறித்துவிட்டுப் பிரிந்து செல்லும்போது, அது அவர்களைப் பற்றிய ஒரு பிரதிபலிப்பாகும். அவர்களுடைய பிரச்சனைகள், அவர்களுடைய வளர்ப்பு, அல்லது அவர்களுடைய அனுபவங்கள் என்னவென்பது நமக்குத் தெரியாது. நாம் நிராகரிப்பு என்று நினைக்கின்ற விஷயங்களுக்கும் இது பொருந்தும். தங்கள் வாழ்க்கையில் என்ன வேண்டும் என்று ஒருவர் நினைப்பதற்கும் உங்களுக்கும் எந்தத் தொடர்பும் இல்லை. அது உங்களுடைய பிரச்சனையன்று. அவர்கள் தங்கள் சொந்த அனுபவங்களையும், தங்கள் சொந்தக் கடந்தகாலத்தையும், தங்கள் சொந்த மனக்காயங்களையும், தங்கள் சொந்த விருப்பங்களையும், தங்கள் சொந்தத் தேவைகளையும் கொண்டுள்ளனர்.

ஒரு நல்ல மனிதருடனான உறவை முறித்துவிட்டு, தங்களை மோசமாக நடத்துகின்ற இன்னொருவருடன் போய்ச் சேர்கின்ற நபர்களை நீங்கள் பார்த்திருப்பீர்கள். இது ஏன் நிகழ்கிறது? மோசமாக நடத்துகின்ற நபர் ஏதோ ஒரு வகையில் 'சிறப்பானவர்' என்பது அதற்குக் காரணமன்று. மாறாக, இந்தத் தேர்ந்தெடுப்பை மேற்கொள்கின்ற நபர், தன்னுடைய தீர்க்கப்பட்டிராத விவகாரங்களின் அடிப்படையில் செயல்பட்டுக் கொண்டிருப்பதுதான் காரணம். மக்கள் தங்கள் வாழ்வில் அனுபவித்துள்ள விஷயங்கள், அவர்கள் பிரக்ஞையோடு எதை விரும்புகின்றனர் என்பதை மட்டும் தீர்மானிப்பதில்லை, தங்களுக்கு என்ன தேவை என்று அவர்கள் தங்களையும் அறியாமல் நம்புகின்ற விஷயங்களையும் அவை தீர்மானிக்கின்றன. சில சமயங்களில், தங்களுக்குப் பரிச்சயமான நிகழ்வுகளைப் பிரதிபலிக்கின்ற உறவுகளை நோக்கி மக்கள் ஈர்க்கப்படுகின்றனர், அவை தீங்கானவையாக இருந்தால்கூட. தங்களைப் பற்றியும் தங்களுடைய உறவுகளைப் பற்றியும் அவர்கள் கொண்டிருக்கின்ற நம்பிக்கைகளை உறுதிப்படுத்துகின்ற சூழ்நிலைகளையும் அவர்கள் பிரக்ஞையின்றி நாடக்கூடும். உண்மை என்னவென்றால், நமக்கு ஒருவரைப் பற்றி நன்றாகத்

தெரியும் என்று நாம் நினைக்கக்கூடும், ஆனால் அவர்களுடைய அனைத்து அனுபவங்களும் நமக்குத் தெரியாது, காலப்போக்கில் அவர்கள் அவற்றை எந்தக் கண்ணோட்டத்தில் பார்த்து வந்துள்ளனர் என்பதும் நமக்குத் தெரியாது.

நீங்கள் நினைவில் வைத்துக் கொள்ள வேண்டிய முக்கியமான விஷயம் என்னவென்றால், இன்னொருவரின் தேர்ந்தெடுப்புகளுக்கும் உங்களுடைய மதிப்பிற்கும் எந்தத் தொடர்பும் இல்லை. சுய அழிவுபோலத் தோன்றுகின்ற ஒரு பாதையை அல்லது உங்கள் எதிர்பார்ப்பிலிருந்து வேறுபட்ட ஒரு பாதையை ஒருவர் தேர்ந்தெடுக்கும்போது, அவர்கள் தங்களுடைய சொந்த அக உலகத்திற்குச் செயல்விடை அளித்துக் கொண்டிருக்கின்றனரே அன்றி, உங்கள் மதிப்பைப் பற்றிய பாரபட்சமற்ற ஒரு மதிப்பீட்டை மேற்கொண்டு கொண்டிருக்கவில்லை. அவர்கள் தங்களுடைய சொந்த யதார்த்தத்திலிருந்து செயல்பட்டுக் கொண்டிருக்கின்றனர், உங்களுடைய யதார்த்தத்திலிருந்து அன்று. அதனால்தான், வேறொருவருடைய தீர்மானங்களை நீங்கள் உங்களுக்கு எதிராக எடுக்கப்பட்டதாகத் தனிப்பட்ட முறையில் எடுத்துக் கொள்வது மிக மோசமான ஒரு தவறாகும்.

> *ஒரு நல்ல இதயத்தைக் கொண்டிருப்பது குறித்து ஒருபோதும் பின்வருத்தம் கொள்ளாதீர்கள். நீங்கள் செய்கின்ற ஒவ்வொரு நல்ல காரியமும் பன்மடங்கில் உங்களிடம் திரும்பி வரும்.*

நீங்கள் வழங்கிய அன்பையும் பாசத்தையும் பெற ஒருவேளை அவர்கள் தயாராக இல்லாமல் இருந்திருக்கலாம் ... அவர்கள் ஒருபோதும் தயாராக இல்லாமல் போகலாம். உணர்ச்சியளவில் அவர்கள் எந்த நிலையில் இருக்க வேண்டும் என்று நீங்கள் விரும்பினீர்களோ, அவர்கள் அந்த நிலையில் இல்லாதிருந்திருக்கலாம் ... அவர்கள் ஒருபோதும் அவ்வாறு இல்லாமல் போகலாம். அதனால்தான்,

விஷயங்களை விட்டுத்தள்ளவும், எல்லாவற்றையும் தனிப்பட்ட முறையில் எடுத்துக் கொள்ளாமல் இருக்கவும் நீங்கள் கற்றுக் கொள்ள வேண்டும். உண்மையான கேள்வி இன்னும் மிச்சமிருக்கிறது ... உண்மையான அன்பு, பாசம், அல்லது நட்பைப் புரிந்து கொள்ளாத ஒருவர் உங்கள் வாழ்க்கையில் இருக்க வேண்டும் என்று நீங்கள் உண்மையிலேயே விரும்புகிறீர்களா? நீங்கள் உங்களை எந்த அளவு மதிக்கிறீர்கள் என்பதைப் பற்றி அது என்ன கூறுகிறது?

கட்டுப்படுத்துவதற்கான விருப்பம் இல்லாமலோ, அல்லது நிராகரிப்பு உணர்வு முழுவதுமாக உங்களைவிட்டுச் சென்ற பிறகோ நீங்கள் தர்க்கரீதியாகச் சிந்தித்துப் பார்க்கும்போது, நல்லவேளையாக அந்த நபர் உங்கள் வாழ்விலிருந்து விலகிவிட்டதை நீங்கள் காண்பீர்கள், அதற்காக இறைவனுக்கு நீங்கள் நன்றி கூறக்கூடும். இனி நீங்கள் செய்ய வேண்டியதெல்லாம், நீங்கள் மீண்டும் உங்கள்மீது நம்பிக்கை கொள்ள வேண்டும், அன்பும் அக்கறையும் கொண்ட மக்களை உங்கள் வாழ்விற்குள் உங்களால் கவர்ந்திழுக்க முடியும் என்று நீங்கள் நம்ப வேண்டும். மிக முக்கியமாக, உங்களை அவர்களுடைய வாழ்க்கையில் வைத்திருப்பதற்கு அவர்கள் எவ்வளவு ஆர்வமாக இருப்பார்களோ, அதே அளவு, அவர்களை உங்கள் வாழ்வில் வைத்திருக்க நீங்கள் ஆர்வமாக இருப்பீர்கள்.

உங்களை நல்லவிதமாக உணரச் செய்கின்ற மக்களை உங்கள் வாழ்க்கையில் பெற்றிருப்பதற்குத் தகுதியானவர் நீங்கள். அதைவிட முக்கியமாக, அவர்களை ஏற்றுக் கொள்ள நீங்கள் கற்றுக் கொள்ள வேண்டும். இதைச் செய்வதற்கான ஒரே வழி, கட்டுப்பாட்டிற்கான ஆழ்விருப்பமும், தொடக்கத்தில் நீங்கள் அனுபவித்த நிராகரிப்பு ஏற்படுத்திய வெற்றிடத்தை இட்டு நிரப்புவதற்கான விருப்பமும் உங்கள் வாழ்க்கையைக் கட்டுப்படுத்த நீங்கள் அனுமதிக்காமல் இருப்பதுதான். உங்கள்மீதான உங்களுடைய கட்டுப்பாட்டை நீங்கள் மீண்டும் கைவசப்படுத்த வேண்டும், உங்களுடைய உண்மையான சுயத்துடனும் இவ்வுலகிற்கு வழங்குவதற்கு

உங்களிடம் இருப்பவற்றுடனும் நீங்கள் மீண்டும் உங்களைப் பிணைத்திட வேண்டும்.

கட்டுப்பாட்டிற்கான நம்முடைய தேவை, நிராகரிப்பு குறித்த நம்முடைய பயம், 'வெற்றி' பெறுவதற்கான நம்முடைய பெருவிருப்பம் ஆகியவற்றுக்குப் பின்னாலுள்ள உளவியலைப் புரிந்து கொள்வது வெறும் முதல் படிதான். நிரந்தரமான மாற்றத்தை உருவாக்க வெறும் விழிப்புணர்வு மட்டும் போதாது. நாம் எதிர்வினையாற்றும் விதத்திற்கான காரணத்தை—நம்முடைய மூளை எவ்வாறு கட்டுப்பாட்டை நாடுவதற்கும், நிராகரிப்பைத் தவிர்ப்பதற்கும், அங்கீகாரத்தைத் துரத்திச் செல்வதற்கும் வடிவமைக்கப்பட்டுள்ளது என்பதை—நாம் ஆய்வு செய்து முடித்துள்ள நிலையில், இந்தப் புரிதலை நடைமுறையில் செயல்படுத்துவதற்கான நேரம் வந்துவிட்டது. பின்வரும் உத்திகள் உடனடி நிவர்த்திகளோ அல்லது தற்காலிகமான தீர்வுகளோ அல்ல. உணர்ச்சிசார் எதிர்வினையாற்றல் மற்றும் சுயசந்தேகம் எனும் பொறியிலிருந்து விடுபட உங்களுக்கு உதவுவதற்காக வடிவமைக்கப்பட்டுள்ள, நிரூபணம் சார்ந்த அணுகுமுறைகள் அவை. இந்தத் தீர்வுகள் நாம் கண்டுபிடித்துள்ள மூலகாரணத்தைக் குறி வைத்து, புறவயமான கட்டுப்பாட்டிலிருந்து அகவயமான கட்டுப்பாட்டிற்கு நகர்வதற்கும், நிராகரிப்பால் ஏற்படும் உணர்ச்சிக் கொந்தளிப்பிலிருந்து விடுபடுவதற்கும், புறவயமான அங்கீகாரத்திற்கான தேவைக்கு அப்பால் மனநிறைவைக் கண்டுகொள்வதற்குமான திட்டவட்டமான வழிகளை உங்களுக்குக் கொடுக்கின்றன.

அழகான ஆன்மாக்கள் அழகான ஆன்மாக்களை அடையாளம் கண்டுகொள்கின்றன. தொடர்ந்து உண்மையானவராக இருங்கள். உங்களுடைய மக்கள் உங்களைக் கண்டுபிடித்துக் கொள்வார்கள்.

பகுதி 2

தீர்வுகள்

கட்டுப்பாட்டை மறுவரையறை செய்தல்: புறத்திலிருந்து அகத்திற்கு

கட்டுப்பாட்டுச் சிக்கலிலிருந்து விடுபடுவதற்கு முக்கியமானது உங்களுடைய புற உலகத்தைக் கையாள்வதற்கு மிகக் கடினமாக முயற்சிப்பதன்று, மாறாக, நீங்கள் உங்கள் கவனத்தைக் குவிக்கின்ற விஷயத்தை மாற்றுவதுதான். இச்சிறு பெயர்ச்சிகள்கூட உங்கள் மன அழுத்தத்தின்மீது ஒரு பெரும் தாக்கம் ஏற்படுத்துகின்றன.

கட்டுப்பாட்டு நிலவரப் பட்டியல் ஒன்றை உருவாக்குவதிலிருந்து தொடங்குங்கள். ஒரு வெற்றுத் தாளை எடுத்துக் கொண்டு, நடுவில் மேலிருந்து கீழாக ஒரு கோடு வரைந்து கொள்ளுங்கள். இடப்பக்கத்தில், தற்போது உங்களுக்கு மன அழுத்தத்தைக் கொடுத்துக் கொண்டிருக்கின்ற அனைத்தையும் பட்டியலிடுங்கள். வலப்பக்கத்தில், அந்த ஒவ்வொரு சூழ்நிலையிலும் நீங்கள் நேரடியாகத் தாக்கம் ஏற்படுத்தக்கூடிய ஓர் அம்சத்தை அடையாளம் காணுங்கள். எடுத்துக்காட்டாக:

- போக்குவரத்து நெரிசல் → தாமதத்திற்கு நீங்கள் ஆற்றுகின்ற செயல்விடை
- உங்களைப் பற்றி ஒருவர் கொண்டுள்ள அபிப்பிராயம் → அது குறித்து நீங்கள் உங்களிடம் பேசிக் கொள்ளும் விதம்
- பணித்திட்டக் காலக்கெடு → இன்று நீங்கள் உங்கள் நேரத்தை ஒதுக்கும் விதம்
- மற்றவர்களுடைய நடத்தை → உங்களுடைய எல்லைகளும் எதிர்வினைகளும்

இப்பயிற்சி நேர்மறைச் சிந்தனையைப் பற்றியதன்று—இது நரம்பியல் செயல்திறனைப் பற்றியது. உங்கள் மூளையின் வளங்களை, நடவடிக்கை மேற்கொள்ளத்தக்கப் பகுதிகளை நோக்கித் திருப்பிவிடுவதன் மூலம், லேசான மன அழுத்திகளைக்கூடத் திக்குமுக்காட வைப்பவையாக ஆக்குகின்ற அறிதிறன் சுமையை இது குறைக்கிறது.

இந்த அணுகுமுறையைப் பற்றிய மிகவும் சக்திவாய்ந்த விஷயம் என்னவென்றால், நீங்கள் ஏற்கனவே திக்குமுக்காடிக் கொண்டிருக்கும்போதுகூட அது வேலை செய்கிறது. உங்களுக்குள் பதற்றம் அதிகரிப்பதை நீங்கள் உணரும்போது அல்லது ஒரு சிறு அசௌகரியம்கூட உங்களுக்குப் பெரும் விரக்தியளிப்பதை நீங்கள் உணரும்போது, சிறிது இடைவெளிவிட்டு, பின்வரும் கேள்வியை உங்களை நீங்களே கேட்டுக் கொள்ளுங்கள்: "இக்கணத்தில் நான் கட்டுப்படுத்தக்கூடிய அந்த ஒரு விஷயம் எது?" பிறகு, அந்த ஒரு சிறு நடவடிக்கையை மேற்கொள்ளுங்கள். இது, உங்கள் எதிர்வினையைத் தீவிரமாக்குகின்ற மன அழுத்த ஹார்மோன்களின் தொடர்ச்சியான சுரப்பில் குறுக்கிடுகிறது.

நிராகரிப்பு-கட்டுப்பாட்டுச் சுழற்சியை முறித்தல்

> *தங்கள் வாழ்க்கையில் எப்போதும் ஏதோ தவறு இருப்பதாக உணர்வதற்குப் பதிலாக, ஒரு தனிக்கட்டையாக இருப்பதற்காகச் சிலர் தங்களை*

> *மெச்சிக் கொள்ள வேண்டும் என்று நான் நினைக்கிறேன். ஒருவேளை, நீங்கள் அவ்வளவு எளிதில் சமரசம் செய்து கொள்ளாத குணம் கொண்டவர் என்பதை அது குறிக்கலாம்... அதில் வலிமையும் ஞானமும் இருக்கிறது.*

நிராகரிப்பு குறித்த பயம் உங்கள் மூளைக்குள் ஆழமாக வேரூன்றப்பட்டுள்ளது. உடல்ரீதியான வலி எந்த நரம்புப் பாதைகளைத் தூண்டிவிடுகிறதோ, சமூக நிராகரிப்பும் அதே நரம்புப் பாதைகளைத் தூண்டிவிடுகிறது என்று ஐசன்பெர்ஜரும் அவருடைய சகாக்களும் மேற்கொண்ட ஓர் ஆய்வு வெளிப்படுத்தியது. விலக்கி வைத்தலை உயிர்பிழைத்திருத்தலுக்கான ஓர் அச்சுறுத்தலாக உங்கள் மூளை உணர்கிறது என்பதை அந்த ஆய்வு கண்டுபிடித்தது. சிறு நிராகரிப்புகள்கூட ஏன் கட்டுப்பாட்டை மீண்டும் கைவசப்படுத்துவதற்கான ஒரு வெறித்தனமான தேவையைத் தூண்டுகின்றன என்பதை இது விளக்குகிறது. இந்தச் சுழற்சியை முறிப்பதற்கு, அதன் நரம்பியல் அம்சங்களையும் உளவியல் அம்சங்களையும் நீங்கள் கையாள வேண்டும். ஒரு நரம்பியல் கண்ணோட்டத்திலிருந்து பார்க்கும்போது, அச்சுறுத்தலுக்கான உங்கள் செயல்விடை உங்களுடைய சிந்தனையை முழுவதுமாக ஆட்கொள்வதற்கு முன்பே அதை நீங்கள் முறைப்படுத்த வேண்டியது இன்றியமையாதது. உங்களுக்குப் பரிச்சயமான அந்த நிராகரிப்புப் பதற்றம் உங்களுக்குள் எழுவதை நீங்கள் உணரும்போது, 'உணர்ச்சிச் சுற்று முறிப்பானைச்' செயல்படுத்துங்கள்:

1. ஒரு முறை ஆழமாக சுவாசித்துவிட்டு, நிகழ்ந்து கொண்டிருப்பதை அங்கீகரியுங்கள்: "இக்கணத்தில் நான் அச்சுறுத்தப்பட்டிருப்பதாக நான் உணர்கிறேன், ஆனால் நான் உண்மையில் பாதுகாப்பாக இருக்கிறேன்."
2. நிகழ்கணத்தில் உங்களை நிலைப்படுத்துங்கள்— உங்கள் அருகிலுள்ள எதையேனும் பிரக்ஞையுடன்

தொடுங்கள், ஒரு குறிப்பிட்டப் பொருளை விலாவாரியாகப் பார்வையிடுங்கள், அல்லது உங்களைச் சுற்றிலும் உள்ள ஒலிகளை ஆழமாகக் கவனித்துக் கேளுங்கள்.

3. செயல்விடை அளிப்பதற்கு முன்பு, "இக்கணத்தில் எனக்கு உண்மையிலேயே என்ன வேண்டும்?" என்று உங்களிடம் கேளுங்கள். இது சிறப்பாக வேலை செய்கிறது, ஏனெனில், இது, உங்களுடைய லிம்பிக் அமைப்புமுறையிலிருந்து நீங்கள் எதிர்வினையாற்றுவதற்கு முன்பாக உங்கள் மூளையின் பகுத்தறிவுப் பகுதியான முன்நெற்றிப் புரணி மீண்டும் செயலில் இறங்குவதற்குத் தேவையான நேரத்தை அதற்குக் கொடுக்கிறது. பகுத்தறிவுச் சிந்தனை மீண்டும் செயல்படத் தொடங்குவதற்கு, உணர்ச்சிரீதியான எதிர்வினைகளுக்கு ஒரு மீட்டமைப்புக் காலம் தேவை என்பதை உணர்ச்சிரீதியான எதிர்வினைகளின் நரம்பியல் உடற்கூறியல் அமைப்பின்மீதான டாக்டர் ஜில் போல்ட் டெய்லரின் ஆராய்ச்சி விளக்கிக் காட்டுகிறது (டெய்லர், 2009).

உளவியல்ரீதியாக, நீங்கள் மதிப்பு வாய்ந்தவர் என்ற உணர்வை நீங்கள் பெறுவதற்கு வெளியிலிருந்து அங்கீகாரத்தை நாடும் போக்கை நீங்கள் உடைத்தெறிய வேண்டும். இதற்கு, 'நிபந்தனையற்ற சுய அங்கீகாரம்' என்ற ஒன்றை நீங்கள் வளர்த்துக் கொண்டாக வேண்டும். மற்றவர்களுடைய ஒப்புதலைச் சார்ந்திராமல், உள்ளூர உங்களை நீங்கள் மதிப்பது இது. இந்த நிபந்தனையற்ற சுய அங்கீகாரத்தை வளர்த்தெடுப்பதற்கான ஆற்றல்மிக்க வழி 'விழுமியங்கள் ஒத்திசைவுப் பயிற்சியைக்' கடைபிடிப்பதாகும். நீங்கள் மிகவும் மதிக்கின்ற, உங்களுக்கு மிகவும் முக்கியமான 3–5 மைய விழுமியங்களைக் கண்டறியுங்கள். எடுத்துக்காட்டிற்கு, துணிச்சல், பிணைப்பு, வளர்ச்சி, நாணயம் என்பன போன்றவற்றைச் சொல்லலாம். நிராகரிப்பு அல்லது நிச்சயமின்மையை நீங்கள் எதிர்கொள்ளும்போது,

"உண்மையிலேயே இந்த விழுமியங்களின்படி வாழ்கின்ற ஒருவர் இக்கணத்தில் என்ன செய்வார்?" என்று உங்களிடம் கேளுங்கள். பிறகு, அந்த நடவடிக்கையை ஒரு திறந்த மனத்துடன் மேற்கொள்ளுங்கள், மற்றவர்களுடைய செயல்விடைகளைக் கண்டுகொள்ளாதீர்கள். இது வெறுமனே உங்களை நல்லவிதமாக உணரச் செய்வதற்காகக் கொடுக்கப்படுகின்ற அறிவுரை அன்று, இது நரம்பியல்ரீதியாக மிகவும் பலனளிக்கின்ற ஒன்று. நீங்கள் உங்களுடைய விழுமியங்களின் அடிப்படையில் வாழும்போது, உங்கள் மூளையில் உள்ள, புறவயமான அங்கீகாரத்தைச் சார்ந்திராத வெகுமதி நரம்புப் பாதைகளை நீங்கள் முடுக்கிவிடுகிறீர்கள். காலப்போக்கில், நிராகரிப்புக்கு நீங்கள் அதிகமாக உணர்ச்சிவசப்படுவதைக் குறைக்கின்ற புதிய நரம்புத் தொடர்புகளை இது ஏற்படுத்துகிறது.

> *நீங்கள் எப்போதும் மற்றவர்களின் உதவிக்கு ஓடிப் போவதால் அவர்களும் உங்கள் உதவிக்கு வந்து நிற்க வேண்டும் என்று எதிர்பார்க்காதீர்கள். எல்லோரும் உங்களைப்போல நல்லிதயம் படைத்தவர்கள் அல்லர்.*

வெற்றி பெறுவதற்கான தேவைக்கு ஒரு மாற்றைக் கண்டுபிடித்தல்

நிராகரிப்புக்குப் பிறகு 'வெற்றி' பெறுவதற்கு ஏற்படுகின்ற தீவிரத் தூண்டுதல், ஒரு தற்காலிகமான டோப்பமைன் அதிகரிப்பை உருவாக்குகிறது, ஆனால் அந்தச் சுரப்பு விரைவில் குறைகிறது. இதன் காரணமாக, உங்களை மனத்தளவில் காயப்படுத்திய அதே சூழ்நிலையுடன் நீங்கள் தொடர்ந்து உணர்ச்சிரீதியாகப் பிணைந்திருக்கிறீர்கள்.

இந்தச் சுழற்சியை உடைத்தெறிவதற்கு நீங்கள் ஒரு விஷயத்தைப் புரிந்து கொள்ள வேண்டும்: வெற்றி பெறுவதற்கான தூண்டுதல் என்பது உண்மையில் ஒரு விதமான கட்டுப்பாட்டு உணர்வை மீண்டும்

கைவசப்படுத்துவதைப் பற்றியதாகும். இந்தத் தேவையை, "தவிர்ப்பு இலக்குகளின்" ஊடாக அல்லாமல், "அணுகுமுறை இலக்குகளின்" ஊடாக நேரடியாகக் கையாள வேண்டும். அதாவது, நீங்கள் பயப்படுகின்ற விஷயத்திடமிருந்து விலகிச் செல்வதன்மீது கவனத்தைக் குவிப்பதற்குப் பதிலாக, நீங்கள் அடைய விரும்புகின்ற விஷயத்தை நோக்கி நகர்வதன்மீது நீங்கள் கவனம் செலுத்த வேண்டும்.

உங்கள் மதிப்பை நிரூபிக்க வேண்டும் அல்லது உங்களைக் காயப்படுத்தியவருக்கு எதிராக "வெற்றி" பெற வேண்டும் என்ற தீவிர உந்துதல் உங்களுக்குள் எழும்போது, "மடைமாற்றி வழிமுறையை" முயற்சித்துப் பாருங்கள்:

1. உங்களை எடைபோடாமல், மற்றவர்களுடைய அங்கீகாரத்திற்கான அல்லது உங்களை நிரூபிப்பதற்கான உங்கள் விருப்பத்தை அங்கீகரியுங்கள்.
2. "எந்த அர்த்தமுள்ள இலக்கு எனக்கு ஓர் உண்மையான கட்டுப்பாட்டு உணர்வைக் கொடுக்கும்?" என்று உங்களிடம் கேளுங்கள்.
3. அந்த இலக்கை நோக்கி உடனடியாக ஒரு சிறு நடவடிக்கை மேற்கொள்ளுங்கள்.

எதிர்மறை விளைவுகளைத் தவிர்ப்பதன்மீது கவனம் செலுத்துகின்ற 'தவிர்ப்பு சார்ந்த ஊக்குவிப்பு உத்திகளோடு' ஒப்பிடுகையில், அணுகுமுறை சார்ந்த இலக்குகள், உளவியல்ரீதியான சிறப்பான நலனுக்கும், நீடித்த ஊக்குவிப்பிற்கும், குறைவான சிந்தனைச் சுழற்சிக்கும் இட்டுச் செல்லும் என்று எல்லியட்டும் திராஷும் 2002-ல் மேற்கொண்ட ஆய்வு நிரூபித்தது.

இது பலனளிப்பதற்கான காரணம் என்னவென்றால், நம்முடைய மனத்தின் அடியாழத்தில் இருக்கின்ற, கட்டுப்பாட்டிற்கான தேவையைக் கையாள்கின்ற அதே நேரத்தில், நிராகரிப்பிற்கான மூல காரணத்துடனான நம்முடைய உணர்ச்சிரீதியான பற்றை அது

உடைத்தெறிகிறது.

வெற்றியை நீங்கள் முற்றிலுமாக மறுவரையறை செய்யும்போது மிகவும் சக்திவாய்ந்த மாற்றம் நிகழ்கிறது. உண்மையான வெற்றி என்பது உங்களை மற்றவர்களிடம் நிரூபிப்பதைப் பற்றியதோ அல்லது புறவயமான அங்கீகாரத்தை அல்லது ஒப்புதலைக் கைவசப்படுத்துவதைப் பற்றியதோ அன்று. மாறாக, மற்றவர்களுடைய கண்ணோட்டங்கள் என்னவாக இருந்தாலும், உங்களுடைய சொந்தத் தரங்களின்படி உங்கள் வாழ்க்கையைப் பிரக்ஞையோடு வாழ்வதைப் பற்றியது அது.

ஒருங்கிணைப்பு

இந்த அணுகுமுறைகள் வெறும் சமாளிக்கும் வழிமுறைகள் அன்று; கட்டுப்பாடு, நிராகரிப்பு, அங்கீகாரத்திற்கான தேவை ஆகியவற்றுடனான உங்கள் உறவை அடியோடு மாற்றுவதற்கான நரம்புப் பாதைகள் அவை. இந்த உணர்வுகளை நீங்கள் உணரவே கூடாது என்பதன்று விஷயம், மாறாக, அவற்றை வேறு விதமாகக் கையாள்வதைப் பற்றியது அது.

சிறியதாகத் தொடங்குங்கள். லேசாக விரக்தியளிக்கின்ற ஒரு சிறு விஷயத்திற்கு நீங்கள் அளவுக்கதிகமாக உணர்ச்சிவசப்படுவதை நீங்கள் கவனிக்கும்போது, கட்டுப்பாட்டு நிலவரப் பட்டியல் அணுகுமுறையைப் பயன்படுத்துவதற்கான ஓர் அறிகுறியாக அதைப் பயன்படுத்திக் கொள்ளுங்கள். நிராகரிப்புக்கு நீங்கள் அதிகமாக உணர்ச்சிவசப்படுவதை நீங்கள் உணரும்போது, அதற்குச் செயல்விடை அளிப்பதற்கு முன்பு உணர்ச்சிச் சுற்று முறிப்பானைப் பயன்படுத்துங்கள். “வெற்றி” பெறுவதற்கான தூண்டுதல் உங்களுக்குள் எழும்போது, “மடைமாற்றி வழிமுறையைச்” செயல்படுத்தி, அந்த ஆற்றலை ஆக்கபூர்வமாக மடைமாற்றுங்கள்.

தொடர்ச்சியான பயிற்சியின் மூலம்,

பிரக்ஞையுடன்கூடிய முயற்சியாகத் தொடங்குகின்ற ஒன்று படிப்படியாக உங்களுடைய இயல்பான செயல்விடையாக ஆகிவிடுகிறது. உங்கள் கட்டுப்பாட்டிற்கு அப்பாற்பட்டச் சூழ்நிலைகளை நீங்கள் இன்னும் எதிர்கொள்ளத்தான் செய்வீர்கள், நிராகரிப்பை இன்னும் எதிர்கொள்வீர்கள், புறவயமான அங்கீகாரத்தை நோக்கி நீங்கள் இன்னும் ஈர்க்கப்படுவீர்கள், ஆனால் இந்த அனுபவங்களில் எதுவும் உங்களை இனியும் தடம்புரளச் செய்யாது.

உண்மை என்னவென்றால், நீங்கள் எல்லாவற்றையும் கட்டுப்படுத்த ஒருபோதும் விதிக்கப்படவில்லை. தகவமைத்துக் கொள்ளவும், படைப்பாற்றலுடன் செயல்விடை அளிக்கவும், வாழ்வின் போக்குடன் இசைந்து செல்லவும்தான் நாம் வடிவமைக்கப்பட்டிருக்கிறோமே அன்றி, நம் வாழ்க்கையை இயக்குவதற்காக அதனோடு தொடர்ந்து மல்லுக்கு நிற்பதற்காக அன்று. இந்த உண்மையைப் புரிந்து கொண்டுவிட்டால், எல்லாவற்றையும் கட்டுப்படுத்த முயற்சித்தல் உங்களுக்குக் கொடுக்கக்கூடிய பாதுகாப்புணர்வைவிட அதிகப் பாதுகாப்புணர்வை நீங்கள் அனுபவிப்பீர்கள்.

> *சிலர் உங்களிடம் பேசாமல் இருப்பதற்குக் காரணம், அவர்கள் உங்களிடம் மன்னிப்பு கேட்க வேண்டியிருப்பதுதான். இதை மீண்டும் வாசியுங்கள்.*

திரும்பிப் பார்த்தலின் சக்தி: உங்களுடைய வலிமையை அடையாளம் கண்டுகொள்ளுதல்

நீங்கள் உண்மையிலேயே நின்று நிதானித்து, வாழ்வில் நீங்கள் எவ்வளவு தூரம் வந்துள்ளீர்கள் என்பதைத் திரும்பிப் பார்த்து, அது குறித்து ஆழமாகச் சிந்திக்கும்போது, ஒரு தருணம் நிகழ்கிறது. அத்தருணத்தில், ஏதோ ஒன்று மாறுகிறது. நீங்கள் இனியும் உங்களைப் போராடிக் கொண்டிருக்கின்ற ஒருவராகப் பார்ப்பதில்லை, மாறாக, தப்பிப் பிழைத்து

வந்துள்ள ஒருவராக உங்களைப் பார்க்கிறீர்கள்.

நீங்கள் எவ்வளவு தூரம் வந்திருக்கிறீர்கள் என்பதைப் பாருங்கள். ஓரிரு ஆண்டுகளுக்கு முன்பு நீங்கள் எந்த நிலையில் இருந்தீர்கள் என்பதை நினைத்துப் பாருங்கள். உங்களால் கடக்கவே முடியாது என்று நீங்கள் நினைத்த ஒரு கடினமான நேரம் உங்களுக்கு நினைவிருக்கிறதா? உங்கள் மனம் திக்குமுக்காடிக் கொண்டிருந்த, தப்பித்தல் சாத்தியமே இல்லை என்று உங்களுக்குத் தோன்றிய அந்த நேரம் உங்களுக்கு நினைவிருக்கிறதா? இப்போது நீங்கள் இங்கே இருக்கிறீர்கள். விஷயங்கள் கச்சிதமாக இல்லாமல் இருக்கலாம்—நம் எல்லோருக்குமே போராட்டங்கள் உள்ளன—ஆனால் நீங்கள் அவற்றைச் சமாளித்து வந்துவிட்டீர்கள், இல்லையா?

விஷயம் என்னவென்றால், நாம் இந்தத் தருணங்களை மறந்துவிடுகிறோம். நம் வாழ்நாள் நெடுகிலும் நாம் அத்தகைய எண்ணற்றத் தருணங்களை எதிர்கொண்டிருந்தது நமக்கு எளிதில் மறந்து போய்விடுகிறது. ஆனால் சில நேரங்களில் நாம் அவற்றை நினைத்துப் பார்க்கும்போது, நாம் உண்மையிலேயே எவ்வளவு வலிமையானவர்கள் என்பதை நாம் உணர்கிறோம். மேலும், நாம் கவலைப்படும் சிறிய விஷயங்கள் பெரும்பாலும் உண்மையில் முக்கியமற்றவை என்பதையும் நாம் உணர்கிறோம். உங்களால் விடுபடவே முடியாது என்று நீங்கள் நினைத்த அந்தக் கடினமான நேரங்களைப் பற்றி நீங்கள் நினைத்துப் பார்க்கும்போது, இக்கணத்தில் வாழ்வில் நீங்கள் இருக்கும் நிலையை உங்களால் மெச்ச முடியும்.

சில நேரங்களில், உங்கள் இதயத்தை நொறுக்குகின்ற விஷயங்கள் உங்கள் பார்வையைச் சரி செய்கின்றன.

நீங்கள் இப்போது அத்தகைய ஒரு கணத்தை அனுபவித்துக் கொண்டிருந்தால், மேற்கூறப்பட்ட விதி இப்போதும் உங்களுக்குப் பொருந்தும். நீங்கள் இதற்கு முன்பு இங்கே இருந்திருக்கிறீர்கள், மீளப்பட முடியாததுபோலத் தோன்றிய அந்தக் கடினமான

நேரத்தை நீங்கள் வெற்றிகரமாகச் சமாளித்து அதிலிருந்து வெளிவந்துவிட்டீர்கள். “ஆனால் இம்முறை நிலைமை வேறாக இருக்கிறது,” என்று நீங்கள் கூறக்கூடும், அது உண்மையாகவும் இருக்கலாம், ஆனால் எது மாறவில்லை தெரியுமா? கடந்த முறை உங்களை உந்தித் தள்ளிய அந்த நம்பிக்கை! அதே நம்பிக்கை இம்முறையும் உங்களுக்குக் கைகொடுக்கும். நீங்கள் நினைப்பதைவிட அதிக வலிமையானவர் நீங்கள். நீங்கள் நம்புவதைவிட அதிக மதிப்பு வாய்ந்தவர் நீங்கள்.

திரும்பிப் பார்த்தல் என்பது நீங்கள் சமாளித்துள்ள சவால்களைத் திரும்பிப் பார்ப்பதைப் பற்றியது மட்டுமன்று. மகிழ்ச்சிக் கணங்கள், எதிர்பாராமல் கிடைத்த ஆசிர்வாதங்கள், நீங்கள் நினைத்ததைவிடச் சிறப்பாக நடந்தேறிய விஷயங்கள் ஆகியவற்றை அங்கீகரிப்பதைப் பற்றியதும்கூட அது. வெறும் போராட்டங்களை மட்டுமல்லாமல், வலிமை, மீள்திறன், நன்றியுணர்வு ஆகியவற்றை உள்ளடக்கிய, உங்கள் வாழ்க்கையின் ஒரு முழுமையான வடிவத்தைக் கட்டமைப்பதைப் பற்றியது அது.

திரும்பிப் பார்த்தலையும் மெச்சுதலையும் நீங்கள் எவ்வளவு அதிகமாகப் பயிற்சி செய்கிறீர்களோ, கடினமான காலகட்டங்களின்போது அது உங்களுக்கு அவ்வளவு அதிக உதவிகரமாக இருக்கும். வாழ்க்கை எப்போதும் ஏற்றங்களையும் இறக்கங்களையும் கொண்டது என்பதை நீங்கள் உணரத் தொடங்குகிறீர்கள். அவற்றைக் கையாள்வதற்கான வழிகளை நீங்கள் தொடர்ந்து கண்டுபிடித்து வந்துள்ளீர்கள். நீங்கள் உங்களை அதிக ஆழமாக நம்பத் தொடங்குகிறீர்கள். அந்த நம்பிக்கைதான்—எது வந்தாலும் அதை உங்களால் சமாளிக்க முடியும் என்ற அந்த ஆழமான அறிதல்தான்—உண்மையான அக அமைதிக்கான அடித்தளமாகும்.

உங்களுடைய வலிமையை அடையாளம் கண்டுகொண்டு, நீங்கள் எவ்வளவு தூரம் வந்துள்ளீர்கள் என்பதை நீங்கள் திரும்பிப் பார்ப்பதை நீங்கள் தொடர்ந்து பயிற்சி செய்யும்போது, இன்னொரு விஷயத்தை நீங்கள் இயல்பாகவே கவனிக்கத் தொடங்குவீர்கள்: நீங்கள்

சுமந்து வந்துள்ள உணர்ச்சிச் சுமை உண்மையில் உங்களுடையதன்று. வாழ்க்கையைத் திரும்பிப் பார்த்தல் நம்முடைய உள்ளார்ந்த வலிமையை நமக்கு வெளிப்படுத்துவதுடன், நாம் கடக்க அனுமதித்திருந்த வரம்புகளையும், தேவையில்லாமல் நாம் சுமந்து கொண்டிருந்த பொறுப்புகளையும், மற்றவர்களுக்காக நாம் சுமந்து வந்துள்ள உணர்ச்சிச் சுமைகளையும் நமக்கு வெளிச்சம் போட்டுக் காட்டுகிறது. உங்களுடனும் உங்கள் அனுபவங்களுடனுமான உங்கள் உறவை நீங்கள் கையாண்டுள்ள நிலையில், மற்றவர்களுடனான உங்கள் உறவையும் இந்தத் தொடர்புகள் உங்கள் இதயத்தின்மீதும் மனத்தின்மீதும் ஏற்றி வைக்கக்கூடிய, பார்வைக்குப் புலப்படாத சுமையையும் ஆய்வு செய்வதற்கான நேரம் வந்துவிட்டது.

> *சில நேரங்களில், கருப்புச் செம்மறியாடுதான் உண்மையைச் சொல்கின்ற ஒரே ஜீவனாக இருக்கிறது.*

பகுதி 3

நீங்கள் சுமக்கின்ற சுமை – எல்லைகளும் பற்றின்மையும்

அத்தியாயம் 7

எல்லோருடைய சுமையையும் சுமப்பதற்குப் பின்னால் ஒளிந்துள்ள விலை

உங்கள் மனத்தில் நீங்கள் எவ்வளவு பாரத்தைச் சுமந்து கொண்டிருக்கிறீர்கள் என்பதை நீங்கள் உண்மையில் உணர்வதில்லை. நீங்கள் உங்களுடைய சொந்தப் பிரச்சனையை எதிர்கொண்டிருப்பது என்பது வேறு. ஆனால், உங்களுடையது அல்லாத விஷயங்களால் உங்களுடைய மனத்தை நிரப்பிக் கொள்வது என்பது வேறு – குறிப்பாக நீங்கள் பிறர்மீது அக்கறையும் பச்சாதாபமும் கொண்டிருக்கின்ற ஒரு நபராக இருக்கின்றபோது! பிறருடைய பிரச்சனைகள், அவர்களுடைய மாறிக் கொண்டிருக்கின்ற மனநிலைகள், அவர்களுடைய எதிர்பார்ப்புகள், அவர்களுடைய ஆற்றல் ஆகியவை நிஜமானவை. அவற்றை நீங்கள் உங்கள் தோள்மீது போட்டுக் கொள்ள வேண்டும் என்று எவரும் உங்களை நேரடியாகக் கேட்டுக் கொள்ளாதிருக்கின்றபோதுகூட, அவற்றை நீங்கள் கிரகித்துக் கொண்டால், அவற்றின் பாரம் உங்களை வெகுவாக அழுத்தத் தொடங்கிவிடும்.

தொடக்கத்தில், பிறருக்காக உணர்வது என்பது நீங்கள் மேற்கொள்கின்ற ஒரு தேர்ந்தெடுப்புபோலத்

தோன்றும், உங்களுடைய இயல்பான ஆளுமையின் ஒரு நீட்சிபோலக் காட்சியளிக்கும். தங்களுடைய பிரச்சனைகளைத் தீர்ப்பதற்கு மக்கள் அணுகுகின்ற ஒரு நபராக, அவர்கள் கூறுவதைக் காது கொடுத்துக் கேட்கின்ற ஒருவராக, அவர்களுக்கு ஆதரவாகச் செயல்படுகின்ற ஓர் அனுசரணையாளராக இருப்பதை நீங்கள் பொருட்படுத்தாதிருக்கக்கூடும். ஆனால், காலப்போக்கில் ஏதோ ஒன்று மாறும். உங்களுடைய தேர்ந்தெடுப்பாகத் தொடங்கிய அது, ஒரு கடப்பாடாக உருவெடுக்கும். பிறர் மத்தியில் எப்போதும் நீங்கள்தான் மிகவும் வலிமையானவராக இருப்பதை நீங்கள் கவனிக்கத் தொடங்குவீர்கள். ஆனால், சாய்ந்து கொள்ள ஒரு தோள் உங்களுக்குத் தேவைப்படும்போது, அங்கு எவருமே இல்லாதிருப்பதை நீங்கள் காண்பீர்கள். அப்போது உங்களுடைய உணர்ச்சிகள் ஒட்டுமொத்தமாக உங்களிடமிருந்து வடிந்துவிட்டிருப்பதைப்போலவும், நீங்கள் திக்குமுக்காடல் உணர்வில் மாட்டிக் கொண்டிருப்பதுபோலவும், இன்னும் சொல்லப் போனால், நீங்கள் திக்குத்திசை தெரியாமல் தவித்துக் கொண்டிருப்பதுபோலவும் நீங்கள் உணர்வீர்கள்.

> *சரியான முறையில் கருத்துப் பரிமாற்றம் மேற்கொள்ள முடியாதவர்கள், எல்லாவற்றையுமே ஒரு விவாதமாகத்தான் கருதுவர்.*

பிறருடைய உண்மையான பிரச்சனைகளைத் தீர்ப்பதற்கு உதவுவதைப் பற்றியது மட்டுமன்று இது. உங்களுடைய சொந்த உணர்ச்சிகளில் பிறருடைய உணர்ச்சிகளின் ஆற்றல் படிந்திருக்கும். பிறருடைய மன அழுத்தம் உங்களுடையதாகிவிடும், அவர்களுடைய மனவருத்தம் உங்களுடைய நாளுக்குள் வடியத் தொடங்கும். நீங்கள் இன்னும் அதிகமாகச் செய்திருந்திருக்க வேண்டுமோ, இன்னும் அதிகமாகப் பேசியிருந்திருக்க வேண்டுமோ என்ற ரீதியில் உரையாடல்களை நீங்கள் உங்களுடைய மனத்தில் மீண்டும் மீண்டும் ஓடவிட்டுக் கொண்டிருப்பீர்கள். சிலருடைய உரையாடல்களை

நீங்கள் முடிவுக்குக் கொண்டுவர விரும்பினாலும், அவர்களை அப்படித் துண்டிப்பது குறித்து நீங்கள் குற்றவுணர்வு கொள்ளக்கூடும். நீங்கள் போதுமான அளவு பிறருக்குக் கொடுத்திருக்கவில்லை என்ற உணர்வு உங்களை அழுத்திக் கொண்டிருக்கலாம். ஆனால், எந்த இடத்தில் நீங்கள் சற்று நிதானித்து இக்கேள்வியை உங்களிடம் கேட்கப் போகிறீர்கள்: *யார் என்னைத் தூக்கிச் சுமந்து கொண்டிருக்கிறார்கள்?*

சுய கணிப்பு: நீங்கள் சுமக்கும் பாரம்

> *மகிழ்ச்சியற்ற மனிதர்கள்தாம் பிறரிடம் கீழ்த்தரமாக நடந்து கொள்கின்றனர். இதை எப்போதும் நினைவில் வைத்திருங்கள்.*

நாம் இன்னும் ஆழமாகச் செல்வதற்கு முன், உங்களுடைய உறவுகள் குறித்து அசைபோடுவதற்குச் சிறிது நேரத்தை ஒதுக்குங்கள். உங்கள் வாழ்வில் இடம்பெற்றுள்ள ஒவ்வொரு நபரைப் பற்றியும் கீழ்க்கண்ட கேள்விகளை உங்களிடம் கேளுங்கள்:

- நான் இவர்களோடு நேரம் செலவிட்டப் பிறகு என்னுடைய ஆற்றல் அதிகரித்துள்ளதாக உணர்கிறேனா அல்லது வடிந்துள்ளதாக உணர்கிறேனா?
- அவர்களுக்காக நான் வரிந்து கட்டிக் கொண்டு செல்வதுபோல, நான் போராடிக் கொண்டிருக்கின்றபோது அவர்கள் எனக்கு ஆதரவுக் கரம் நீட்டுகிறார்களா?
- தொடர்புகளைத் தொடர்வதற்கான முன்முயற்சிகளை நான் நிறுத்திவிட்டால் அந்த உறவுகள் நீடிக்குமா?
- நான் கொடுப்பதைக் காட்டிலும் நான் பெறுவது குறைவாக இருப்பது குறித்து நான் அடிக்கடி விரக்தியடைகிறேனா?

இவற்றுக்கான பதில்கள், நீங்கள் தெரிந்து கொள்ள விரும்புகின்ற அனைத்தையும் உங்களுக்குத் தெரிவித்துவிடும்.

> *பல நேரங்களில், உங்களுடைய நண்பர்கள்தாம் உங்களுடைய எதிரிகளுக்கு உங்களைப் பற்றிய சமீபத்திய தகவல்களை அனுப்பி வைத்துக் கொண்டிருக்கக்கூடும். இது குறித்து நீங்கள் எச்சரிக்கையாக இருக்க வேண்டும்.*

பிறரின் சுமை

இவை அனைத்தும் மற்றொரு முக்கியமான விஷயத்திற்கு நம்மை இட்டுச் செல்கின்றன ... உங்களைச் சுற்றியுள்ளவர்களின் உணர்ச்சிக் கொந்தளிப்புகளுக்கான வடிகாலாக நீங்கள் இருந்து கொண்டிருக்கத் தேவையில்லை என்பதுதான் அது. வேறு ஒருவரை சௌகரியமாக உணரச் செய்வதற்காக நீங்கள் உங்களுடைய தேவைகளை மூட்டை கட்டி வைக்கத் தேவையில்லை. ஆனால், நீங்கள் துல்லியமாக அதைத்தான் செய்து கொண்டிருக்கிறீர்கள். பிறருடைய உணர்ச்சிகளுக்கு இடமளிப்பதற்காக உங்களுடைய உணர்ச்சிகளை நீங்கள் அடக்கிக் கொள்கிறீர்கள்; வேறொருவருடைய பிரச்சனைக்குத் தீர்வு காண்பதற்காக நீங்கள் உங்களுடைய ஆற்றலைத் தியாகம் செய்கிறீர்கள்; பிறரை இதமாக வைத்துக் கொள்வதற்காக நீங்கள் விறகாக எரிகிறீர்கள்.

உங்களுக்குச் சொந்தமில்லாதவற்றில் நீங்கள் எவ்வளவு ஆற்றலைச் செலவிட்டுக் கொண்டிருக்கிறீர்கள் என்பதை யோசித்துப் பாருங்கள்: உங்களைச் சுற்றியுள்ளவர்கள் மகிழ்ச்சியாக இருக்க வேண்டும் என்பதை உறுதிப்படுத்துவது உங்கள் பொறுப்பு என்று நீங்கள் நினைக்கிறீர்கள். நீங்கள் களைப்பாக இருக்கும்போதுகூட பிறருடைய வேண்டுகோள்களைத் தட்டிக்கழிப்பது குறித்து நீங்கள் குற்றவுணர்ச்சி கொள்கிறீர்கள். மற்றவர்கள் உங்களை அணுகாதிருக்கும்போதுகூட

நீங்கள் அவர்களுடைய சுமைகளை உங்கள் முதுகின்மீது ஏற்றிக் கொள்கிறீர்கள். தீர்க்கப்பட முடியாத அவர்களுடைய பிரச்சனைகளில்கூட நீங்கள் தலையிட்டுப் பஞ்சாயத்து செய்ய முயல்கிறீர்கள். இது கருணையன்று—இது உங்களை நீங்களே புறக்கணிப்பதாகும். பிறருடைய நலன்களுக்காக நீங்கள் தொடர்ந்து உங்களுடைய நலனைத் தியாகம் செய்வது என்பது பெருந்தன்மையுடன் நடந்து கொள்வதாகாது; உண்மையில் நீங்கள் உங்களுடைய ஆற்றலைக் கரைத்துக் கொண்டிருக்கிறீர்கள், அவ்வளவுதான்.

> *அவர்கள் உங்களைச் சேர்த்துக் கொள்ளவில்லை என்றால், அதில் தலையிடாதீர்கள். அவர்கள் உங்களிடம் ஒன்றைக் கூறவில்லை என்றால், அது பற்றி அவர்களிடம் கேட்காதீர்கள். அவர்கள் உங்களுக்கு அழைப்பு விடுக்கவில்லை என்றால், அங்குப் போகாதீர்கள். மற்றவர்களின் வாழ்க்கையில் உங்களுடைய இடம் எது என்பதை அறிந்து வைத்திருங்கள்.*

தீவிர மன அதிர்ச்சி குறித்து ஆய்வுகளை மேற்கொண்டுவருகின்ற சார்ல்ஸ் ஃபிக்லி, இப்பிரச்சனை குறித்துத் தெள்ளத்தெளிவாகப் புரிந்து வைத்துள்ளார். அதை அவர், ‘கருணைக் களைப்பு’ என்று அழைக்கிறார். பிறருடைய உணர்ச்சிசார் சுமைகளைத் தொடர்ந்து தங்களுடைய தோள்களுக்கு மாற்றிக் கொள்கின்ற நபர்களுக்கு ஏற்படுகின்ற அதீதச் சோர்வுக்கு ஒப்பானது இது (ஃபிக்லி, 2002). பிறருடைய மன வலிகளைத் தொடர்ந்து சுவீகரிக்கின்ற நபர்கள், இறுதியில், அதீத உணர்வுச் சோர்வு, பற்றின்மை, சாதனையுணர்வுக் குறைவு உட்பட, தீவிர மன அதிர்ச்சிக்கு ஆளாகின்றவர்கள் அனுபவிக்கின்ற வலிக்கு ஒப்பான வலியை அனுபவிக்கின்றனர் என்று ஃபிக்லியின் ஆய்வுகள் காட்டுகின்றன. பிறருடைய உணர்ச்சிச் சுமையைத் தூக்கிச் சுமப்பது கடினமானது மட்டுமன்று, அது உங்களுடைய ஆரோக்கியத்தின்

சீர்குலைவுக்கும் இட்டுச் செல்லக்கூடியது என்று அறிவியல் நிரூபித்துள்ளது. நீங்களும் இதை எப்போதும் உணர்ந்து வந்துள்ளீர்கள்.

ஏற்றுக் கொள்வதற்கு மிகக் கடினமான விஷயம் எது தெரியுமா? தங்களுடைய உணர்ச்சிச் சுமையை நீங்கள் சுமப்பதற்கு மக்கள் தொடர்ந்து அனுமதித்துக் கொண்டிருப்பர் என்பதுதான் அது. அவர்கள் தொடர்ந்து உங்களிடமே வருவர், தொடர்ந்து உங்களைச் சார்ந்திருப்பர், தொடர்ந்து தங்களுடைய சுமையை உங்கள்மீது இறக்கி வைப்பர். ஏனெனில், அவர்களுடைய சுமையை நீங்கள் ஏற்றுக் கொள்வீர்கள் என்பது அவர்களுக்குத் தெரியும். அவர்கள் மோசமானவர்கள் என்பது அதற்குக் காரணமன்று, மாறாக, அப்படிச் செய்வதை நீங்கள் அவர்களுக்கு எளிதாக்கியுள்ளீர்கள் என்பதே உண்மையான காரணம். தங்களுடைய சுமையைத் தாங்களே தூக்கிச் சுமக்க வேண்டியதில்லை என்பதை அவர்கள் அறிவர். ஏனெனில், அவர்கள் அப்படி உணர்வதற்கு முன்பாகவே அதை உங்களுடைய தோளுக்கு மாற்றிக் கொள்ள நீங்கள் எப்போதும் முன்வந்துவிடுகிறீர்கள். அதனால், அவர்களுடைய சுமை குறைகின்ற அதே நேரத்தில், உங்களுடைய சுமை அதிகரித்துக் கொண்டிருக்கும். அவர்களுடைய பிரச்சனை உங்கள் தோள்மீது வந்து அமர்ந்து கொள்ளும். அவர்களுடைய உணர்ச்சிகள் உங்களுடைய ஆற்றலை உறிஞ்சிக் கொண்டிருக்கும். மெதுவாக, உங்களை அறியாமலேயே, மற்றவர்களின் வாழ்க்கையில் நீங்கள் தொலைந்து போய்விடுவீர்கள்.

அந்த நபர்கள் உங்களுக்கானவர்களா இல்லையா என்பது இங்கு முக்கியமன்று. அவர்களுடைய நலனைப் பேணுவது உங்கள் பொறுப்பு என்ற ரீதியில் நீங்கள் எப்போதும் நடந்து கொண்டிருந்தால், ஒரு கட்டத்தில் நீங்கள் உங்களிடம் இக்கேள்வியைக் கேட்க வேண்டியிருக்கும்: “இது எனக்கு என்ன செய்து கொண்டிருக்கிறது?” ஏனெனில், நேசம் ஒருபோதும் உங்களுக்குச் சோர்வு ஏற்படுத்தக்கூடாது. பிறரை ஆதரிப்பது, உங்களை நீங்கள் இழந்து

கொண்டிருக்கிறீர்கள் என்ற உணர்வை ஒருபோதும் உங்களுக்கு ஏற்படுத்தக்கூடாது.

> *தாங்களே உருவாக்கிக் கொண்டுள்ள பிரச்சனையில் தங்களை ஒரு பலிகடாவாகக் கருதிக் கொண்டிருப்பவர்களிடமிருந்து விலகி இருங்கள்.*

ஒருதலைப்பட்சமான உறவுகளும் தவறான நம்பிக்கை வட்டமும்

இது மீண்டும் மீண்டும் தலைகாட்டுகின்ற ஒரு பிரச்சனை, அப்படித்தானே? நீங்கள் பிறருக்கு உங்கள் நேரத்தையும் உழைப்பையும் இன்னும் அதிகமாகக் கொடுத்தால், அவர்களை இன்னும் அதிகமாகப் புரிந்து கொண்டால், விஷயங்கள் மாறும் என்று உங்களை நீங்கள் நம்ப வைக்கிறீர்கள். நீங்கள் இன்னும் கூடுதலான பொறுமையுடன் இருந்தால், இன்னும் அதிகமாக மன்னித்தால், இன்னும் கூடுதலான ஆதரவு காட்டினால், நீங்கள் எதிர்பார்க்கின்ற அளவுக்கு அவர்கள் உங்களை மெச்சுவர் என்று நீங்கள் நினைக்கலாம். ஆனால், நீங்கள் எவ்வளவு கொடுத்தாலும் அது அவர்களுக்கு ஒருக்காலும் போதுமானதாக இருக்காது. நீங்கள்தான் எப்போதும் அதிகமாக முயற்சி செய்து கொண்டிருப்பீர்கள். நீங்கள்தான் எப்போதும் அவர்கள்மீது அக்கறை காட்டிக் கொண்டிருப்பீர்கள். பதிலுக்கு உங்களுக்கு என்ன கிடைக்கும் என்று நீங்கள் நினைக்கிறீர்கள்? நீங்கள் எப்படிக் கொடுக்கிறீர்களோ, அப்படி அது உங்களுக்குத் திரும்பக் கிடைக்காது.

தொடக்கத்தில், அங்கு ஒரு சமநிலையின்மை நிலவுவதை நீங்கள் கவனிக்கக்கூட மாட்டீர்கள். உறவுகள் என்றால் நிறைய உழைப்பு தேவை, பிறருக்கு உதவிக்கரம் நீட்டுவது ஒரு நல்ல விஷயம் என்று உங்களுக்கு நீங்களே சொல்லிக் கொள்வீர்கள். அது உண்மைதான் – பதிலுக்கு அவர்கள் அப்படி நடந்து கொள்ளாமல் இருப்பதை நீங்கள் புரிந்து கொள்கின்றவரை! ஆனால், நீங்கள்தான்

அவர்களுக்காக வரிந்து கட்டிக் கொண்டிருப்பீர்கள், நீங்கள்தான் அவர்களை எப்போதும் தொடர்பு கொள்ள முனைந்து கொண்டிருப்பீர்கள், தொடர்பு அறுந்து போகாமல் இருப்பதை நீங்கள் உறுதி செய்து கொண்டிருப்பீர்கள். நீங்கள் உங்களுடைய முயற்சியைக் கைவிட்டுவிட்டால், பெரும்பாலும் அந்த உறவு முடிவுக்கு வந்துவிடும். அப்படி நிகழ்வது உங்களுக்கு வலி ஏற்படுத்தும். ஏனெனில், நீங்கள் ஒப்புக் கொள்ள விரும்பாத ஒன்றைப் பார்க்க அது உங்களை வற்புறுத்தும். சிலர், உங்களை உண்மையிலேயே மதிப்பதால் அன்றி, தங்களுடைய வாழ்க்கை எளிதாக நடைபெறுவதற்கு நீங்கள் உதவியாக இருப்பதால்தான் உங்களைத் தங்கள் அருகில் வைத்துக் கொள்கிறார்கள் என்ற நிதர்சனம்தான் அது.

> *நான் எல்லை தாண்டிப் பிறருக்கு இனியும் உதவிக் கொண்டிருப்பதில்லை. நீங்கள் என்னைச் சந்திக்க எத்தனை அடிகள் எடுத்து வைக்கிறீர்களோ, அத்தனை அடிகள் நானும் உங்களை நோக்கி எடுத்து வைக்கத் தயாராக இருக்கிறேன். நீங்கள் எந்த அளவுக்கு என்னிடம் பேசுகிறீர்களோ, அந்த அளவுக்கு நானும் உங்களிடம் பேசுவேன். நீங்கள் உங்கள் வாழ்வில் எந்த அளவுக்கு என்னைச் சேர்த்துக் கொள்கிறீர்களோ, அந்த அளவுக்கு நானும் உங்களை என் வாழ்வில் சேர்த்துக் கொள்வேன். இதுவரை நான் பிறரின் நீட்சியாக இருந்து வந்துள்ளது போதும்.*

நீங்கள் இயல்பாகவே பிறருக்கு உங்களுடைய நேரத்தையும் ஆற்றலையும் கொடுக்கின்ற ஒரு நபராக இருக்கின்ற பட்சத்தில், அது குறித்துக் கணக்கு வைத்துக் கொள்வதைப் பற்றி நீங்கள் ஒருபோதும் யோசித்திருக்க மாட்டீர்கள் என்பதுதான் இங்குப் பிரச்சனை. நீங்கள் பதிலுக்கு எதையும் எதிர்பார்க்க மாட்டீர்கள் – குறைந்தபட்சம் தொடக்கத்தில்! உங்களுடைய பரிவு, பெருந்தன்மை, அருகாமை போன்றவை ஒரு நாள் மெச்சப்படும் என்று நீங்கள் அனுமானித்திருப்பீர்கள். நீங்கள் அவர்களுக்காக எவ்வளவு செய்கிறீர்கள் என்பதை

அவர்கள் கவனித்து, தாங்களாகவே உங்களுக்குக் கைம்மாறு செய்வார்கள் என்று நீங்கள் மனப்பால் குடித்துக் கொண்டிருப்பீர்கள். ஆனால், எல்லோரும் உங்கள் முயற்சிக்கு மதிப்பளிப்பதில்லை என்பதையும், நீங்கள் காட்டுகின்ற பரிவுக்குப் பதிலீடாக அதே அளவு உங்கள்மீது பரிவு காட்டப்பட வேண்டும் என்ற ரீதியில் அவர்கள் அதைப் பார்ப்பதில்லை என்பதையும் நீங்கள் தாமதமாகவே உணர்வீர்கள்.

அதனால், நீங்கள் இன்னும் கூடுதலாகக் காத்துக் கொண்டிருந்தால், இன்னும் கூடுதலாக அவர்கள்மீது முதலீடு செய்தால், வலியை இன்னும் பொறுத்துக் கொண்டிருந்தால், விஷயங்கள் மாறும் என்ற நம்பிக்கையை நீங்கள் சிக்கெனப் பிடித்துக் கொண்டிருப்பீர்கள். அவர்கள் கூறுகின்ற நொண்டிச்சாக்குகளை, அவர்கள் வழங்குகின்ற வாக்குறுதிகளை மீண்டும் மீண்டும் உங்கள் மனத்தில் அசைபோட்டுப் பார்த்து, மாற்றம் விரைவில் வந்துவிடும் என்று உங்களை நீங்கள் நம்ப வைத்துக் கொண்டிருப்பீர்கள். ஆனால், அது ஒருபோதும் வரப் போவதில்லை. மிஞ்சிப் போனால், அவர்கள் உங்களிடம் மன்னிப்பு வேண்டுமானால் கேட்கலாம். ஆனால், எதுவும் மேம்படப் போவதில்லை. முயற்சி செய்யப் போவதாக அவர்கள் கூறக்கூடும். ஆனால், நீங்கள் தொடர்ந்து அந்த அதீதக் களைப்புச் சுழற்சியில் மாட்டிக் கொண்டிருப்பீர்கள், ஒருக்காலும் நிகழப் போகாத மாற்றத்திற்காக நீங்கள் ஏங்கிக் கொண்டிருப்பீர்கள்.

கடினமான தனிப்பட்ட மாற்றங்களை மேற்கொள்ள முனைந்த ஆயிரக்கணக்கான நபர்களை, 1980களில், புரோசாஸ்கா, டிகிளெமென்ட் ஆகிய ஆய்வாளர்கள் இருவர் ஆய்வு செய்தனர். அந்த ஆய்வின் முடிவு புரட்சிகரமான விஷயங்களை வெளிப்படுத்தியது. அர்த்தமுள்ள தனிப்பட்ட மாற்றங்கள் முன்கூட்டியே கணிக்கத்தக்க நிலைகளைப் பின்பற்றுகின்றன; ஆனால், அவர்கள் தங்களுடைய உள்ளார்ந்த ஊக்குவிப்பை வளர்த்துக் கொண்டால் மட்டுமே அது சாத்தியமே அன்றி, அவர்கள் மாற வேண்டும் என்று பிறர் விரும்புவதால் அந்த மாற்றங்கள் நிகழ்வதில்லை (புரோசாஸ்கா &

டிகிளெமென்ட், 1983). பல கட்டங்களை உள்ளடக்கிய, மாற்றம் குறித்த அவர்களுடைய மாதிரி, பிறர் மாற வேண்டும் என்ற உங்களுடைய ஆழமான எதிர்பார்ப்பு அடிப்படையில் எந்த அளவுக்குத் தவறானது என்பதை ஐயமற நிரூபித்துள்ளது.

சிலர், நீங்கள் கொடுக்கக் கொடுக்க, எந்தவிதமான சிந்தனையுமின்றி வாங்கிக் கொண்டே இருப்பார்கள். அதற்காக அவர்கள் மோசமானவர்கள் என்ற முத்திரையை அவர்கள்மீது நீங்கள் குத்திவிட முடியாது. ஏனெனில், அதற்கு நீங்கள்தாம் காரணம். வாங்குவதை எளிதாக்கிய குற்றவாளி நீங்கள்தாம். அவர்கள் எதுவுமே செய்யத் தேவையில்லை என்ற யதார்த்தத்தை உருவாக்கியதே நீங்கள்தாம். அந்தப் பாத்திரத்தை அவர்கள் மகிழ்ச்சியுடன் ஏற்றுக் கொண்டார்கள். நீங்கள் எப்படி இருக்கிறீர்கள் என்று பேச்சுக்குக்கூட அவர்கள் கேட்க மாட்டார்கள். உங்களுக்கு ஆதரவுக் கரம் தேவைப்படும்போது அவர்கள் கையை நீட்ட மாட்டார்கள். அவர்கள் எத்தகைய முயற்சியும் செய்ய மாட்டார்கள். ஏனெனில், அவர்கள் அப்படிச் செய்ய வேண்டியதில்லை. அவர்களுக்காக நீங்கள் அதைச் செய்துவிடுவீர்கள் என்பதை அவர்கள் அறிவர்.

அவர்களைக் கைகழுவுவது உங்களுக்குக் கடினமாக இருப்பதற்குக் காரணம், அவர்களை நீங்கள் நேசிக்கிறீர்கள் என்பது மட்டுமன்று. அவர்களைப் பற்றி நீங்கள் உங்கள் மனத்தில் உருவாக்கி வைத்துள்ள பிம்பத்துடன் உணர்ச்சிரீதியாக நீங்கள் உங்களைப் பிணைத்துக் கொண்டிருப்பதுதான் முக்கியக் காரணம். அவர்கள் போதுமான அளவு முயற்சி செய்தால் அவர்களால் எத்தகைய நபர்களாக இருக்க முடியும் என்று நீங்கள் நினைக்கிறீர்களோ, அந்தப் பிம்பம் அது. ஆனால், அந்தப் பிம்பம் உங்களுடைய கற்பனையில் மட்டும்தான் இருக்கிறது. ஆனால், மாற மறுக்கின்ற அவர்களுடைய உண்மையான சுயம்தான் உங்களுக்கு மன வலியை ஏற்படுத்திக் கொண்டிருக்கிறது.

உங்களுடைய ஆரோக்கியத்திற்குக் கொடுக்கப்படுகின்ற விலை

பிறருடைய சுமையைத் தூக்கிச் சுமப்பது என்பது வெறுமனே களைப்பு ஏற்படுத்துகின்ற விஷயம் மட்டுமன்று. அது உங்களை முற்றிலுமாக ஆற்றலிழக்கச் செய்துவிடுகிறது. நீங்கள் மன அழுத்தத்தை அனுபவித்துக் கொண்டிருக்கும்போது உங்கள் உடலில் தூண்டப்படுகின்ற அதே செயல்விடைகள்தாம் நீங்கள் உணர்ச்சிரீதியாகத் திக்குமுக்காடிக் கொண்டிருக்கும்போதும் தூண்டப்படுகின்றன. பிறரால் உங்களுக்கு ஏற்படுகின்ற மன வேதனைக்கும், நீங்களாகவே உணர்கின்ற மன வேதனைக்கும் இடையே உங்கள் உடலால் பிரித்துணர முடியாது. இரண்டிலும் உங்கள் உடல் அதே ஹார்மோன்களை அதீதமாகச் சுரக்கிறது.

அதன் காரணமாக, போதுமான தூக்கம் உங்களுக்குக் கிடைத்தாலும் நீங்கள் எப்போதும் களைப்பாக உணர்வீர்கள். உங்கள் உடல் வலிக்கும். உங்கள் மனம் குழப்பமாக இருக்கும். உங்களுடைய நோயெதிர்ப்பு சக்தி பலவீனமடையும். உங்கள் மன அழுத்தம் படிப்படியாக அதிகரிக்கும். ஒரு கட்டத்தில், அதற்கு மேல் கொடுப்பதற்கு உங்களிடம் எதுவும் இல்லை என்று நீங்கள் உணர்வீர்கள். நீங்கள் அக்கட்டத்தை அடையும்போது, நீங்கள் அதுவரை உதவிக் கொண்டிருந்த நபர்கள் உங்களுக்கு எப்படி உதவுவது என்று தெரியாமல் குழப்பமடைவார்கள். ஏனெனில், அதற்கு முன்பு, அப்படிச் செய்தாக வேண்டிய ஒரு சூழலை அவர்கள் எதிர்கொண்டதில்லை.

தொடர்ந்து பிறர் தொடர்பான உணர்ச்சிசார் சுமையைத் தூக்கிச் சுமந்து கொண்டிருப்பவர்கள், மனச் சோர்வு, மன அழுத்தம், தூக்கமின்மை, கோபம், தலைவலி, செரிமானக் கோளாறு, உயர் இரத்த அழுத்தம் போன்றவற்றால் பாதிக்கப்படக்கூடிய ஆபத்தை எதிர்கொள்ள நேரிடலாம் என்று ஆய்வுகள்

தெரிவிக்கின்றன. நீங்கள் உங்களுடைய மன உறுதியால் விஷயங்களைக் கண்டுகொள்ளாமல் இருந்தாலும், உணர்ச்சிச் சுமை ஏற்படுத்துகின்ற பாதிப்பு உங்கள் உடலில் அதிகரித்துக் கொண்டே போகும். பிறருடைய சுமையைத் தூக்கிச் சுமப்பது உங்கள் உடலில் தாக்கம் ஏற்படுத்துவதாக நீங்கள் உணர்வது உங்களுடைய கற்பனையன்று. அது நிஜமென்று நிரூபிக்கப்பட்டுள்ளது.

> *நீங்கள் எந்த அளவுக்குக் காயப்பட்டுள்ளீர்கள் என்பதன் பிரதிபலிப்புதான் உங்களுடைய கோபம். யாரும் இதைப் புரிந்து கொள்வதில்லை.*

ஒரு கட்டத்தில், அதற்கு மேல் தாக்குப்பிடிக்க முடியாது என்ற நிலையை நீங்கள் அடைவீர்கள். உங்களுடைய ஆற்றல் முற்றிலுமாக வடிந்து போயிருந்தாலும், அது வாழ்க்கையின் ஓர் அம்சம் என்று நீங்கள் உங்கள் மனத்தைத் தேற்றிக் கொள்வீர்கள். நீங்கள் திக்குமுக்காடல் உணர்வால் தவித்தாலும், எல்லாவற்றையும் கையாள வேண்டியது உங்கள் கடமை என்று உங்களை நீங்களே சமாதானப்படுத்திக் கொள்வீர்கள். உங்களிடம் வெறுப்புணர்வு தோன்றினாலும், பின்வாங்குவதற்குப் பதிலாக நீங்கள் மேன்மேலும் கொடுத்துக் கொண்டிருப்பீர்கள், மேன்மேலும் சுமையைத் தாங்கிக் கொண்டிருப்பீர்கள். பின் ஒரு நாள் விழித்தெழுந்து, இதற்கு மேல் சமாளிக்க முடியாத நிலையை நீங்கள் அடைந்துள்ளதை நீங்கள் உணர்வீர்கள். ஆனால், வாழ்க்கை என்பது இப்படி உணர்வதாக இருக்கக்கூடாது.

உங்களுடைய ஆற்றலை மீட்டெடுப்பதற்கும், ஆரோக்கியமான எல்லைகளை வரையறுத்துக் கொள்வதற்குமான பயணம், இப்புரிதலிலிருந்துதான் தொடங்குகிறது. உங்களுடைய சொந்த ஆரோக்கியத்திற்கு முன்னுரிமை கொடுப்பது சுயநலமாகாது. உண்மையில், அது இன்றியமையாத ஒன்று. ஏனெனில், நீங்களே ஆற்றலிழந்து இருக்கும்போது, மற்றவர்களை உங்களால் சிறப்பாகக் கவனித்துக் கொள்ள முடியாது என்பதே அப்பட்டமான உண்மை. உண்மையான கருணை

என்பது சுய கருணையையும் உள்ளடக்கியதாக இருந்தாக வேண்டும். சில சமயங்களில், நீங்கள் உங்களுக்காகவும் பிறருக்காகவும் செய்யக்கூடிய மிகக் கனிவான காரியம், பிறருடைய சுமைகளைச் சுமப்பதை நிறுத்திக் கொள்வதாகத்தான் இருக்கும்.

பிறருடைய பிரச்சனைகளைத் தூக்கிச் சுமப்பது இறுதியில் இந்த முக்கியமான கேள்விக்கு உங்களை இட்டுச் செல்லும்: குற்றவுணர்ச்சியில் மூழ்காமல் இந்தச் சுமையை எப்படி இறக்கி வைப்பது? நீங்கள் உங்களுடைய ஆற்றலையும் உங்களுடைய ஆரோக்கியத்தையும் மீட்டெடுக்க முயல்கின்ற அக்கணத்தில், உங்களை அதிலிருந்து மீளவிடாமல் தடுக்கின்ற ஒரு வலுவான சக்தியை நீங்கள் எதிர்கொள்வீர்கள்; நீங்கள் உங்களுக்கு முன்னுரிமை கொடுப்பதன் மூலம் சுயநலமாக நடந்து கொள்கிறீர்கள் என்று ஒரு குரல் உங்கள் காதில் கிசுகிசுக்கும். குற்றவுணர்ச்சிதான் அது. உங்களுக்கு அத்தியாவசியமாகத் தேவைப்படுகின்ற எல்லைகளை வகுத்துக் கொள்வதிலிருந்து உங்களைத் தடுக்கின்ற, கண்ணுக்குப் புலப்படாத ஒரு சங்கிலியாக குற்றவுணர்ச்சி எப்படி உருவெடுத்துள்ளது என்பதை நாம் இப்போது ஆராயலாம்.

அத்தியாயம் 8

குற்றவுணர்ச்சியின் சக்தியும் எல்லைகளை நிர்ணயிப்பதற்கான போராட்டமும்

தங்களுக்கு ஒரு காரியம் நிகழ்ந்தால் அதைப் பொறுத்து கொள்ளாதவர்கள், அதே காரியத்தை மற்றவர்களுக்குச் செய்கின்றபோது அதை அவர்கள் பொறுத்துக் கொள்ள வேண்டும் என்று எதிர்பார்ப்பது மற்ற அனைத்தையும்விட அதிகமாக என்னை எரிச்சல்படுத்துகிறது.

எல்லைகளை வகுத்துக் கொள்வது கடினமானதன்று. அது குறித்து நீங்கள் குற்றவுணர்ச்சி கொள்ளவோ, அது சரியான காரியம்தானா என்று சந்தேகிக்கவோ, அல்லது நீங்கள் மக்களைக் கைவிடுகிறீர்கள் என்று பயப்படவோ தேவையில்லை. ஆனால், எக்காரணத்தினாலோ அது அப்படித்தான் நடக்கிறது. நீங்கள் முடியாது என்று கூறுகின்ற ஒவ்வொரு முறையும், உங்களுடைய தேவையை வெளிப்படையாகக் கூறுகின்ற ஒவ்வொரு முறையும், உங்களுடைய ஆற்றலை அடியோடு உறிஞ்சுகின்ற விஷயத்தை நீங்கள் மறுக்கின்ற ஒவ்வொரு முறையும், குற்றவுணர்ச்சி உங்களுக்குள் ஊடுருவி இவ்வாறு

கிசுகிசுக்கும்:

- "நீ சுயநலமாகச் செயல்பட்டுக் கொண்டிருக்கிறாயா?"
- "இதனால் அவர்கள் மனமுடைந்து போனால்?"
- "நீ அவர்கள்மீது அக்கறை கொண்டிருக்கவில்லை என்று அவர்கள் நினைத்துவிட்டால்?"

நீங்கள் அறிவதற்கு முன்பாகவே, எல்லாவற்றுக்கும் சரி என்று கூறுகின்ற பழைய பழக்கத்திற்கு நீங்கள் திரும்பிவிடுவீர்கள். எல்லைகளை வகுப்பது கொண்டுவருகின்ற அசௌகரியத்தைத் தவிர்ப்பதற்காக, அளவுக்கதிகமாக விளக்குகின்ற, அளவுக்கதிகமாக மன்னிப்பு கேட்கின்ற, உங்களுடைய சக்திக்கு மீறிய விதத்தில் செயல்படுகின்ற பழக்கத்திற்கு நீங்கள் மாறியிருப்பதை நீங்கள் காண்பீர்கள்.

அனைத்தையும் கேள்வி கேட்கின்ற ஒரு நிலைக்குக் குற்றவுணர்ச்சி உங்களைத் தள்ளிவிட்டுவிடும். மற்றவர்களுடைய எதிர்பார்ப்புகளை நீங்கள் நிறைவேற்றாவிட்டால், அது குறித்து அவர்கள் மோசமாக உணர்ந்தால், அதற்கு நீங்கள்தான் பொறுப்பேற்க வேண்டும் என்று அது உங்களை நம்ப வைக்கும். நீங்கள் உண்மையிலேயே அவர்கள்மீது அக்கறை கொண்டிருந்தால், நீங்கள் அவர்கள் பக்கம் தொடர்ந்து இருக்க வேண்டும், அவர்களுக்காகத் தொடர்ந்து முயற்சிக்க வேண்டும், உங்களுக்குக் கடினமாக இருந்தாலும் நீங்கள் தொடர்ந்து கொடுத்துக் கொண்டிருக்க வேண்டும் என்று அது முழங்கும். குற்றவுணர்ச்சி பலமானதாக இருப்பதற்குப் பின்னால் ஓர் உளவியல் காரணி இருக்கிறது. இழப்பை ஈடுகட்டுவதற்காக, ஒன்றில் மீண்டும் மீண்டும் முதலீடு செய்கின்ற தவறான போக்கு அது. நீங்கள் ஏற்கனவே ஒரு விஷயத்தில் உங்களுடைய ஆற்றலையும் நேரத்தையும் ஏராளமாகக் கொட்டியிருந்திருப்பீர்கள். அதனால், அதிலிருந்து வெறுங்கையோடு வெளியே வருவது கடினமாகத்தான் இருக்கும். நீங்கள் எவ்வளவு அதிகமாக அதில் முதலீடு செய்துள்ளீர்களோ,

அது அவ்வளவு அதிகக் கடினமாக இருக்கும். உங்களுடைய மூளை உங்களிடம், “நீ இந்த உறவில் ஏற்கனவே பல ஆண்டுகளைச் செலவிட்டுவிட்டாய். இந்த நட்பு நீடிப்பதற்காக நீ ஏற்கனவே கடினமாக மெனக்கெட்டுவிட்டாய். இப்போது நீ இதிலிருந்து விலகினால், அவ்வளவும் வீணாகிவிடும், இல்லையா?” என்று கேட்கும்.

இந்த உணர்ச்சி, வளர்ச்சிச் செயல்பாட்டிலும் புகுந்துவிடும். வளர்ச்சி எவ்வளவு அதிகமாக இருக்கிறதோ, குற்றவுணர்ச்சியும் அவ்வளவு அதிகமாக இருக்கும். நீங்கள் எவ்வளவு அதிகச் சிறப்பானவராக ஆகிறீர்களோ, உங்களுக்கு ஒத்திசைவாக இல்லாத இடங்களில் இருப்பது உங்களுக்கு அவ்வளவு அதிகக் கடினமாக இருக்கும். நீங்கள் ஒருவரை ஆழமாக நேசித்துவிட்டு, அவர்களோடு சேர்ந்து மகிழ்ச்சியுடன் இருந்துவிட்டு, பின்னர் அவர்களிடமிருந்து மெதுவாக விலகிக் கொண்டிருப்பதுபோல உணர்வது ஒரு விதமான விநோதமான துக்கமாகும். அவர்களுக்குப் பழக்கப்பட்டுப் போயுள்ள உங்களுடைய பிம்பத்தின்படி நடந்து கொள்ள நீங்கள் கடமைப்பட்டுள்ளீர்கள் என்பதிலிருந்து வருகின்ற குற்றவுணர்வு இது. அவர்கள் உங்களுடைய கடந்தகாலத்தில் உங்களுடன் இருந்தவர்கள் என்பதால், நீங்கள் இப்போதும் உங்களுடைய அதே முகத்தை அவர்களிடம் காட்ட வேண்டும் என்ற உங்களுடைய நினைப்பால் இது வருகிறது.

உங்களுடைய பாத்திரம் எந்த அளவுக்குத் தேவையோ அதைத் தாண்டி நடந்து கொள்வதை நீங்கள் நிறுத்திக் கொள்ளுங்கள். மற்றவர்கள் உங்களிடம் எப்படி நடந்து கொள்கிறார்களோ, கச்சிதமாக அப்படியே அவர்களிடம் நடந்து கொள்ளுங்கள்.

கண்ணுக்குப் புலப்படாத எல்லைகள் எவ்வாறு ஏமாற்றத்தை உருவாக்குகின்றன

நம்பிக்கை மற்றும் ஏமாற்றம் என்று மாறி மாறி

வருகின்ற சுழற்சி வட்டம், எல்லைகளை வரையறுத்துக் கொள்ள முடியாத உங்களுடைய போக்கால் மேலும் தூண்டிவிடப்படும். உங்களை எப்படி நடத்த வேண்டும் என்பதை மக்கள் தாங்களாகவே கற்றுக் கொள்ள மாட்டார்கள். அதை நீங்கள்தான் அவர்களுக்குத் தெளிவுபடுத்த வேண்டும். உங்களை அசௌகரியப்படுத்துகின்ற ஒன்றை நீங்கள் சகித்துக் கொள்கின்ற ஒவ்வொரு முறையும், வெளிப்படையாகப் பேசுவதற்குப் பதிலாக நீங்கள் உங்களுடைய வாயை மூடிக் கொள்கின்ற ஒவ்வொரு முறையும், முடியாது என்று சொல்வதற்குப் பயந்து சரி என்று நீங்கள் சொல்கின்ற ஒவ்வொரு முறையும், நீங்கள் ஒரு செய்தியை அனுப்புகிறீர்கள். இதுதான் அச்செய்தி: “என்னுடைய உணர்ச்சிகள் ஒரு பொருட்டல்ல. என்னுடைய தேவைகள் ஒரு பொருட்டல்ல. நீங்கள் எப்படி விரும்புகிறீர்களோ அப்படி நீங்கள் என்னை நடத்தலாம், நான் அதை ஏற்றுக் கொள்வேன்.”

இவை அனைத்தும் எடுத்த எடுப்பிலேயே தொடங்கிவிடுவதில்லை. அவை மெதுவாகத் தொடங்கும். முதலில், சின்னச் சின்ன விஷயங்களில் உங்களைத் தொந்தரவு செய்ய ஒருவரை நீங்கள் அனுமதிப்பீர்கள். உங்களை அழைக்கின்ற ஒரு நண்பர் சொல்லாமல் கொள்ளாமல் திடீரென்று சந்திப்புகளை இரத்து செய்ய நீங்கள் அனுமதிப்பீர்கள். உங்களை அசௌகரியமாக உணரச் செய்யும் விதத்தில் பேசுவதற்கு நீங்கள் உங்களுடைய துணைவரை அனுமதிப்பீர்கள். அவை ஒன்றும் பெரிய விஷயம் அல்ல என்று அவற்றை நீங்கள் ஒதுக்கித் தள்ள முனைவீர்கள். ஆனால், காலப்போக்கில் அது கூடிக் கொண்டே செல்லும். நீங்கள் எவ்வளவு அதிகமாக அனுமதிக்கிறீர்களோ, அவ்வளவு அதிகமாக அவர்கள் எடுத்துக் கொள்வர். திரும்பிப் பார்ப்பதற்குள், எல்லைகள் எதுவுமில்லாத ஓர் உறவுக்குள் நீங்கள் மாட்டிக் கொண்டிருப்பீர்கள். அப்போது, நீங்கள் அவர்களால் பயன்படுத்தப்பட்டுக் கொண்டிருக்கிறீர்கள் என்ற உணர்வு உங்களுக்கு ஏற்படும். நீங்கள் அவர்களுடைய வாழ்வில் இல்லாதிருப்பதுபோல அவர்கள் நடந்து

கொள்ளக்கூடும். உங்களுடைய தேவைகளுக்கும் முக்கியத்துவம் கொடுக்கப்பட வேண்டும் என்று நீங்கள் தெளிவுபடுத்தாமல் விட்டுவிட்டதுதான் இதற்குக் காரணம்.

இது ஒரு கசப்பான உண்மை: நீங்கள் நடைமுறைப்படுத்துகின்ற எல்லைகளை மட்டுமே மக்கள் மதிப்பர். நீங்கள் எந்தவிதமான எல்லைகளையும் வகுத்துக் கொள்ளவில்லை என்றால், மக்கள் தாங்களாகவே முன்வந்து உங்களுடைய நேரத்தையும் ஆற்றலையும் பரிவையும் தங்களுக்குச் சாதகமாகப் பயன்படுத்திக் கொள்வதை நிறுத்திக் கொள்ள மாட்டார்கள். அதற்காக அவர்கள் மோசமானவர்கள் என்று அர்த்தமில்லை. மாறாக, அவர்கள் வேறு விதங்களில் சிந்திப்பதற்கு நீங்கள் ஒருபோதும் அவர்களுக்கு வாய்ப்பளித்ததில்லை.

> *அவர்கள் உங்களை மதிப்புக் குறைவாக நடத்துவதை நீங்கள் தொடர்ந்து அனுமதிக்காமல் இருப்பதுகூட தங்களுக்கு இழைக்கப்படுகின்ற மரியாதைக் குறைச்சல் என்று நினைக்கின்ற அளவுக்கு விசித்திரமாக நடந்து கொள்கின்ற சிலர் இருக்கத்தான் செய்கின்றனர்.*

நீங்கள் எல்லைகளை வகுத்துக் கொள்ளாவிட்டால், எப்போது வேண்டுமானாலும், தங்களால் அணுக முடிகின்ற ஒருவராக, தாங்கள் சொல்கின்ற அனைத்தோடும் ஒத்துப் போகின்ற ஒருவராக, தங்களுக்காக எதை வேண்டுமானாலும் தியாகம் செய்யத் தயாராக இருக்கின்ற ஒருவராகப் பிறர் உங்களைக் கருதுவர். எளிதில் அணுகக்கூடிய ஒருவர் என்ற முத்திரையை அது உங்களுக்குப் பெற்றுக் கொடுக்கலாம். ஆனால், உண்மையில் அது உங்களைக் கொஞ்சம் கொஞ்சமாகச் சாகடித்துக் கொண்டிருக்கும். முன்னுரிமைப் பட்டியலில் நீங்கள் உங்களைக் கடைசி நிலையில் வைத்திருப்பது உங்களைக் கடுமையாகச் சோர்வடையச் செய்துவிடும். எப்போதும் விட்டுக்கொடுக்கின்ற ஒருவராக, எல்லாவற்றிலும் சமரசம் செய்து கொள்கின்ற ஒருவராக நீங்கள்

இருந்தாலும், அதை உங்களுக்காகச் செய்ய எவரும் தயாராக இருப்பதில்லை.

எல்லைகளை வகுத்துக் கொள்வது ஏன் கடினமாக இருக்கிறது? பயம்தான் அதற்கான அடிப்படைக் காரணம். மற்றவர்களுடைய மனங்களை நோகடித்துவிடுவோமோ என்ற பயம், விஷயங்கள் கடினமாகிவிடுமோ என்ற பயம், தாங்கள் கைவிடப்பட்டுவிடுவோமோ என்ற பயம் ஆகியவை அவற்றில் குறிப்பிடத்தக்கவை. நீங்கள் முடியாது என்று கூறத் தொடங்கினால் மக்கள் உங்களைவிட்டு அகன்றுவிடுவர் என்று நீங்கள் கவலைப்படுவீர்கள். நீங்கள் உங்களுக்காகக் குரல் கொடுத்தால், அதற்காக நீங்கள் எடைபோடப்படுவீர்கள் என்று நீங்கள் கவலைப்படுவீர்கள். ஜான் பவுல்டியின் பிணைப்புக் கோட்பாடு, இந்தப் பயங்கள் ஏன் நம்முள் ஆழமாக ஊடுருவியுள்ளன என்பதைத் தெளிவாக எடுத்துரைக்கிறது. நம்முடைய வருங்கால அனுபவங்கள் அனைத்திற்கும் நம்முடைய குழந்தைப்பருவத்து அனுபவங்கள் கட்டியம் கூறுகின்றன என்று அவருடைய பல பத்தாண்டுகால ஆய்வுகள் வெளிப்படுத்துகின்றன. நீங்கள் எல்லைகளை வகுத்துக் கொள்வது அல்லது உங்களுடைய தேவைகளை வெளிப்படையாகத் தெரிவிப்பது எப்படியோ உங்களுக்குத் தண்டனையைப் பெற்றுக் கொடுத்துவிடும் அல்லது பிறர் உங்களை மறுதலிக்கும்படி செய்துவிடும் என்று உங்களுடைய குழந்தைப்பருவத்து அனுபவங்கள் உங்களுக்குக் கற்றுக் கொடுத்திருந்தால், எல்லைகளை வகுப்பது குறித்த ஆழமான பய உணர்வு உங்களிடம் உருவாகியிருக்கும் (பவுல்டி, 1988). உங்களுடைய சொந்த நலனைப் பாதுகாப்பதைக் காட்டிலும் சமாதானத்தைப் பேணுவது முக்கியமானது என்று நம்புவதற்கு நீங்கள் பழக்கப்படுத்தப்பட்டிருந்திருக்க வேண்டும்.

ஆனால், நீங்கள் இதைப் புரிந்து கொள்ள வேண்டும்: உங்களை உண்மையாக மதிப்பவர்கள், உங்கள்மீது அக்கறை கொண்டிருப்பவர்கள், நீங்கள் எல்லைகளை வகுத்துக் கொள்வதற்காக உங்கள்மீது ஒருபோதும் கோபம் கொள்ள மாட்டார்கள். அவர்கள்

தங்களை மாற்றிக் கொள்வார்கள். யார் அது குறித்து உளைச்சல் கொள்வார்கள் தெரியுமா? உங்களை உண்மையிலேயே மதிக்காதவர்களும், உங்கள்மீது அக்கறை கொண்டிராதவர்களும்தாம்.

> *பிறர்மீது பழி போடாமல், பொறுப்பெடுத்துக் கொள்வதையும், கருத்துப் பரிமாற்றத்தைச் செவ்வனே செய்வதையும், மன்னிப்பு கேட்கத் தயங்காமல் இருப்பதையும் கற்றுக் கொள்ளாதவரை, ஒருவரை வளர்ச்சியடைந்தவர் என்று கூற முடியாது.*

குற்றவுணர்ச்சி எப்படி எல்லைகள் இல்லாத உறவுகளுக்குள் உங்களை மாட்டி வைத்துவிடுகிறது என்பதை நீங்கள் புரிந்து கொண்ட பிறகு, இன்னும் கூடுதலான ஒரு சவாலை நீங்கள் எதிர்கொள்வீர்கள். அது வெறுமனே எல்லைகளை வரையறுத்துக் கொள்வதைப் பற்றியது அன்று. அதற்குப் பிறகு என்ன நடக்கிறது என்பதைப் பற்றியது அது. நாம் வகுத்துக் கொள்கின்ற எல்லைகள் ஒவ்வொன்றையும் நியாயப்படுத்த நாம் ஏன் முனைகிறோம் என்பதைப் பற்றியது அது. நம்முடைய உள்வட்டத்திற்குள் நுழைவதற்குத் தகுதியானவர்கள் என்ற நிலையை அடைந்திராதவர்களிடம்கூட நாம் ஏன் நம்முடைய வளர்ச்சி குறித்துத் தேவைக்கு அதிகமாக விளக்கிக் கொண்டிருக்கிறோம்? உங்களுடைய ஆற்றலை மீட்டெடுப்பதற்கு, நீங்கள் முதலில் விவரிப்பதை நிறுத்த வேண்டும், தேவையற்றவற்றைக் கைவிடுவது எப்படி என்பதைக் கற்றுக் கொள்ள வேண்டும்.

அத்தியாயம் 9

அளவுக்கதிகமாக விளக்குதல் எனும் பொறி

சில நேரங்களில் நீங்கள் வெறுமனே நிறுத்திக் கொள்ள வேண்டும். கோபப்படவோ அல்லது மனமுடைந்து போகவோ தேவையில்லை.

நீங்கள் எந்த அளவுக்குப் பிறருடைய சுமைகளைத் தூக்கிச் சுமந்து கொண்டிருக்கிறீர்கள் என்பதையும், எல்லைகளை வரையறை செய்து கொள்வதற்கான தேவையையும் நீங்கள் புரிந்து கொள்ளத் தொடங்குகின்றபோது, நீங்கள் புதிய சவால் ஒன்றை எதிர்கொள்வீர்கள்: உங்களுடைய தீர்மானங்கள் குறித்து அளவுக்கதிகமாக விளக்குதல் மற்றும் உங்களுடைய வளர்ச்சியை நியாயப்படுத்துதல். நீங்கள் மேற்கொள்கின்ற ஒவ்வொரு தீர்மானமும் பிறர் ஏற்றுக் கொள்ளும்படியான காரணங்களோடு இருந்தாக வேண்டும் என்று நீங்கள் நம்ப வைக்கப்பட்டுள்ளீர்கள். பிறர் உங்களுடைய நடத்தையால் பாதிக்கப்பட்டிருந்தால், உங்களுடைய நிலைப்பாட்டை அவர்களுக்குப் புரிய வைக்க நீங்கள் கூடுமானவரை முயற்சிகள் மேற்கொள்ள வேண்டும் என்று உங்களுக்குக் கற்றுக் கொடுக்கப்பட்டுள்ளது. நீங்கள் மாறினாலோ,

உங்களுடைய வளர்ச்சியை விஞ்சிய ஒன்றில் நீங்கள் ஈடுபட்டாலோ, அல்லது நீங்கள் ஏற்கனவே செய்து கொண்டிருந்த ஒன்றை இனியும் செய்யாமல் இருக்க முடிவு செய்தாலோ, அதற்கு உங்களிடம் நியாயமான காரணங்கள் இருந்தாக வேண்டும்.

உங்களிடமிருந்து பதிலைப் பெறுவதற்குத் தகுதியற்றவர்களிடம்கூட உங்களுடைய நடவடிக்கைகளைப் பற்றி அளவுக்கதிகமாக விளக்குவதற்கு நீங்கள் எவ்வளவு நேரத்தைச் செலவிட்டுள்ளீர்கள் என்பதை யோசித்துப் பாருங்கள். உங்களுக்கு இனியும் சரிப்பட்டு வராது என்று நீங்கள் உணர்ந்துள்ளவற்றிலிருந்து நீங்கள் விலகிச் செல்வதற்கான நியாயங்கள் குறித்து நீங்கள் எத்தனை முறை எடுத்துரைத்துள்ளீர்கள்? பிறரை அசௌகரியப்படுத்தக்கூடாது என்பதற்காக, நீங்கள் உங்களுடைய உண்மைகளை எந்த அளவுக்கு மென்மைப்படுத்தியுள்ளீர்கள்? அவர்கள் உண்மையில் உங்களுடைய விளக்கங்களை ஏற்றுக் கொண்டனரா? அல்லது உங்களிடம் குற்றவுணர்ச்சி தோன்றுகின்ற விதத்தில் அவர்கள் அது குறித்து உங்களிடம் வாக்குவாதங்களில் ஈடுபட்டனரா?

மௌனத்தின் ஆற்றல் பிறருடனான தொடர்பைத் துண்டித்துவிடுவதோடு நின்றுவிடுகின்ற ஒன்றல்ல, அது உங்களுடைய அமைதியை மீட்டெடுப்பதைப் பற்றியதும்கூட. தேவையற்ற உணர்ச்சிபூர்வமான நாடகங்களில் நீங்கள் வாரிச் சுருட்டிக் கொள்ளப்படுவதை மறுப்பதைப் பற்றியது அது; அர்த்தமற்ற விவகாரங்கள் குறித்து வாதிடுவதைத் தவிர்ப்பதைப் பற்றியது அது; பிறருடைய பிரச்சனைகள் உங்களுடைய சுமையாக ஆவதை மறுதலிப்பதைப் பற்றியது அது. மௌனம் அசௌகரியம் ஏற்படுத்துகின்ற ஒன்றுதான். உணர்ச்சிசார் கவனச்சிதறல் ஏதுமின்றி, தங்களுடைய சொந்த நடவடிக்கைகளோடு மட்டும் தனியாக அமர்ந்து கொள்ள அது மக்களை வற்புறுத்துகிறது. ஒரு காலகட்டத்தில் அவர்கள் உங்கள்மீது கொண்டிருந்த ஆதிக்கத்தை அது பறித்துவிடுகிறது.

ஒரு பரந்த மனப்பான்மையுடன் இருப்பதில் ஒரு பேராபத்து இருக்கிறது. சில நேரங்களில் மக்கள் உங்களை வடிகட்டிய மடையன் என்று நினைத்துக் கொள்வர். அவர்களுடனான உறவை நீங்கள் முறித்துக் கொண்டால்கூட, உங்கள்மீது பழி சுமத்த அவர்கள் ஏதாவது ஒரு வழியைக் கண்டுபிடிப்பர்.

உங்களுடனான தொடர்பு அறுந்து போன பிறகுதான் சிலருக்கு உங்களுடைய அருமை புரிகிறது. அவர்களுடனான உங்களுடைய ஈடுபாட்டை நீங்கள் நிறுத்துகின்றபோது, அவர்களுடைய செயல்களுக்கு எதிர்வினையாற்றுவதை நீங்கள் தவிர்க்கின்றபோது, உங்களுடைய இழப்பை அவர்கள் உணர்வார்கள். வார்த்தைகளால் தெரிவிக்க முடியாததை மௌனம் உரக்கச் சொல்லிவிடும். வார்த்தைகளைத் திரிக்க முடியும், வளைக்க முடியும், அலட்சியப்படுத்த முடியும், அவற்றோடு வாதிட முடியும். ஆனால் மௌனம்? அது நீடிக்கிறது. பின்னால் திரும்பிப் பார்த்து அசைபோடுவதற்கு மௌனம் இடமளிக்கிறது. நீங்கள் இனியும் அவர்களுடைய மிதியடியாக இருக்கப் போவதில்லை என்ற உண்மையை எதிர்கொள்ள மௌனம் அவர்களைக் கட்டாயப்படுத்துகிறது.

முதலில் உங்களை விடுவியுங்கள்

உங்களின் ஓர் அவதாரம் உங்களை இங்கே கொண்டுவந்து சேர்த்துள்ளது. அந்த அவதாரம் தனக்குத் தெரிந்த வழியில், வாழ்க்கையை எப்படி எதிர்கொள்ள வேண்டும் என்பதைக் கற்றுக் கொண்டு, அதற்கேற்பத் தன்னைத் தகவமைத்துக் கொண்டது. அந்த அவதாரம் பிறர் குறித்து அளவுக்கதிகமாக அக்கறை காட்டியது, எல்லாவற்றைப் பற்றியும் அளவுக்கதிகமாகச் சிந்தித்தது, மற்றவர்களுடைய சுமைகளைத் தன் தோள்மீது சுமந்தது. அந்த அவதாரம், உங்களுடைய ஆற்றலை முழுவதுமாக வற்றிப் போகச் செய்த மக்கள் உங்களைச் சூழ்ந்திருந்தபோதுகூட அவர்களை

அருகிலேயே வைத்துக் கொண்டது. மற்றவர்களால் விரும்பப்படுவதற்கும் கொண்டாடப்படுவதற்கும் தன்னால் முடிந்த எல்லாவற்றையும் அது செய்தது. உங்களுடைய அந்த அவதாரம், பிறரைச் சௌகரியமாக வைத்துக் கொள்வதற்காகத் தன்னுடைய சொந்த மன அமைதியைக் காவு கொடுத்தது.

மற்றவர்களை விட்டுத்தள்ளுவது கடினம். ஆனால், உங்களை நீங்களே விட்டுத்தள்ளுவது என்பது முற்றிலும் வேறொரு விஷயமாகும். பல ஆண்டுகளாக, உங்களுடைய இந்த பயங்களோடும் உணர்ச்சிபூர்வமான எதிர்வினையாற்றல்களோடும் உங்களை நீங்கள் அடையாளப்படுத்தி வந்துள்ளீர்கள். அப்படி இல்லாமல் இருப்பதை உங்களால் கற்பனை செய்துகூடப் பார்க்க முடியாது. நீங்கள் அப்படிக் கவலைப்படாமல் இருந்தால், நீங்கள் யாராக இருப்பீர்கள்? அந்தக் குற்றவுணர்வு இல்லாமல் இருந்தால், அந்த 'உங்களை' உங்களால் அடையாளம் காண முடியுமா?

உங்களுடைய இந்தப் பழைய அவதாரத்தை உதறித் தள்ளுவது என்பது நினைத்துப் பார்க்க முடியாத அளவுக்குக் கடினமானதாக இருப்பதற்குக் காரணம், அது நீண்டகாலமாக உங்களைப் பாதுகாத்து வந்துள்ளது என்பதுதான். அளவுக்கதிகமான சிந்தனை ஒருவேளை நீங்கள் ஏமாற்றமடைவதிலிருந்து உங்களைக் காப்பாற்றி இருந்திருக்கலாம். மக்களைத் திருப்திப்படுத்துகின்ற உங்களுடைய குணம் கருத்து முரண்பாடுகளைத் தவிர்ப்பதற்கு உதவியிருந்திருக்கலாம். நச்சு வட்டத்தில் தொடர்ந்து இருந்து கொண்டிருப்பது உங்களுக்கு ஒரு போலியான பாதுகாப்பு உணர்வை அளித்திருந்திருக்கலாம். உங்களைக் காயப்படுத்திய விஷயங்கள்கூட ஏதோ ஒரு கட்டத்தில் ஏதோ ஒரு நோக்கத்திற்கு உதவியிருந்திருக்கலாம்.

ஆனால், வளர்ச்சி ஒரு சுதந்திர உணர்வை அளிப்பதற்கு முன்பாக ஓர் இழப்புணர்வை அளிப்பதுதான் பிரச்சனையே. நீங்கள் உங்களுடைய கடந்தகால நடவடிக்கைகளின் அபத்தத்தை உணர்ந்திருந்தாலும், அதை விட்டுத்தள்ள உங்களின் ஒரு

பகுதி விரும்புவதில்லை. அதனால், நீங்கள் எல்லைகளை வரையறுக்கிறீர்கள். ஆனால், அது உங்களுக்கே இயல்பானதாகத் தோன்றவில்லை. அளவுக்கதிகமாக விளக்கமளிப்பதை நீங்கள் நிறுத்த முயல்கிறீர்கள். ஆனால், அது உங்களுக்கே அநாகரிகமாகத் தெரிகிறது. மக்களைத் துரத்திச் செல்வதை நிறுத்த நீங்கள் முடிவு செய்கிறீர்கள். ஆனால், அது உங்களிடம் தனிமையுணர்வைத் தோற்றுவிக்கிறது.

ஆனால், இந்த அசௌகரிய உணர்வு தற்காலிகமானது. அளவுக்கதிகமாக விளக்கமளிப்பதையும், குற்றவுணர்வையும், எல்லோராலும் புரிந்து கொள்ளப்பட வேண்டும் என்ற ஆசையையும் விட்டுத்தள்ளுகின்ற பழக்கத்தை நீங்கள் வளர்த்துக் கொள்கின்றபோது, உங்கள் மனம் லேசாகும். உண்மையான சுதந்திரம் பிறருடைய அங்கீகாரத்தால் அன்றி உங்களுடைய சொந்த மன அமைதியிலிருந்தே வருகிறது என்பதை நீங்கள் உணரத் தலைப்படுவீர்கள். உண்மையான சுதந்திரம் என்பது உங்களுடைய மன அமைதிக்குக் குந்தகம் விளைவிப்பவர்களை விலக்கி வைப்பதிலிருந்து மட்டும் கிடைத்துவிடாது. அதை ஏற்றுக் கொண்டுள்ள உங்களுடைய பழைய அவதாரத்தையும் நீங்கள் விட்டுத்தள்ளியாக வேண்டும்.

மற்றவர்களைப் பற்றிப் புறம் பேசுபவர்களோடு சேர்ந்து அமர்ந்திருக்காதீர்கள். ஏனெனில், நீங்கள் அங்கிருந்து அகன்றவுடன், அவர்கள் உங்களைப் பற்றியும் அப்படித்தான் பேசுவர்.

பகுதி 3

தீர்வுகள்

உங்களுடைய உணர்ச்சிசார் சுயாதீனத்தை மீட்டெடுத்தல்

பிறருடைய சுமையைத் தூக்கிச் சுமப்பது கருணையன்று என்பதைப் புரிந்து கொள்வதுதான் சுதந்திரத்தை அடைவதற்கான முதலடியாகும். அது நீண்டகாலமாக உங்களிடம் தங்கிவிட்டுள்ள ஒரு பழக்கம் மட்டுமே. ஒருவருடைய தகுதி என்பது பிறருடைய தேவைகளை அவர் எந்த அளவுக்கு நிறைவேற்றுகிறார் என்பதைப் பொறுத்தது என்று சிறு வயதிலேயே கற்றுக் கொண்டவர்கள் பிற்காலத்தில் அளவுக்கதிகமாகப் பிறருக்குக் கொடுப்பவர்களாக மாறுகின்றனர் என்று வளர்ச்சி உளவியல் ஆய்வுகள் தெரிவிக்கின்றன (மில்லர், 1981). இது உங்களுடைய தவறு அன்று. ஆனால், இப்போக்கை உணர்ந்து கொள்ள வேண்டியது உங்கள் பொறுப்பு.

> *பிறர் உங்களை அணுகுவதைத் தடுக்க முயல்வது என்பது உங்களுடைய பலவீனத்தை வெளிக்காட்டுகின்ற ஒரு செயலன்று. நீங்கள் உங்களுடைய உணர்ச்சிகளைக்*

கட்டுப்படுத்த முடியாத ஒருவர் என்று நீங்கள் அதை அர்த்தப்படுத்திக் கொள்ளத் தேவையில்லை. அவர்களுடைய அபத்தங்களைச் சகித்துக் கொள்ள இனியும் நீங்கள் தயாராக இல்லை என்பதால் அவர்களை உங்களிடமிருந்து காத தூரத்தில் வைத்துக் கொள்ள நீங்கள் விரும்புகிறீர்கள், அவ்வளவுதான்.

ஆற்றல் பரிமாற்றத் தணிக்கையிலிருந்து இதைத் தொடங்குங்கள். அடுத்த ஒரு வாரத்திற்கு, நீங்கள் மேற்கொள்கின்ற அனைத்து முக்கியமான உறவாடல்களையும் உன்னிப்பாக அவதானித்து, கீழ்க்கண்ட மூன்று விஷயங்களைக் குறித்துக் கொள்ளுங்கள்:

1. அந்த உறவாடலுக்கு முன்பு நீங்கள் எப்படி உணர்ந்தீர்கள் (உற்சாகமாகவா, நடுநிலையாகவா அல்லது ஆற்றல் முற்றிலுமாக வடிந்து போயா)?
2. அந்த உறவாடலின்போது நீங்கள் உணர்ச்சிசார் சுமையை எந்த அளவு கிரகித்துக் கொண்டீர்கள்?
3. அந்த உறவாடலுக்குப் பின்னர் நீங்கள் எப்படி உணர்ந்தீர்கள்?

இதில் ஏதாவது ஒரு குறிப்பிட்டப் போக்கு தெரிகிறதா என்று பாருங்கள். எந்த உறவுகள் உங்களுடைய ஆற்றலை உறிஞ்சுகின்றன? எந்த உறவுகளிடமிருந்து உணர்ச்சிசார் சுமை உங்கள் தோளுக்கு மாறுகிறது? இது பிறரை எடைபோடுவதைப் பற்றியதன்று. உங்களுடைய ஆற்றல் எத்திசையில் பாய்கிறது என்பதைத் தெளிவாகப் பார்ப்பது தொடர்பானது இது.

இப்போக்கை நீங்கள் அடையாளம் கண்டுகொண்ட பிறகு, உளவியலாளர்கள் வர்ணிக்கின்ற 'கருணைரீதியான பற்றின்மையைப்' பின்பற்றுங்கள். உறவாடல்களின்போது, பிறருடைய உணர்ச்சிகளைக் கிரகித்துக் கொள்ளாமல் அவர்கள்மீது இரக்கம் காட்டுவது அது. பிறர் தங்களுடைய பிரச்சனைகளை உங்களிடம் கொண்டுவந்தால், இந்தக் கருணைரீதியான பற்றின்மை உத்தியைக் கீழ்க்கண்ட

விதத்தில் பின்பற்றுங்கள்:

> *அவர்களுடைய உணர்ச்சிகளை நீரைப்போலக் கற்பனை செய்து கொள்ளுங்கள். நீங்கள் வழக்கமாகச் செய்வதைப்போல அல்லாமல், அந்த நீரை நீங்கள் கிரகித்துக் கொள்ளாதீர்கள். அதற்குப் பதிலாக, அந்த நீரைத் தற்காலிகமாக ஓர் அழகான கொள்கலனில் அடைத்து வைப்பதாக உருவகப்படுத்திக் கொள்ளுங்கள். உங்களால் தெளிவாகப் பார்க்க முடிகின்ற விதத்திலும், அதன் இருத்தலை அங்கீகரிக்கின்ற விதத்திலும் அது இருக்கும் என்றாலும், அது உங்களுடைய உணர்ச்சி உலகிற்குள் கலக்காத விதத்தில் தனியாக ஒரு கொள்கலனில் இருக்கும்.*

நீங்கள் இந்த மனக்காட்சிப்படைப்பைப் பின்பற்றுகின்றபோது, தேவையெனில், எல்லைகளை வகுத்துக் கொள்வதற்கு உதவுகின்ற கீழ்க்கண்ட பிரகடனங்களை அதனுடன் சேர்த்துக் கொள்ளுங்கள்:

- "நீங்கள் கூறுவதைக் கேட்பதற்காக மட்டுமே நான் இங்கு இருக்கிறேன். உங்களுடைய பிரச்சனைகளுக்கான தீர்வு என்னிடம் இல்லாமல் இருக்கலாம்."
- "இதற்குப் பொறுப்பேற்றுக் கொள்ளாமலேயே உங்களுக்கான ஓர் இடத்தை என்னால் அளிக்க முடியும்."
- "என்னுடைய உணர்ச்சிச் சமநிலையைத் தக்கவைத்துக் கொண்டே உங்கள்மீது என்னால் அக்கறை கொள்ள முடியும்."

இந்த அணுகுமுறை ஆற்றல்மிக்கது. ஏனெனில், இங்கு நீங்கள் பிறர்மீது அக்கறை காட்டுவதை நிறுத்த வேண்டியதில்லை. நீங்கள் பிறர்மீது அக்கறை காட்டுகின்ற விதத்தை மட்டுமே இது மாற்றுகிறது. பிறருடைய உணர்ச்சிசார் சுமையை உங்களுடைய தோளுக்கு மாற்றிக் கொள்ளாமலேயே அவர்கள்மீது

உங்களால் அக்கறை செலுத்த முடியும். இதுபோன்ற கருணைமிக்க நடவடிக்கைகள் வேறு விதமான மூளை நரம்புப் பிணைப்புகளை உருவாக்குவதாக ஆய்வுகள் தெரிவிக்கின்றன. இது நேர்மறையான உணர்ச்சி வெளிப்பாடுகளுக்கும் மீண்டெழுதலுக்கும் உதவுவதாகவும் அந்த ஆய்வுகள் மேலும் கூறுகின்றன *(சிங்கர் & கிளிமெக்கி, 2014).*

அளவுக்கதிகமாகப் பகிர்ந்து கொள்வதை நிறுத்துங்கள் – அந்தரங்கம் ஆற்றல்மிக்கது.

குற்றவுணர்ச்சி ஏதுமின்றி எல்லைகளை நிர்ணயித்தல்

குற்றவுணர்ச்சிக்கும் எல்லைகளை வரையறை செய்வதற்கும் இடையேயுள்ள தொடர்பைப் புரிந்து கொள்வது எல்லைகளை நிர்ணயிப்பதற்கு வெகுவாக உதவும். நிர்ணயித்துள்ள எல்லைகளை நீங்கள் நடைமுறைப்படுத்துகின்றபோது உங்களுக்குக் குற்றவுணர்ச்சி ஏற்பட்டால், அது உங்களுக்கு ஓர் அசௌகரிய உணர்வைக் கொடுக்கும். அந்த அசௌகரிய உணர்வு அக்கணத்தில் உங்களால் தாங்கிக் கொள்ள முடியாததாக இருக்கும் என்பதால், உங்களுடைய குற்றவுணர்ச்சியிலிருந்து தப்பிப்பதற்காக நீங்கள் எல்லைகளைக் கடைபிடிப்பதைக் கைவிட்டுவிடுவீர்கள்.

இந்தச் சுழற்சி வட்டத்தை முறியடிப்பதற்கு, எல்லைகளை வலியுறுத்துகின்ற கீழ்க்கண்ட அமைப்புமுறையை நீங்கள் கடைபிடிக்க வேண்டும்.

முதலில், உங்களுடைய எல்லைகளை முன்கூட்டியே வரையறுத்துக் கொள்ளுங்கள். இக்கட்டான கணத்தில் அவற்றை உருவாக்கிக் கொள்ளாமல், வெவ்வேறு சூழல்களில் உங்களுக்கு எந்தெந்த எல்லைகள் தேவை என்பதை முன்கூட்டியே தீர்மானித்துக் கொள்ளுங்கள்:

- நேர எல்லைகள்: எப்போது உங்களால் நேரத்தை ஒதுக்க முடியும், எப்போது முடியாது?

- உணர்ச்சிசார் எல்லைகள்: உங்களால் எத்தகைய ஆதரவை வழங்க முடியும்?
- பௌதிக எல்லைகள்: ஆற்றல் மற்றும் அனுமதித்தல் தொடர்பாக எவை உங்களுக்கு சௌகரிய உணர்வை அளிக்கின்றன?
- மனரீதியான எல்லைகள்: எத்தகைய விஷயங்களில் நீங்கள் உங்களை ஈடுபடுத்திக் கொள்ள மாட்டீர்கள்?

மரியாதைக் குறைவான நடவடிக்கைகள் மூடுகின்ற கதவுகளை மன்னிப்புக் கேட்டலால் திறக்க முடியாது. இதைக் கவனமாகக் கருத்தில் கொள்ளுங்கள்.

அடுத்து, நீங்கள் வரையறுத்துள்ள எல்லைகள் குறித்துத் தெளிவாக அவர்களிடம் எடுத்துக் கூறுவதில் கவனம் செலுத்துங்கள். பலருக்கு, எல்லைகளை வகுத்துக் கொள்வது மட்டும் பிரச்சனையாக இருப்பதில்லை, அவற்றை நடைமுறைப்படுத்துவதும் பிரச்சனையாக இருக்கிறது. எல்லைகள் என்பவை அச்சுறுத்தல்களோ அல்லது கெடு விதித்தலோ அல்ல; மாறாக, நீங்கள் பாதுகாப்பாக உணர்வதற்கும், மதிக்கப்படுவதாக உணர்வதற்கும், உணர்ச்சிச் சமநிலையுடன் இருப்பதற்கும் உங்களுக்கு என்ன தேவை என்பதை வெளிப்படுத்துகின்ற பிரகடனங்கள் மட்டுமே அவை என்பதை நினைவில் கொள்ளுங்கள்.

நீங்கள் உங்களுடைய எல்லைகளை நிர்ணயித்துக் கொண்டவுடன் அவற்றை நேரடியாகவும் தெளிவாகவும் அவர்களிடம் கூறுவதிலிருந்து இதைத் தொடங்குங்கள். நீங்கள் திக்குமுக்காடல் உணர்வை அனுபவிக்கின்றவரையோ அல்லது அவர்கள்மீது உங்களுக்கு வெறுப்புணர்வு அதிகரிக்கின்றவரையோ காத்திருக்காதீர்கள். நீங்கள் வரையறுத்துள்ள எல்லைகளை அவர்கள் முதன்முறையாகத் தாண்டுகின்றபோதே அதை அவர்களிடம் தெளிவாகவும் கனிவாகவும் எடுத்துக்கூறுங்கள். அதனோடு உங்களுக்கு ஏன் உடன்பாடு இல்லை என்பதை அவர்களிடம் விளக்கிவிடுங்கள்.

அவர்கள் உங்களுடைய இந்த வெளிப்படையான எதிர்வினையாற்றலை மதித்தால் நல்லது. ஆனாலும் சிலர் அதை மதிக்காமல் நடந்து கொள்ளக்கூடும். அப்போது, பிரச்சனை உங்களுடைய கருத்துப் பரிமாற்றத்தில் இல்லை, மாறாக, அவர்கள் உங்களுடைய வேண்டுகோளுக்குச் செவிசாய்க்கத் தயாராக இல்லை என்பதைப் புரிந்து கொள்ளுங்கள். அக்கட்டத்தில், நீங்கள் அவர்களிடம் நேரடியாகவும் தெளிவாகவும் அவற்றை விளக்கிவிட வேண்டும்.

எல்லைகள் வேலை செய்ய வேண்டுமென்றால், அவை தெளிவாக இருக்க வேண்டும். அத்துடன், அவை அமைதியான முறையில் தொடர்ந்து வலியுறுத்தப்பட்டு வர வேண்டும். இங்கு நீங்கள் மன்னிப்பு கேட்க வேண்டியதில்லை. அதற்கு, கீழே கொடுக்கப்பட்டுள்ளது போன்ற வாக்கியங்களை நீங்கள் பயன்படுத்தலாம்:

- “அடுத்த இருபது நிமிடங்களுக்கு, நீங்கள் கூறுவதை நான் காது கொடுத்துக் கேட்கிறேன். ஆனால், அதற்குப் பிறகு நான் என்னுடைய வேலையில் கவனம் செலுத்தியாக வேண்டும்.”
- “உங்களுடன் இந்த விஷயம் குறித்துப் பேசுவது எனக்குச் சங்கடமாக இருக்கிறது.”
- “இன்று மாலை எனக்கு வேறொரு முக்கியமான வேலை இருக்கிறது.”
- “இது எனக்குச் சரிப்பட்டு வராது.”

எல்லைகளை வகுத்துக் கொண்ட பிறகும் குற்றவுணர்ச்சி தலைதூக்கினால், அக்குற்றவுணர்ச்சியை நீக்குவதற்கு. கீழே கொடுக்கப்பட்டுள்ள வழிமுறையைப் பயன்படுத்துங்கள்:

1. எந்தவிதமான எடைபோடுதல்களுமின்றிக் குற்றவுணர்ச்சியை அங்கீகரியுங்கள்: “இப்போது எனக்குக் குற்றவுணர்ச்சி ஏற்பட்டுள்ளது என்பது எனக்குத் தெரிகிறது.”

2. *உங்களுக்கு நீங்களே இவ்வாறு நினைவுபடுத்திக் கொள்ளுங்கள்: "இந்த உணர்வு தற்காலிகமானது. புதிய யதார்த்தத்திற்கு மாறுவதற்கு என் மூளை முயன்று கொண்டிருக்கிறது."*
3. *அதன் தீவிரம் குறைகின்றவரை உங்களுடைய சுவாசத்தின்மீது கவனத்தைக் குவியுங்கள்.*
4. *சுய பேணல் மேற்கொள்வதற்கு உங்களுக்கு இருக்கின்ற உரிமையை இவ்வாறு உறுதி செய்து கொள்ளுங்கள்: "எல்லைகளை வகுத்துக் கொள்வது என்னை ஒரு சுயநலவாதியாக ஆக்கிவிடாது."*

நீங்கள் உருவாக்கியுள்ள பழக்கங்களை நீங்கள் தொடர்ந்து கடைபிடித்து வராவிட்டால் அவை பலவீனமடையும் என்று பழக்கங்கள் குறித்த ஆய்வு தெரிவிக்கிறது. குற்றவுணர்ச்சி இருந்தாலும், எல்லைகளை வரையறை செய்கின்ற பழக்கத்தை நீங்கள் தொடர்ந்து கடைபிடித்து வந்தால், எல்லைகளை வரையறுத்துக் கொள்வதற்கும் சுயமரியாதைக்கும் இடையேயான தொடர்பு குறித்த மூளை நரம்பணுக்களின் பிணைப்பு வலுவடையும்.

இந்த அணுகுமுறை, குறிப்பாக, மக்களைத் திருப்திப்படுத்த முயல்கின்ற மனப்போக்கைக் கட்டுப்படுத்த முயன்று கொண்டிருப்பவர்களுக்கு வெகுவாக உதவும். இப்படிப்பட்டவர்கள், பொதுவாகத் தங்களுடைய சுயமதிப்பை, பிறருடைய அங்கீகாரத்தோடு முடிச்சுப் போட்டுக் கொண்டிருப்பர். உங்களுடைய நடவடிக்கைகளைப் பிறருடைய எதிர்வினையாற்றல்களிலிருந்து படிப்படியாகப் பிரித்து கொள்வது, அடுத்தவர்மீது அக்கறை காட்டுவதை நிறுத்தாமலேயே உங்களுடைய சுயத்தை நிலைநிறுத்திக் கொள்ள உங்களுக்கு உதவும்.

ஒருதலைப்பட்சமான உறவுகளிலிருந்து உங்களை விடுவித்துக் கொள்ளுதல்

நீங்கள் ஒருவரைத் தொடர்ந்து காயப்படுத்திக் கொண்டிருந்துவிட்டு, அவர்களுடனான உறவு

மாறாமல் அப்படியே இருக்கும் என்று எதிர்பார்க்க முடியாது. நல்லிதயம் கொண்டவர்களுக்குக்கூட எல்லைகள் இருக்கும்.

பரஸ்பர மரியாதையின் காரணமாக அன்றி, உங்களிடமிருந்து எதையாவது பெறுவதற்காக மட்டுமே இருக்கின்ற உறவுகளும் உங்களுடைய வாழ்க்கைப் பயணத்தில் இடம்பெறும் என்பதை நீங்கள் புரிந்து கொள்ள வேண்டும். அதற்காக அவர்கள் கொடியவர்கள் என்று முத்திரை குத்திவிட முடியாது. நீங்கள் உருவாக்கி வைத்துள்ள ஒரு நடைமுறையை அவர்கள் பின்பற்றிக் கொண்டிருக்கிறார்கள், அவ்வளவுதான். ஆனால், இந்தப் போக்கை நீங்கள் தெளிவாக அடையாளம் கண்டு கொண்டுவிட்டால், அந்த உறவுகளை அதே வடிவில் தொடர்வது கிட்டத்தட்ட இயலாத காரியமாகிவிடும்.

இந்த ஒருதலைப்பட்சமான உறவாடலைச் சீர்திருத்துவதற்கு நீங்கள் கீழ்க்கண்ட வழிமுறையைக் கடைபிடிக்கலாம்:

முதலில், கொடுத்தலைத் தற்காலிகமாக நிறுத்தி வையுங்கள். தொடர்புகளை நீங்களே முன்வந்து ஏற்படுத்திக் கொள்வது, வலிந்து உதவி செய்வது, மிதமிஞ்சிக் கரிசனம் காட்டுவது போன்றவற்றை 7 முதல் 14 நாள்கள்வரை நிறுத்தி வையுங்கள். இது மற்றவர்களைச் சீண்டிப் பார்ப்பதோ அல்லது அவர்களுடன் கண்ணாமூச்சி ஆட்டம் ஆடுவதோ அன்று. நீங்கள் அவர்களுக்காக இழுத்துப் போட்டுக் கொண்டு செயல்படுவதை நிறுத்திக் கொள்கின்றபோது அவர்கள் எப்படி எதிர்வினையாற்றுகின்றனர் என்பதை அறிந்து கொள்வதற்கான ஒரு முயற்சி மட்டுமே இது.

இக்காலகட்டத்தின்போது நீங்கள் அவதானிக்கின்ற விஷயங்களை ஒரு குறிப்பேட்டில் எழுதுங்கள். உங்களுடைய கூடுதல் முயற்சி இல்லாமலேயே இந்த உறவு தொடர்கிறதா? நீங்கள் அவர்கள்மீது காட்டுகின்ற அதே அக்கறையை அவர்கள் உங்கள்மீது காட்டுகின்றனரா? அளவுக்கதிகமாக அக்கறை காட்டுவதை நீங்கள் நிறுத்தும்போது அந்த உறவு எப்படி மாறுகிறது?

உங்களுடைய அவதானிப்புகளின் அடிப்படையில், உங்களுடைய உறவுகள் ஒவ்வொன்றைக் குறித்தும் பிரக்ஞைபூர்வமான ஒரு முடிவுக்கு வாருங்கள்:

வழி 1: மறுபேச்சுவார்த்தை: பேணத்தக்கவை என்று நீங்கள் கருதுகின்ற உறவுகளிடம் நேரடியாக உரையாடுங்கள். இதன் நோக்கம் அவர்கள்மீது குற்றம் சுமத்துவதோ அல்லது அவர்களிடம் வேண்டுகோள்களை முன்வைப்பதோ அன்று. மாறாக, நேர்மையான அபிப்பிராயத்தைப் பகிர்ந்து கொள்வதுதான்:

- “என் சக்திக்கு மீறி நான் உங்களுக்குக் கொடுத்துக் கொண்டிருக்கிறேன் என்பதை நான் இப்போது உணர்ந்துள்ளேன்.”
- “பரஸ்பரம் ஒருவருக்கொருவர் ஆறுதலாக இருக்கின்ற ஓர் உறவை நமக்கிடையே உருவாக்கிக் கொள்ள நான் விரும்புகிறேன்.”
- “ஆதரவு என்பது என்னைப் பொறுத்தவரை இப்படிக் காட்சியளிக்கும்...”

வழி 2: தெளிவான எல்லைகளுடன் ஏற்றுக் கொள்ளுதல்: எதிர்பார்ப்புகளை மாற்றிக் கொள்கின்றபோது, சில உறவுகள் தொடர்ந்து தழைத்துக் கொண்டிருக்கும். உறுதியான எல்லைகளை வகுத்துக் கொண்டு அவற்றைக் கடைபிடித்து வந்தால், சில குடும்ப உறவுகள் அல்லது நீண்டகால நட்புறவுகள் தொடரத்தக்கவையே என்ற முடிவுக்கு நீங்கள் வரலாம்.

வழி 3: விடுவித்தல்: நீங்கள் அளவுக்கதிகமான அக்கறை காட்டுதலை நிறுத்திக் கொள்கின்றபோது, சில உறவுகள் விலகிவிடும். அவர்களை விடுவிப்பது வலி ஏற்படுத்துவதாக இருக்கலாம் என்றாலும், அப்படிச் செய்வதுதான் உங்களுடைய ஆரோக்கியத்திற்கு நல்லதாக இருக்கும்.

சரிப்பட்டு வராத உறவுகளைத் துண்டித்துவிடுங்கள் என்ற அறிவுரையிலிருந்து இது வேறுபட்டது. ஏனெனில், இது எதிர்வினையாற்றலை அடிப்படையாகக்

கொண்டதன்று, மாறாக, இது அவதானிப்பை அடிப்படையாகக் கொண்டது. இங்கு நீங்கள், இப்படி நடக்கக்கூடும் என்ற பயத்தின் அடிப்படையிலோ அல்லது இப்படி நடந்தால் நன்றாக இருக்கும் என்ற எதிர்பார்ப்பின் அடிப்படையிலோ அல்லாமல், நீங்கள் உண்மையில் பார்க்கின்ற விஷயங்களின் அடிப்படையில் தேர்ந்தெடுப்புகளை மேற்கொள்கிறீர்கள்.

> *உங்களைப் பிடிக்காதவர்களுடன் நெருக்கமாக இருக்கின்ற நபர்களைத் தவிர்த்துவிடுங்கள். அவர்கள் ஆபத்தானவர்கள்.*

வெற்றிடத்தை அரவணைத்துக் கொள்ளுதல்

மற்றவர்களின் தேவைகள், உணர்ச்சிக் கொந்தளிப்புகள் போன்றவற்றால் உங்கள் வாழ்க்கையை நிரப்புவதை நீங்கள் நிறுத்தும்போது, அங்கு ஒரு வெற்றிடம் தோன்றும். அதைக் கடப்பது சவாலானதாக இருக்கும். இந்த வெற்றிடம் தற்காலிகமானது என்றாலும், இன்றியமையாதது. இங்கேதான் உங்களுடைய உண்மையான சுயம் தலைதூக்கத் தொடங்கும்.

உலகப் புகழ்பெற்ற உளவியலாளரான கார்ல் யுங், இதை, “படைப்பாற்றல்மிக்க வெற்றிடம்” என்று அழைத்தார். பரிபூரண மாற்றத்திற்குத் தேவையான முன்னோட்டம் இது. புதிய உறவுகளைக் கொண்டோ அல்லது கவனச்சிதறல்களைக் கொண்டோ இந்த வெற்றிடத்தை இட்டு நிரப்புவதற்குப் பதிலாக, அதனுடன் சேர்ந்து இருக்கப் பழகிக் கொள்வது நிரந்தர மாற்றத்திற்கு இன்றியமையாதது.

வெற்றிடப் பிரச்சனையை வெற்றி கொள்வதற்கு நீங்கள் கீழ்க்கண்ட வழிமுறைகளைப் பின்பற்ற வேண்டும்:

முதலில் அசௌகரியத்தை இயல்பாக்கிக் கொள்ளுங்கள். வெற்றிடம் அச்சுறுத்தலாக இருப்பதற்குக் காரணம், உங்களுடைய நரம்பு மண்டலம் அந்தப் பரிச்சயமற்றச் சூழலை ஆபத்தான ஒன்றாகக்

கருதுவதுதான். புதுமையான சூழல்கள், உண்மையிலேயே ஆபத்து எதுவும் இல்லாதபோதுகூட, மூளையிலுள்ள 'ஆபத்தைக் கண்டுகொள்கின்ற அமைப்புமுறையைத்' தூண்டி உங்களிடம் பதற்ற உணர்வை ஏற்படுத்துவதாக நரம்பியல் ஆய்வுகள் தெரிவிக்கின்றன. உங்களுக்கு நீங்களே இவ்வாறு நினைவுபடுத்திக் கொள்ளுங்கள்: "இந்த வெற்றிடம் ஆபத்தானதன்று. இது வெறுமனே பரிச்சயமற்றது மட்டும்தான். என் மூளைதான் இந்தப் பரிச்சயமற்றச் சூழலை ஆபத்தானதாக எனக்குக் காட்டுகிறது. ஆனால், நான் பாதுகாப்பாகத்தான் இருக்கிறேன்."

அதற்கடுத்து, இந்தத் தினசரி சுயதொடர்புச் செயல்முறையைச் செயல்படுத்துங்கள். பிறருடைய தேவைகளை நிறைவேற்றுவதன் அடிப்படையில் உங்களுடைய அடையாளம் உருவாக்கப்பட்டிருந்தால், உங்களுடைய சொந்தத் தேவைகளுக்கு முன்னுரிமை கொடுக்க நீங்கள் கற்றுக் கொள்ள வேண்டும். அதை நீங்கள் இவ்வாறு செய்யலாம்:

- பிரக்ஞைபூர்வமாக உடலை அவதானிப்பது உங்களுடைய உணர்ச்சிகளோடு மறுதொடர்பை ஏற்படுத்திக் கொள்ள உதவும்.
- பிறருடைய தலையீடுகள் இல்லாமல் உங்களுடைய சொந்த விருப்பங்களை அடையாளம் காண்பதற்கு, குறிப்பேட்டில் எழுதுதல் உங்களுக்கு உதவும்.
- பிறருடைய எதிர்பார்ப்புகளின் அடிப்படையில் அன்றி, முழுக்க முழுக்க உங்களுடைய விருப்பங்களின் அடிப்படையில் தேர்ந்தெடுப்புகளை மேற்கொள்கின்ற சிறிய பரிசோதனைகளில் ஈடுபடுதல் உங்களுக்கு உதவும்.

இறுதியாக, இக்கட்டத்தை வேகமாகக் கடக்க இயல்பாக எழும் தூண்டுதலை அடக்கிக் கொள்ளுங்கள். மாற்றம் நிகழ்வதற்கு முன்பாகவே வெற்றிடத்தை நிரப்பிக் கொள்வதற்கான முயற்சிகளில் ஈடுபடுவது, பல நேரங்களில், பழைய பழக்கங்களுக்கு நீங்கள் திரும்பிச்

செல்ல வழிவகுத்துவிடும். இந்த இடைப்பட்ட நிலையில் தங்கியிருப்பதற்கு உங்களுக்கு நீங்களே அனுமதியளித்துக் கொள்ளுங்கள், தற்காலிக அசௌகரியத்தைப் பொறுத்துக் கொள்ளுங்கள்.

விட்டுத்தள்ளுதல் பெற்றுத் தருகின்ற சுதந்திரம்

இச்செயல்முறையின் கடைசி அம்சம் இது. உங்களுடைய பயணத்தைப் பிறர் புரிந்து கொள்ள வேண்டும் என்பதற்கான தேவையை விட்டுத்தள்ளுதல்தான் அது. உங்களுடைய எல்லைகளைப் பற்றி, தீர்மானங்களைப் பற்றி, உங்களுடைய வளர்ச்சியைப் பற்றி அளவுக்கதிகமாக விவரிப்பதற்கான தூண்டுதல், பிறருடைய நலனுக்கு முன்னுரிமை கொடுக்கின்ற அதே போக்கிலிருந்துதான் முளைக்கிறது.

குறைந்தபட்ச விவரிப்புக் கொள்கையைப் பின்பற்றுங்கள்:

- போகிற போக்கில் உண்டாகின்ற உறவுகள்: இவர்களிடம், “இது எனக்குச் சரிப்பட்டு வராது,” என்று மட்டும் கூறினால் போதும்.
- நெருக்கமான உறவுகள்: இவர்களிடம், “என்னுடைய நலனைப் பேணுவதற்காக நான் இந்த மாற்றங்களை மேற்கொள்கிறேன்,” என்று கூறுவது அது குறித்த விவாதங்களுக்கு ஒரு முற்றுப்புள்ளி வைத்துவிடும்.
- அத்தியாவசியமான உறவுகள்: இவர்களிடம், “நான் நம்முடைய உறவில் அக்கறை கொண்டுள்ளேன். ஆனாலும், நான் சில மாற்றங்களைச் செய்தாக வேண்டியிருக்கிறது. இது தொடர்பான சில கேள்விகளுக்குப் பதிலளிக்க நான் தயாராக இருக்கிறேன். ஆனால், என்னுடைய எல்லைகளுக்கான காரணங்களை நான் நியாயப்படுத்தப் போவதில்லை,” என்று கூறலாம்.

இந்த அணுகுமுறை ஆற்றல்மிக்கதாகத் திகழ்வதற்குக் காரணம், இது உங்களுடைய அந்தரங்கத்தைப்

பாதுகாக்கின்ற அதே வேளையில், உங்களுடைய ஆளுமையை உண்மையுடன் வெளிப்படுத்திக் கொள்ளத் தேவையான இடத்தையும் அளிக்கிறது. உங்களுடைய அந்தரங்க உலகிற்குள் எல்லோருக்கும் அனுமதி கிடையாது. அதேபோல, எல்லோராலும் உங்களுடைய பயணத்தைப் புரிந்து கொள்ள முடியாது. இன்னும் சொல்லப் போனால், அது தேவையும் இல்லை.

உத்திகளின் ஒருங்கிணைப்பு

இந்த நடைமுறைகள் தனித்தனியான உத்திகள் அல்ல. அவை ஒன்றோடொன்று தொடர்புடையவை. உங்களுடைய ஆற்றல் எங்குச் சென்று கொண்டிருக்கிறது என்பதை அறிந்து கொள்ள, முதலில் ஆற்றல் பரிமாற்றத் தணிக்கையிலிருந்து தொடங்குங்கள். மற்றவர்கள் தங்களுடைய பிரச்சனைகளை உங்களிடம் கொண்டுவந்தால், கருணையைத் தனியாகப் பிரித்து வைக்கின்ற உத்தியைப் பயன்படுத்துங்கள். குற்றவுணர்ச்சி தலையெடுக்கின்றபோது, எல்லைகளை உறுதிப்படுத்துகின்ற உத்தியைப் பயன்படுத்துங்கள். ஒருதலைப்பட்சமான உறவுகளைக் கையாள்வதற்கு, பரஸ்பர மரியாதையை உறுதி செய்கின்ற உத்தியைப் பயன்படுத்துங்கள். எதிர்மறையான வெற்றிடத்தை நிரப்புவதற்கு, பொறுமையையும் சுயதொடர்பையும் பயன்படுத்துங்கள், குறைவான விளக்கமளிக்கின்ற உத்தியை அரவணைத்துக் கொள்ளுங்கள்.

இவற்றை நீங்கள் தொடர்ந்து பயிற்சி செய்து வந்தால், ஒரு நேரத்தில் சுயநல நடவடிக்கையாகத் தோன்றிய ஒன்று உங்களுடைய இயல்பு நிலையாக மாறிவிடும். உண்மையான பெருந்தன்மை அபரிமிதத்திலிருந்தே மலரும் என்பதை நீங்கள் கண்டறிவீர்கள். அந்த உறுதியான தொடர்பு, ஆரோக்கியமான எல்லைகளை வகுத்துக் கொள்வதன் மூலமே சாத்தியப்படும். உங்களுடைய சுயமதிப்பு என்பது நீங்கள் எந்த அளவுக்கு மற்றவர்களின் சுமையைச் சுமக்கிறீர்கள் என்பதால்

நிர்ணயிக்கப்படுவதில்லை என்பதை நினைவில் வைத்திருங்கள்.

இப்பயணம், நீங்கள் ஒரு சுயநலவாதியாகவோ அல்லது கல்நெஞ்சக்காரராகவோ ஆவதைப் பற்றியதன்று. கொடுத்தல் என்பது கட்டாயத்தின் அடிப்படையில் அன்றி, தேர்ந்தெடுப்பின் அடிப்படையில் நிகழ்கின்ற ஒன்றாக இருக்கின்ற ஒரு வாழ்க்கையை உருவாக்கிக் கொள்வதைப் பற்றியது இது. இங்கு நேசம் உங்களுடைய நலனைக் காவு கேட்காது. ஒரு மென்மையான இதயத்தைச் சுமந்து திரிவதுதான் இருப்பதிலேயே மிக முக்கியமான பொறுப்பு என்பதை நீங்கள் இறுதியில் உணர்ந்து கொள்வீர்கள்.

அளவுக்கதிகமாக விவரிப்பது மற்றும் விட்டுத்தள்ளுவது தொடர்பான போராட்டம் குறித்து இப்போது நீங்கள் புரிந்து கொண்டுவிட்டதால், ஓர் ஆழமான உண்மையை அடையாளம் காண்பதற்கான நேரம் வந்துவிட்டது. அந்த உண்மை இதுதான்: நீங்கள் கையாள முயற்சிக்கின்ற உறவுகள் சில வேளைகளில் கடினமானவையாக மட்டும் இல்லாமல், தம் விருப்பம்போல உங்களை வளைக்க முற்படுகின்றவையாகவும் இருக்கலாம். அதைப் பற்றி அடுத்த அத்தியாயத்தில் நாம் விரிவாகப் பார்க்கலாம்.

பகுதி 4

முறிவுப் புள்ளி – அங்கீகரித்தலும் உணர்தலும்

அத்தியாயம் 10

மறைந்திருக்கின்ற ஏமாற்றுத்தனம்: மற்றவர்கள் உங்களைப் பிரச்சனையாக ஆக்கும்போது அதை உணர்தல்

ஒரு சுயமோகியுடன் வாதிடும்போது ஒருபோதும் உங்களைத் தற்காத்துக் கொள்ள முயலாதீர்கள். உங்கள் பக்கம்தான் சரி என்பது அவர்களுக்கு ஏற்கனவே தெரியும். அதை நிரூபிப்பதற்கு நீங்கள் தவியாய்த் தவிப்பதைப் பார்த்து இரசிக்க அவர்கள் விரும்புகிறார்கள், அவ்வளவுதான்.

அது வெளியே தெரியாதவாறு மெதுவாகத்தான் தொடங்கும். இங்கே ஒரு விமர்சனம், அங்கே ஓர் எதிர்வினையாற்றல் என்று அது இருக்கும். உங்களைக் காயப்படுத்திய ஒரு விஷயத்தைப் பற்றிப் பேச நீங்கள் முற்படுவீர்கள். ஆனால், அதற்கு மன்னிப்புக் கோருவதற்குப் பதிலாக அவர்கள் ஒரு குழப்பமான பார்வையை வெளிப்படுத்துவர். அல்லது, "அப்படி ஒன்று நடைபெறவே இல்லை" என்ற ரீதியில் அவர்கள் பதிலளிப்பர். அல்லது, நீங்கள் தேவையில்லாமல்

உணர்ச்சிவசப்படுகிறீர்கள் என்றோ, அளவுக்கதிகமாக எதிர்வினையாற்றுகிறீர்கள் என்றோ, அல்லது அளவுக்கதிகமாக விஷயங்களுக்குள் ஊடுருவிப் பார்க்கிறீர்கள் என்றோ அவர்கள் கூறக்கூடும். அப்படி முதலில் கேட்கின்றபோது, “ஒருவேளை நான்தான் தவறாகப் புரிந்து கொண்டுள்ளேனோ? அற்ப விஷயங்களுக்கு நான் அலட்டிக் கொள்கிறேனோ?” என்று உங்களை நீங்களே கேட்டுக் கொள்வீர்கள். காலப்போக்கில், அந்த சந்தேகம் வளரும். அப்போது உங்களுடைய மனநிலை குறித்தே நீங்கள் கேள்வி எழுப்புவீர்கள்.

இது உணர்ச்சிசார் தாக்குதலாகும். உளவியல்ரீதியான பித்தலாட்டம் இது. முதலில், உங்களுடைய எண்ணங்கள், உணர்ச்சிகள், நிகழ்வுகள் குறித்த உங்கள் நினைவுகள் ஆகியவற்றையும், இறுதியில் உங்களுடைய மனநிலையையும்கூட நீங்கள் சந்தேகிக்கத் தொடங்கிவிடுவீர்கள். இது யாரோ ஒருவர் உங்களுடன் உடன்படாதது குறித்ததோ அல்லது முற்றிலும் வேறுபட்டதொரு கண்ணோட்டத்தைக் கொண்டிருப்பது குறித்ததோ அன்று. உங்களுடைய அனுபவங்கள் ஏற்கத்தக்கவை அல்ல என்ற உணர்வை ஒருவர் உங்களிடம் ஏற்படுத்த முனைகின்ற செயல் இது. இங்கு, உங்களுடைய உணர்ச்சிகள் ஒரு பொருட்டல்ல என்பதுபோலவும், அப்பிரச்சனை குறித்து விவாதிக்க நீங்கள் முன்வந்ததே ஒரு பிரச்சனை என்பதுபோலவும் அவர்கள் நடந்து கொள்வர். காதல் உறவுகள், நட்புறவுகள், குடும்ப உறவுகள், அலுவலக உறவுகள் போன்ற எந்த வகையான உறவுகளிலும் இது ஏற்படலாம். பிறரைத் தன் இஷ்டத்திற்குச் சூழ்ச்சிகரமாக வளைத்தலின் மிகவும் நச்சான வடிவங்களில் ஒன்று இது. ஏனெனில், இங்கு உங்களுடைய சீர்தூக்கிப் பார்க்கும் திறனையே நீங்கள் சந்தேகிக்கும் அளவுக்கு உங்களை நீங்களே சந்தேகிக்கத் தூண்டப்படுவீர்கள். உங்களை நம்புவதை நீங்கள் நிறுத்தும்போது, உங்களைத் தங்கள் இஷ்டத்திற்கு வளைப்பது மற்றவர்களுக்கு இன்னும் அதிக எளிதாகிவிடுகிறது.

> "நான் சொன்ன விஷயங்களையும் செய்த விஷயங்களையும் பற்றி மற்றவர்களிடம் சொல்லி எப்படி நீங்கள் என் மரியாதையைக் கெடுக்கலாம்?" என்று சுயமோகிகள் கேள்வி எழுப்புவர்.

இதில் ஆபத்தான அம்சம் எது தெரியுமா? இங்கு நீங்கள் அச்சூழலைக் கேள்விக்கு உட்படுத்துவதோடு நிற்க மாட்டீர்கள். நீங்கள் உங்களையே கேள்வி கேட்கத் தொடங்குவீர்கள். ஒருவேளை நீங்கள் உண்மையிலேயே அளவுக்கதிகமாக எதிர்வினையாற்றுகிறீர்களோ என்று நீங்கள் யோசிக்கத் தொடங்குவீர்கள். ஒருவேளை நீங்கள் அளவுக்கதிகமாக எதிர்பார்க்கிறீர்களோ என்று நீங்கள் எண்ணத் தொடங்குவீர்கள். நீங்கள்தான் உண்மையிலேயே பிரச்சனையோ என்றுகூட நீங்கள் சிந்திக்கத் தொடங்குவீர்கள். அந்த சந்தேகப் பிசாசு உங்களை ஆட்டுவிக்கத் தொடங்கிவிட்டால், உங்களுக்காகக் குரல் கொடுப்பது உங்களுக்குக் கடினமாகிவிடும்.

உங்களுடைய உணர்ச்சிகளை அங்கீகரிக்க வேறு ஒருவர் மறுக்கத் தொடங்கும்போது பிரச்சனை இன்னும் தீவிரமடையும். நீங்கள் சொல்வதைக் காது கொடுத்துக் கேட்பதற்குப் பதிலாக, அவர்கள் உங்களைப் புறங்கையால் ஒதுக்கித் தள்ளுவர். அல்லது உரையாடலை மீண்டும் உங்கள் பக்கமே திருப்புவர். அவர்கள் கீழ்க்கண்டவாறு பதிலளிக்கக்கூடும்:

- நீங்கள் தாறுமாறாகக் கற்பனை செய்யத் தொடங்கிவிட்டீர்கள்.
- நீங்கள் நாடகத்தனமாக நடந்து கொள்ளத் தொடங்கிவிட்டீர்கள்.
- உப்புப் பெறாத விஷயத்திற்கெல்லாம் நீங்கள் சண்டை போடுகிறீர்கள்.
- நான் ஒருபோதும் அப்படிச் சொல்லவே இல்லை.
- நீங்கள் ஏன் விஷயங்களை எப்போதும் தவறாகவே எடுத்துக் கொள்கிறீர்கள்?
- நீங்கள் இவ்விஷயத்தை நினைவில் வைத்திருக்கும் விதத்தில் தவறு இருக்கிறது.

இவற்றில் எதுவுமே உங்களுடைய உணர்ச்சிகள் குறித்துப் பேசவில்லை என்பதை நீங்கள் கவனித்தீர்களா? இங்கு, பிரச்சனைக்குப் பொறுப்பேற்றுக் கொள்வதற்குப் பதிலாக, தவறு உங்கள் பக்கம்தான் இருக்கிறது என்று அப்பிரச்சனையைத் திசை திருப்ப அவர்கள் முனைகின்றனர். அதுதான் அவர்களுடைய நோக்கம். உங்களுக்கு உங்கள்மீதே சந்தேகம் வந்துவிட்டால், நீங்கள் அவர்களைக் கேள்வி கேட்க மாட்டீர்கள் இல்லையா?

> *தாங்கள் தவறு செய்துள்ளோம் என்பதை அறிகின்றபோது மக்கள் உங்களைத் தவிர்க்க முனைவர்.*

குற்றவாளி பலிகடாவாக நடிக்கின்றபோது

> *உங்களைத் தங்கள் இஷ்டத்திற்கு வளைக்க முடியாது என்பதைக் கண்டுபிடிப்பவர்கள் உங்களைப் பைத்தியம் என்று அழைப்பர்.*

உங்களைத் தங்கள் இஷ்டத்திற்கு வளைப்பதற்கு மக்கள் வேறோர் உத்தியையும் வைத்திருக்கின்றனர். சிலர் உங்களை மனத்தளவில் காயப்படுத்துவர். ஆனால், நீங்கள்தான் அவர்களைக் காயப்படுத்தியுள்ளதைப்போல அவர்கள் நடந்து கொள்வர். அவர்கள் உங்களுக்கு நம்பிக்கைத்துரோகம் செய்வர், உங்களிடம் வாய் கூசாமல் பொய் சொல்வர், உங்களைத் தங்கள் விருப்பம்போல வளைப்பர், உங்களை நியாயமின்றி நடத்துவர். பொறுத்துப் பொறுத்து பார்த்துவிட்டு, இறுதியில் நீங்கள் அவர்களிடமிருந்து விலகுகின்றபோது, அவர்கள்தாம் உங்களால் பாதிக்கப்பட்டுள்ளதைப்போல அவர்கள் நடந்து கொள்வர். திடீரென்று அவர்கள் பலிகடாக்களாக ஆகிவிடுவர், அவர்களைக் கொடுமைப்படுத்துகின்ற நபராக நீங்கள் ஆகிவிடுகிறீர்கள்.

இது மிகவும் விரக்தியளிக்கின்ற ஓர் அனுபவமாக இருக்கும். பாதிப்பை ஏற்படுத்திய நபர் தன்னை

ஓர் அப்பாவியாகப் பாவித்துக் கொண்டு, உங்களை வில்லனாகச் சித்தரிப்பது இது. இது வெறும் வளைத்தல் அன்று, மாறாக, யதார்த்தத்தைச் சகட்டுமேனிக்குத் திரிப்பதாகும்.

ஆனால், எதற்காக மக்கள் இப்படிச் செய்கின்றனர்? ஏன் சிலர் பொறுப்பேற்றுக் கொள்ள மறுக்கின்றனர்? அவர்கள் பக்கம் தவறு இருந்தும், அவர்கள் ஏன் தங்களைப் பலிகடாக்களாகச் சித்தரிக்கின்றனர்? அதற்கான காரணங்கள் இதோ:

1. பொறுப்பைத் தட்டிக் கழிப்பதற்காக

தங்களுடைய செயலுக்காகப் பொறுப்பேற்றுக் கொள்வது என்று வரும்போது, தாங்கள் தவறு செய்துள்ளோம், தாங்கள் யாரோ ஒருவரைக் காயப்படுத்தியுள்ளோம், தாங்கள் மாற வேண்டும் என்பன போன்ற உண்மைகளை அவர்கள் எதிர்கொள்ள வேண்டியிருக்கும். ஆனால், மாற்றம் அசௌகரியம் ஏற்படுத்தக்கூடியது. பொறுப்பேற்றுக் கொள்வதற்கு முயற்சி தேவைப்படும். கதையைப் புரட்டிப் போடுவது எளிது. தாங்கள் செய்துள்ள காரியத்தை ஏற்றுக் கொள்வதை விடுத்து, உங்களை நியாயமற்ற ஒருவராகச் சித்தரிக்க அவர்கள் துணிகின்றனர்.

அவர்கள் உங்களிடம் பொய் பேசியதற்காக ஒருவேளை நீங்கள் கோபம் அடைந்திருக்கலாம். அதற்கு மன்னிப்புக் கேட்பதற்குப் பதிலாக, அவர்கள், "நீங்கள் இப்படி இந்த அற்ப விஷயத்தைப் பெரிதுபடுத்துவதை என்னால் நம்ப முடியவில்லை," அல்லது, "எப்போதும் என்னிடம் குறை கண்டுபிடிக்க முயல்வது உங்களுடைய வழக்கம்," என்று கூறக்கூடும். அவர்கள் தொடர்ந்து உங்களுடைய எல்லைகளை உதாசீனப்படுத்திக் கொண்டிருக்கக்கூடும். இறுதியில் ஒரு நாள் நீங்கள் உங்களுடைய நிலைப்பாட்டை ஆணித்தரமாக எடுத்துரைக்கின்றபோது, அவர்கள், "நீங்கள் மிகவும் கறாராக நடந்து கொள்கிறீர்கள்," அல்லது, "நீங்கள்

என்னைப் படுமோசமாக நடத்துகிறீர்கள்," என்று கூறக்கூடும். அவர்கள் தொடர்ந்து உங்களுடைய பரிவைத் தங்களுக்குச் சாதகமாகப் பயன்படுத்திக் கொண்டிருக்கக்கூடும். நீங்கள் இறுதியில் ஒரு நாள் விழித்துக் கொண்டு, அவர்களுக்குப் பணிவிடை செய்வதை நிறுத்தும்போது, அவர்கள், "நீங்கள் ஒருபோதும் என்மீது அக்கறை கொள்ளவில்லை," என்று கூறக்கூடும்.

இங்கு என்ன நடந்து கொண்டிருக்கிறது என்பதை உங்களால் உணர்ந்து கொள்ள முடிகிறதா? அவர்கள் என்ன செய்தார்கள் என்பது குறித்து அவர்கள் இங்குப் பேசிக் கொண்டிருக்கவில்லை. அவர்கள் இங்கு மன்னிப்புக் கேட்டுக் கொண்டும் இருக்கவில்லை. அவர்கள் உங்களுடைய எதிர்வினையாற்றலைப் பிரச்சனையாக மாற்ற முயல்கின்றனர். பொறுப்பைத் தட்டிக் கழிப்பதற்காக மக்கள் வழக்கமாக மேற்கொள்கின்ற ஓர் ஏமாற்று உத்தி இது.

2. கதையாடலைத் தங்கள் கட்டுப்பாட்டில் வைத்திருப்பதற்காக

உங்கள்மீதான தங்களுடைய அதிகாரம் கை நழுவிப் போய்விடும் என்று அவர்கள் உணர்கின்ற கணத்தில் கதையை மாற்றி எழுத அவர்கள் முயற்சிப்பர். அதில் அவர்கள் பலிகடாவாக இருப்பர், நீங்கள் வில்லனாக ஆகியிருப்பீர்கள்.

அவர்கள் விவரங்களை மிகைப்படுத்துவர், முக்கியமான விஷயங்களை வேண்டுமென்றே விட்டுவிடுவர். அல்லது தங்களை அப்பாவிகளாகக் காட்டிக் கொள்வதற்காக உண்மையைத் திரிப்பர். நீங்கள்தான் அளவுக்கதிகமாக எதிர்வினையாற்றுகிறீர்கள் என்று அவர்கள் முழங்குவர். நீங்கள்தான் அவர்களை நியாயமற்ற முறையில் தாக்குகிறீர்கள் என்று உங்கள்மீதே அவர்கள் குற்றம் சாட்டுவர்.

அவர்கள் கூறுகின்ற கட்டுக்கதையை அவர்களால் பிறரிடம் வெற்றிகரமாக விற்க முடிந்தால்? இன்னும் நல்லது. நீங்கள் அவர்களை எந்த அளவுக்குக் காயப்படுத்தியுள்ளீர்கள் என்பதை, போவோர் வருவோரிடமெல்லாம் அவர்கள் கூவிக் கூவி விற்பர். நீங்கள் தலைகீழாக மாறியுள்ளதைத் தங்களால் புரிந்து கொள்ள முடியவில்லை என்று அவர்கள் நீலிக் கண்ணீர் வடிப்பர். அவர்கள் உங்களுக்காக அவ்வளவு செய்தும் நீங்கள் நன்றியில்லாமல் நடந்து கொள்வதாக அவர்கள் உங்கள்மீது பழி சுமத்துவர். தங்கள்மீது கவனம் குவிய வேண்டும் என்று அவர்கள் எதிர்பார்ப்பர். எல்லாவற்றுக்கும் மேலாக, உண்மை வெளியே வராமல் இருப்பதை உறுதி செய்ய அவர்கள் விரும்புவர்.

> *மற்றவர்களைப் பற்றி நீங்கள் கேள்விப்படுவது குறித்துக் கவனமாக இருங்கள். அவற்றை நீங்கள் பிரச்சனையின் வாயிலிருந்து கேட்டுக் கொண்டிருக்கக்கூடும்.*

3. அவர்கள் தங்களுடைய பொய்களை உண்மையிலேயே நம்பிக் கொண்டிருப்பதன் காரணமாக

சிலர் தங்களைப் பலிகடாக்களாகப் போலியாகப் பாவித்துக் கொள்ளாமல், உண்மையிலேயே அப்படி நம்பிக் கொண்டிருக்கக்கூடும். தாங்கள் எந்த அளவுக்கு உங்களைக் காயப்படுத்தியுள்ளோம் என்பதை அவர்கள் உணர்ந்திராத அளவுக்கு அவர்கள் தங்களுடைய செயல்பாடுகளிலிருந்து அந்நியப்பட்டுப் போயிருக்கலாம். அவர்களுடைய மனத்தைப் பொறுத்தவரை, அவர்களால் எந்தத் தவறும் செய்ய முடியாது. அவர்களுடைய வாழ்க்கையில் ஏதாவது தவறாகப் போனால், அதற்கு எப்போதும் பிறருடைய தவறுதான் காரணமாக இருக்கும். அவர்கள் அசைபோட்டுப் பார்க்கவோ அல்லது சுய அலசலில் ஈடுபடவோ மறுப்பர்.

இத்தகைய மக்கள் எப்போதும் ஒரு பலிகடா மனநிலையில் இருந்து கொண்டிருப்பர். மொத்த உலகமும் தங்களுக்கு எதிராகச் சதி செய்து கொண்டிருப்பதாக அவர்கள் முனகிக் கொண்டிருப்பர். என்ன நடந்தாலும், அவர்களே பிறருக்குக் காயம் ஏற்படுத்துகின்றபோதுகூட, பிறர்தான் தங்களுக்கு எதிராகச் சதி செய்துள்ளதாக அவர்கள் கருதுவர். நீங்கள் அவர்களோடு முரண்பட்டால், சுயவிழிப்புணர்வு அடைவதற்கான ஒரு வாய்ப்பாக அவர்கள் அதைப் பார்க்க மாட்டார்கள். தங்களுக்கு எதிரான ஒரு தாக்குதலாகத்தான் அதை அவர்கள் பார்ப்பர். நீங்கள் கூறுவதைக் காது கொடுத்துக் கேட்பதற்குப் பதிலாக, தங்களைப் பாதுகாத்துக் கொள்ளவே அவர்கள் முற்படுவர்.

4. உங்களுடைய உணர்ச்சிகளைத் தங்கள் விருப்பம்போல வளைப்பதற்காக

தங்களைப் பலிகடாக்களாகப் பாவித்துக் கொள்பவர்கள் மிகவும் ஆபத்தானவர்கள். ஏனெனில், உங்களிடம் சுய சந்தேகத்தை எப்படித் தோற்றுவிப்பது என்பதை அவர்கள் நன்றாகவே அறிந்திருப்பர். அவர்கள் உங்களுடைய இரக்க குணத்தை உங்களுக்கு எதிராகத் திருப்பிவிட்டு, உங்களிடம் குற்றவுணர்ச்சியைத் தூண்டிவிடுவர்.

அவர்கள் அழுது ஆர்ப்பாட்டம் செய்வர். தங்களுடைய வாழ்க்கை எந்த அளவுக்குக் கடினமானதாக ஆகியுள்ளது என்று அவர்கள் புலம்புவர். அவர்கள் எதிர்கொண்டிருந்த அனைத்துப் போராட்டங்களையும் பட்டியலிட்டு, நீங்கள் அவர்களிடம் அளவுக்கதிகமாகக் கடுமை காட்டுவதாக அவர்கள் புகார் கூறுவர். நீங்கள் ஒரு மோசமான நபராகச் சித்தரிக்கப்படுவதை நீங்கள் விரும்ப மாட்டீர்கள் என்பதால், நீங்கள் இறங்கி வருவீர்கள், உங்களையே சந்தேகிக்கத் தொடங்குவீர்கள்.

இதுதான் அவர்களுக்குத் தேவை. நீங்கள் உங்களைச் சந்தேகிக்கத் தொடங்குகின்ற அக்கணத்தில், நீங்கள் உங்களுடைய அதிகாரத்தை அவர்களிடம் மீண்டும்

ஒப்படைத்துவிடுகிறீர்கள், பொறுப்பிலிருந்து அவர்கள் தப்பித்துக் கொள்ள நீங்கள் வழி வகுக்கிறீர்கள். அவர்களை மேலும் காயப்படுத்த நீங்கள் விரும்ப மாட்டீர்கள் என்பதால், அவர்களுடைய பழைய நடத்தையை அப்படியே ஏற்றுக் கொள்கின்ற நிலைக்கு நீங்கள் திரும்பிவிடுவீர்கள். ஆனால், அவர்கள் உங்களை எப்படிக் காயப்படுத்துகின்றனர் என்பது குறித்து அவர்களுக்குத் துளிகூட அக்கறை கிடையாது என்பதே அப்பட்டமான உண்மை. அவர்களுடைய விஷயங்களுக்கு நீங்கள் எதிர்வினையாற்றுகின்ற விதத்தைக் கட்டுப்படுத்துவது மட்டுமே அவர்களுடைய ஒரே நோக்கம்.

> *என்னுடைய இதயத்திலுள்ள காயங்களில் ஒன்றுகூட என் எதிரிகளால் உண்டாக்கப்பட்டவை அல்ல. என்னை அதிகமாக நேசிப்பவர்கள் என்று கூறிக் கொள்பவர்களிடமிருந்துதான் அவை எனக்கு வந்தன.*

5. அது இதற்கு முன்பு எப்போதும் வேலை செய்து வந்தது என்ற காரணத்தால்

மக்கள் தங்களைப் பலிகடாக்களாகப் பாவித்துக் கொள்வதற்குக் காரணம், அது எப்போதும் அவர்களுக்கு வேலை செய்து வந்துள்ளது என்பதுதான். அப்போக்கை அவர்கள் மீண்டும் மீண்டும் கடைபிடித்து வந்துள்ளனர். பொறுப்பேற்க வேண்டிய கட்டாயத்திலிருந்து அது எப்போதும் அவர்களைக் காப்பாற்றி வந்துள்ளது. அப்படியிருக்கும்போது, இப்போது அவர்கள் எதற்காக அதை நிறுத்தப் போகின்றனர்?

தாங்கள் அழுதால், தாங்கள் காயப்பட்டுள்ளதுபோல நடித்தால், சூழ்நிலையைப் போதுமான அளவு நாடகத்தனமானதாக ஆக்கினால், மக்கள் தங்கள் பக்கம் சாய்வர் என்பதை அவர்கள் கற்றுக் கொண்டுள்ளனர். அவர்கள் ஒரு பலிகடாவாகக் காட்சியளித்துக் கொண்டிருக்கின்றவரை, அச்சூழல் உருவாவதற்கு

அவர்கள் எந்த விதத்தில் காரணமாக இருந்தார்கள் என்று எவரும் அவர்களைக் கேட்கத் துணிய மாட்டார்கள் என்பதை அவர்கள் அறிவர். உங்களைக் குற்றவுணர்ச்சி கொள்ள வைக்கத் தங்களால் முடிந்தால், உங்களை உங்கள்மீது சந்தேகம் கொள்ள வைக்கத் தங்களால் முடிந்தால், தங்களால் வெற்றியடைய முடியும் என்பதை அவர்கள் அறிவர். நீங்கள் உங்கள்மீது சந்தேகம் கொண்டு ஒரு மூலையில் அமர்ந்திருக்கின்றபோது, அவர்கள் நோகாமல் தப்பிச் சென்றுவிடுவர்.

இத்தகைய நடத்தைகளை, உளவியல்ரீதியான பாதுகாப்பு உத்திகள் என்று சிக்மன்ட் ஃபிராய்டு அழைத்தார். அவை குறித்தக் கூடுதல் ஆய்வுகளை ஜார்ஜ் இ. வாய்லன்ட் *(1992)* போன்ற ஆய்வாளர்கள் மேற்கொண்டனர். ஒருவர் தங்களுடைய எதிர்மறையான நடத்தைகளை உங்கள்மீது படிய வைக்க முயல்கின்றபோது, தங்களை அறியாமலேயே, தங்களுடைய சுயபிம்பத்தைப் பாதுகாத்துக் கொள்வதற்காக, ஏற்றுக் கொள்ள முடியாத உணர்ச்சிகளை அவர்கள் உங்களுக்குக் கடத்துகின்றனர். இந்த சுய ஏமாற்று, ஒரு நேர்மறையான சுயபிம்பத்தை ஏற்படுத்திக் கொள்ள உதவுகிறது என்று உளவியல் ஆய்வுகள் தெரிவிக்கின்றன *(பான்டுரா, 1999)*. தங்களைப் பலிகடாக்களாகப் பிரகடனப்படுத்திக் கொள்வதன் மூலம், தாங்கள் விரும்புகின்ற ஒரு நல்ல மனிதருக்கான பிம்பத்திற்கும், தங்களுடைய நடத்தைக்கும் இடையேயுள்ள ஒத்திசைவின்மையைக் களைய அவர்கள் முற்படுகின்றனர்.

> *நீங்கள் பிறருக்குத் தொடர்ந்து உறிஞ்சுகுழலைக் கொடுத்துக் கொண்டே இருந்துவிட்டு, அவர்கள் உங்களுடைய ஆற்றல் முழுவதையும் உறிஞ்சுகிறார்கள் என்று அவர்கள்மீது கோபம் கொள்வது அர்த்தமற்றது. உங்களுடைய அமைதியை நீங்கள்தான் பாதுகாத்துக் கொள்ள வேண்டும் ... அதற்கு நீங்கள் அவர்களிடமிருந்து விலகி இருக்க வேண்டும்.*

பிறர் உங்களைத் தங்கள் இஷ்டத்திற்கு வளைத்துக் கொண்டிருப்பதை அறிந்து கொண்டு அதிலிருந்து விடுபடுதல்

இப்படிப்பட்ட வழிகளில் நீங்கள் பிறரால் வளைக்கப்பட்டுக் கொண்டிருக்கிறீர்கள் என்பதை எப்படிக் கண்டுபிடிப்பது? அவர்களுடன் நீங்கள் நடத்தும் ஒவ்வோர் உரையாடலுக்குப் பின்னரும் நீங்கள் மோசமாக உணர்வது அதற்கான ஓர் அறிகுறி. நீங்கள் ஏதோ ஒரு விஷயம் குறித்து மனத்தாங்கல் கொண்டிருந்து, அது குறித்து அவர்களிடம் மனம் திறந்து பேசிய பிறகு, உங்களுக்கு நிம்மதி ஏற்படுவதற்குப் பதிலாகக் குழப்பம் உண்டாவது, குற்றவுணர்ச்சி ஏற்படுவது போன்றவை இதற்கான எடுத்துக்காட்டுகள்.

நீங்கள் உங்களுடைய சொந்த உணர்ச்சிகளை நம்புவதை நிறுத்திக் கொள்வது மற்றோர் அறிகுறி. நீங்கள் அளவுக்கதிகமாக எதிர்வினையாற்றுகிறீர்கள் என்று கூறப்படக்கூடும் என்பதால் நீங்கள் வாயைத் திறக்கவே பயப்படுகிறீர்கள். நடந்து முடிந்த உரையாடல்களை உங்கள் மனத்தில் மீண்டும் மீண்டும் ஓடவிட்டு, தவறிழைத்தது நீங்கள்தானோ என்று நீங்கள் சந்தேகப்படுகிறீர்கள். தவறு உங்கள் பக்கம்தான் என்று அவர்கள் ஆணித்தரமாக அடித்துப் பேசுவதால், நீங்கள் உங்களுடைய அனுபவங்களையே சந்தேகிக்கத் தொடங்குகிறீர்கள்.

நீங்கள் இதைக் கண்டிப்பாக நினைவில் வைத்திருக்க வேண்டும். உங்களுடைய உணர்ச்சிகள் நிஜமானவை. உங்களுடைய அனுபவங்கள் நிஜமானவை. ஏதோ ஒன்று உங்களுக்குக் குடைச்சல் கொடுத்தால், அதை நீங்கள் பொருட்படுத்தித்தான் ஆக வேண்டும். உங்கள்மீது நிஜமாகவே அக்கறை கொண்டுள்ளவர்களிடம் நீங்கள் உங்களுடைய ஆதங்கத்தைக் கொட்டினால், அவர்கள் உங்களுடைய கருத்தோடு ஒத்துப் போகாவிட்டால்கூட, காதுகொடுத்துக் கேட்பர்.

> *தாங்கள் உங்களுக்குச் செய்துள்ள விஷயங்கள் குறித்துக் குற்றவுணர்ச்சி கொள்ளாமல் இருப்பதற்காக, அவர்கள் உங்களை ஒரு மோசமான நபராகச் சித்தரிக்க முயல்வர்.*

தங்கள் இஷ்டத்திற்கு உங்களை வளைக்க முயல்பவர்களிடமிருந்து விலகி இருப்பதற்கான நேரம் வந்துவிட்டது என்பதை நீங்கள் அறிந்து கொள்வதற்கான வழிகள்:

- **முதலில்,** எப்போதெல்லாம் உங்களிடம் சந்தேகம் தலைதூக்குகிறது என்று அவதானியுங்கள். அவர்களுடன் உரையாடல்களை நிகழ்த்திய பிறகு, நீங்கள் உங்களுடைய கண்ணோட்டம் குறித்துக் குழப்பமடைந்தால், அது எதேச்சையானது அன்று. அது அவர்களால் வேண்டுமென்றே செய்யப்படுகின்ற ஒன்று.
- **இரண்டாவது,** அவற்றைக் குறித்து வைத்துக் கொள்ளுங்கள். அவர்கள் தாங்கள் கூறியவற்றை மாற்றிப் பேசுகின்றனர் என்றால், அதைக் குறித்து வைத்துக் கொள்ளுங்கள். இன்னும் சொல்லப் போனால், நடந்த நிகழ்ச்சிகளைத் தொகுப்பதற்கென்றே ஒரு குறிப்பேட்டை வைத்துக் கொள்வது நல்லது. இது, அவர்கள் கூறியது தவறு என்று அவர்களிடம் நிரூபிப்பதற்காக அல்ல (ஏனெனில், அது ஒருபோதும் வேலை செய்யாது), மாறாக, யதார்த்த நிலை குறித்து நீங்கள் அறிந்து வைத்திருப்பதற்காகத்தான்.
- **மூன்றாவது,** ஒரு கட்டத்தில், உங்களுடைய நிலைப்பாட்டை நியாயப்படுத்துவது உங்களுடைய முழு நேர வேலையாக ஆகிவிடும். அதை அவதானியுங்கள். உரையாடல்களின்போது, நீங்கள் உங்களுடைய தரப்பை நியாயப்படுத்துவதற்கு ஏராளமான நேரத்தைச் செலவிட வேண்டியிருந்தால், அது கருத்துப் பரிமாற்றப் பிரச்சனை அன்று. மாறாக, அவர்கள் உங்களைத் தங்கள் இஷ்டத்திற்கு

வளைப்பதற்கு முயல்வதால் ஏற்படுகின்ற பிரச்சனை அது.

- **இறுதியாக,** பல நேரங்களில், விலகி இருக்கும்போதுதான் தெளிவு கிடைக்கும் என்பதைப் புரிந்து கொள்ளுங்கள். நீங்கள் எந்த அளவுக்கு அவர்கள் இஷ்டத்திற்கு வளைக்கப்பட்டிருக்கிறீர்கள் என்பதை, நீங்கள் அதற்குள் உழன்று கொண்டிருக்கின்றவரை உங்களால் புரிந்து கொள்ள முடியாது. இது எல்லைகளை வரையறுப்பது தொடர்பானது மட்டுமன்று. யதார்த்தம் குறித்த உங்களுடைய சொந்தக் கண்ணோட்டத்தை நம்புவது என்பது உங்களுக்கு இருக்கின்ற அடிப்படை உரிமை தொடர்பானதும்கூட.

தங்களைப் பலிகடாக்களாகப் பாவித்துக் கொள்கின்ற நபர்களோடு உறவாடுகின்றபோது, உங்களுடைய சொந்த யதார்த்தம் குறித்த உங்களுடைய கண்ணோட்டத்தை நம்புங்கள். நீங்கள்தான் விஷயங்களைத் தாறுமாறாகச் செய்து கொண்டிருக்கிறீர்கள் என்று அவர்கள் உங்களை நம்ப வைக்க முனைந்தால், சற்று நிதானியுங்கள். பின் உங்களிடம் இக்கேள்வியைக் கேளுங்கள்: *உண்மையில் என்ன நடந்தது?* இதற்குத் தகவல்கள் மற்றும் புள்ளிவிபரங்களை மட்டும் நம்புங்கள். உரையாடல்களைத் திருத்தி எழுத அவர்களை அனுமதிக்காதீர்கள்.

குற்றவுணர்ச்சிச் சுழலுக்குள் மாட்டிக் கொள்ள மறுத்துவிடுங்கள். பொறுப்பைத் தட்டிக் கழிப்பதற்காக அவர்கள் தங்களைப் பலியாடுகளாகப் பாவித்துக் கொள்ள முனைந்தால், அதை நம்பிவிடாதீர்கள். தங்களுடைய தவறுகளுக்கு அவர்கள் உண்மையிலேயே வருந்தினால், அதற்கு அவர்கள் பொறுப்பேற்றுக் கொள்வர், கதையை மாற்ற முயல மாட்டார்கள். சிலர் ஒருபோதும் மாற மாட்டார்கள் என்பதை நீங்கள் நினைவில் வையுங்கள். தங்களுடைய சொந்தப் போக்குகளைப் பார்க்க மறுப்பவர்களிடம் உங்களால் ஒருபோதும் பேச்சுவார்த்தை நடத்த முடியாது.

அவர்களைப் புரிந்து கொள்ள வைக்க உங்களுடைய நேரத்தை வீணாக்காதீர்கள். பிறர் உங்களுடைய யதார்த்தத்தைத் திரிப்பதை நீங்கள் அனுமதிப்பதை நிறுத்துகின்றபோது, நீங்கள் உங்களுடைய அதிகாரத்தை மீட்டெடுப்பீர்கள். அதை, உங்களைத் தங்கள் இஷ்டத்திற்கு வளைத்துக் கொண்டிருப்பவர்கள் ஒருக்காலும் அனுமதிக்க மாட்டார்கள்.

> *அவர்கள் கண்டிப்பாகச் செய்துள்ள ஒரு தவறான காரியத்தை அவர்கள் செய்திருந்ததாக நீங்கள் குற்றம் சாட்டினால், ஒரு சுயமோகியைவிட அதிகமாகக் கோபப்படக்கூடியவர்கள் வேறு எவரும் இருக்க மாட்டார்கள்.*

நீங்கள் பிறரால் அவர்கள் இஷ்டத்திற்கு வளைக்கப்பட்டுக் கொண்டிருப்பதை நீங்கள் புரிந்து கொண்ட பிறகு, ஒரு முக்கியமான கட்டத்தை நீங்கள் எதிர்கொள்ள நேரிடும். அதுதான் முறிவுப் புள்ளி. நீங்கள் அக்கட்டத்தை அடைகின்றபோது, நீங்கள் அது குறித்தச் செயல்நடவடிக்கையில் இறங்குவீர்கள். இது இனியும் ஆரோக்கியமற்றப் போக்குகளை அடையாளம் காண்பது அன்று. "போதும்! இதற்கு மேல் தாங்காது!" என்று கூறுவதற்கான துணிச்சலையும் தெளிவையும் கண்டுபிடிப்பதைப் பற்றியது இது.

அத்தியாயம் 11

கடைசி முறையாக அவர்கள் உங்களை இவ்வாறு உணரச் செய்தல்: எப்போது இடத்தைக் காலி செய்ய வேண்டும் என்பதை அறிந்திருத்தல்

உங்களுடைய மனநலனை அழிக்கின்ற ஒரு நபரால் ஒருக்காலும் உங்களை நேசிக்கின்ற ஒருவராக இருக்க முடியாது.

சில நேரங்களில் அதை நீங்கள் உணர்வீர்கள். அது பெரும் ஆரவாரத்துடன் நடைபெறாமல் இருக்கலாம். ஒருவேளை ஓர் இறுதி உரையாடல்கூட அங்கு அரங்கேறாமல் இருந்திருக்கலாம். அது ஓர் உணர்வு மட்டுமே. இதற்கு மேல் அவற்றை உங்களால் தொடர முடியாது என்ற புரிதல் அது. நீங்கள் ஏற்கனவே நீண்டகாலம் காத்துக் கொண்டிருந்துவிட்டீர்கள். எதற்காக? இன்னுமோர் ஏமாற்றத்திற்காகவா? இன்னுமொரு சாக்குப்போக்கிற்காகவா? மேலும் காயப்படவா?

ஒருவேளை இம்முறை விஷயங்கள் வித்தியாசமாக இருக்கலாம் என்று உங்களுக்கு நீங்களே கூறிக்

கொண்டிருக்கலாம். ஒருவேளை அவர்கள் இப்போது புரிந்து கொள்வார்கள் என்று நீங்கள் மனப்பால் குடித்துக் கொண்டிருக்கலாம். இன்னுமொரு முறை விளக்கினால் ஒருவேளை அவர்கள் புரிந்து கொள்ளலாம் என்ற ரீதியில் நீங்கள் சிந்தித்துக் கொண்டிருக்கலாம். ஆனால், அவை எதுவும் நிகழப் போவதில்லை. நீங்கள் கூறுவது அவர்கள் காதில் ஒருக்காலும் விழப் போவதில்லை. நீங்கள் உங்கள் நம்பிக்கையைத் தக்கவைத்துக் கொள்வதற்கு எது குறைந்தபட்சத் தேவையோ அதை மட்டுமே அவர்கள் மேற்கொள்வர்.

ஆனால், ஒரு நாள், ஏதோ ஒன்று மாறும். பார்ப்பதற்கு அது ஒரு பெரிய விஷயம்போலத் தோன்றாது. அவர்களுடைய வழக்கமான கூற்று இப்போது வித்தியாசமாகப்படும். மௌனம் குத்தும். இப்போது நீங்கள் அது குறித்துப் பெரும் களைப்படைந்திருப்பீர்கள். விஷயங்களைச் சரி செய்கின்ற விருப்பம் உங்கள் ஒருவருக்கு மட்டுமே இருப்பது போன்ற உணர்வு உங்களிடம் தோன்றும். உங்களுக்கு ஒருபோதும் எதையும் கொடுக்காமல், எப்போதும் உங்களிடமிருந்து உறிஞ்சிக் கொண்டு மட்டும் இருக்கின்ற உறவுகள், நட்புகள், மற்றும் சூழல்கள் குறித்து நீங்கள் அதீதக் களைப்படைந்திருப்பீர்கள்.

அப்போதுதான் அது உங்களைத் தாக்கும்: "இதுதான் கடைசி முறை."

அவர்கள் உங்களைச் செல்லாக்காசாக உணர வைக்க முனைவது அதுதான் கடைசி முறையாக இருக்கும். அவர்கள் உங்களுடைய மன அமைதியோடு விளையாட நீங்கள் அனுமதிப்பது அதுதான் கடைசி முறையாக இருக்கும். அவர்களுடைய தூண்டுதல்களால் நீங்கள் உங்களையே சந்தேகிப்பது அதுதான் கடைசி முறையாக இருக்கும்.

ஏனெனில், இம்முறை நீங்கள், "இத்துடன் போதும்!" என்று வெறுமனே ஒப்புக்காகக் கூறிக் கொண்டிருக்கவில்லை, மாறாக, உண்மையிலேயே அதை உணர்ந்து கூறிக் கொண்டிருக்கிறீர்கள்.

ஒருவரிடமிருந்து விலகுவது என்பது அவருக்கு

நீங்கள் இழைக்கும் நம்பிக்கைத் துரோகம் அன்று. சில நேரங்களில், நீங்கள் அக்கறை செலுத்திக் கொண்டிருக்கின்ற நபர் பதிலுக்கு உங்களுக்கு எதையும் செய்கின்ற நோக்கத்தில் இல்லை என்ற புரிதல் உங்களுக்குப் பெரும் வலியைக் கொடுக்கலாம்.

நீங்கள் எப்படி நேசிக்கப்பட வேண்டுமோ அப்படி உங்களை அவர்கள் நேசிப்பதில்லை. தாங்கள் மாறிக் கொள்வதாக அவர்கள் எத்தனை முறை கூறினாலும், தங்களை மாற்றிக் கொள்ள அவர்களுக்கு விருப்பமில்லை. நீங்கள் அதைச் சீரணித்துக் கொள்வது கடினம். ஏனெனில், உங்கள் மனத்தில் நீங்கள் பதிய வைத்துள்ள அவர்களின் பிம்பத்தை நீங்கள் கைவிட வேண்டியிருக்கும்.

பின்பு நிஜமாகிப் போகின்ற அனுமானங்களைக் கொண்டிருப்பதற்காக நமக்குப் பல நேரங்களில் பைத்தியக்காரன் பட்டம் கட்டப்படலாம்.

அவர்களைக் குறித்து நீங்கள் கொண்டிருக்கின்ற நம்பிக்கையை நீங்கள் துறக்க வேண்டியிருக்கும். நீங்கள் இன்னும் கூடுதலாக முயன்றால், நீங்கள் இன்னும் கூடுதலாக நேசித்தால், நீங்கள் சரியான விஷயங்களைச் சொன்னால், ஒருவேளை அவர்கள் உங்களுடைய உண்மையான மதிப்பை உணரக்கூடும் என்று நீங்கள் நினைக்கலாம். ஆனால், அவர்கள் சரியான நபர்களாக இருந்தால், நீங்கள் சரியாக நடத்தப்பட வேண்டும் என்பதற்காக நீங்கள் கூடுதலாக மெனக்கெட வேண்டியிருக்காது.

அவர்கள் உங்களைச் சிறுமைப்படுத்த நீங்கள் அனுமதிப்பது இதுதான் கடைசி முறையாக இருக்கும். அவர்கள் முயற்சிகள் எதையும் மேற்கொள்வதில்லை என்று நீங்கள் புலம்புவது இதுவே கடைசி முறையாக இருக்கும். அவர்களுடைய இருத்தலைவிட உங்களுடைய மன அமைதி அதிக முக்கியமானது என்ற தீர்மானத்திற்கு நீங்கள் வர வேண்டும். உங்களுடைய சுயமதிப்பு பேரப்பேச்சுக்கு உகந்த ஒன்றல்ல. நீங்கள்

ஒருவரை நேசிக்கின்ற காரணத்தால் நீங்கள் அவரால் மோசமாக நடத்தப்படுவதை நீங்கள் ஏற்றுக் கொண்டாக வேண்டியதில்லை. ஏனெனில், நீங்கள் அவர்களிடமிருந்து விலகிச் செல்வது என்ற இறுதி முடிவை எடுக்கின்றபோது, நீங்கள் சரியான தீர்மானத்தைத்தான் எடுத்துள்ளீர்கள் என்பதை உங்களுடைய இதயம் உரக்கச் சொல்லும். அப்போதுதான், அவர்கள் உங்களை இதுபோல உணரச் செய்வது இதுவே கடைசி முறையாக இருக்கும் என்ற புரிதல் உங்களுக்கு ஏற்படும். ஏனெனில், இதற்குப் பிறகு நீங்கள் அவர்களை ஒருபோதும் சகித்துக் கொள்ளப் போவதில்லை.

ஓர் உறவுக்கு முடிவுரை எழுதுவது என்பது உங்களால் அவர்களிடமிருந்து ஒருபோதும் மன்னிப்பைப் பெற முடியாது என்ற உண்மையை ஏற்றுக் கொள்வதாகும். அது உங்களுடைய தேர்ந்தெடுப்பு. அது மற்றவர்கள் உங்களுக்கு அளிக்கின்ற ஒன்றன்று. ஒவ்வோர் அவமதிப்புக்கும் நீங்கள் பதிலடி கொடுக்க வேண்டியதில்லை. ஒவ்வொரு தவறான புரிதலுக்கும் நீங்கள் விளக்கம் கொடுக்கத் தேவையில்லை. எல்லாவற்றையும்விட முக்கியமாக, ஒவ்வொரு நச்சுச் சூழலையும் நீங்கள் பொறுத்துக் கொள்ளத் தேவையில்லை.

> *உங்களுடைய வாழ்க்கையில் அவர்கள் இடம்பெறாமல் இருப்பது உங்களுக்கு அமைதியைக் கொண்டுவரும் பட்சத்தில், அவர்களுடைய கதையில் நீங்கள் ஒரு வில்லனாக இருந்தால் பரவாயில்லை.*

விலகிச் செல்லுதல் என்பது மெச்சத்தக்கதொரு முடிவு. ஆனால், அது எதிர்பாராத உணர்ச்சிகளை உள்ளடக்கியிருக்கக்கூடும். நீங்கள் உங்களுடைய சுயமதிப்பை மீட்டெடுத்தாலும், அது உங்களுக்கு வருத்தத்தைக் கொண்டுவரக்கூடும். அதைப் பற்றி நாம் அடுத்த அத்தியாயத்தில் பார்க்கலாம்.

அத்தியாயம் 12

வளர்ச்சியின் துயரம்: விட்டுத்தள்ளப்பட்டுள்ள உறவுகள் குறித்துத் துக்கம் அனுசரித்தல்

உறவுகளைக் கைவிடுகின்றபோது உங்களுக்கு ஏற்படுகின்ற கடுமையான வருத்தம் குறித்து எவரும் உங்களிடம் கூறியிருக்க மாட்டார்கள். இது ஒரு புதுவிதமான வருத்தம். ஒருவரைத் திடீரென்று இழக்கின்றபோது ஏற்படுகின்ற அதே வருத்தமன்று இது. இது படிப்படியாக ஏற்படுகின்ற ஒன்று. ஒரு சமயத்தில் உங்களுடன் கைகோர்த்து நடந்த ஒருவரிடமிருந்து பிரிந்து நீங்கள் இப்போது வேறு ஒரு புதிய பாதையில் செல்லத் தொடங்கியிருக்கிறீர்கள் என்ற அமைதியான புரிதலை உள்ளடக்கியது இது.

சில நுட்பமான கணங்களில் இதை உங்களால் அவதானிக்க முடியும். சில உரையாடல்களின்போது, நீங்கள் பேசும் மொழி இனியும் அவர்களுக்குப் புரியவில்லை என்பதை நீங்கள் உணர்கிறீர்கள். முன்பு நீங்கள் சேர்ந்து அனுபவித்த விஷயங்கள் இனியும் உங்களுக்கு சுவாரசியமாக இருப்பதில்லை. நீங்கள் முன்பு இயல்பாக இருந்த சமூகச் சூழல்களில் இப்போது நீங்கள் அசௌகரியமாக உணரக்கூடும். இது ஒரு விநோதமான

இதய வலி. நீங்கள் நீண்டகாலமாக நேசித்து வந்த, ஒன்றாகக் கொண்டாடிய நபர்களிடமிருந்து மெதுவாக விலகி, முற்றிலும் புதியதொரு திசையில் உங்களுடைய பயணம் திரும்புகின்றபோது ஏற்படுகின்ற வலி இது.

> *மக்களுக்கு ஒரு பாடம் கற்றுக் கொடுப்பதற்காக நான் அவர்களிடமிருந்து விலகுவதில்லை. ஒருவழியாக நான் என்னுடைய படிப்பினையைக் கற்றுக் கொண்டுவிட்டக் காரணத்தால்தான் நான் அவர்களிடமிருந்து விலகுகிறேன்.*

முதலில் நீங்கள் உங்களுக்கும் அவர்களுக்கும் இடையே ஏற்பட்டுள்ள இடைவெளியை இட்டு நிரப்ப முயற்சி செய்வீர்கள். உங்களுக்கு இடையே விழுந்துள்ள இடைவெளிக்குக் காரணம் கற்பிக்கப் பார்ப்பீர்கள். அவர்களுடனான உறவில் அடிப்படை மாற்றம் எதுவும் ஏற்பட்டிருக்கவில்லை என்று உங்களுக்கு நீங்களே சொல்லிக் கொள்வீர்கள். ஆனால், உங்களுடைய மனத்தின் அடியாழத்தில் உண்மையை நீங்கள் அறிந்திருப்பீர்கள். இதுதான் அந்த உண்மை: நீங்கள் பரிபூரண வளர்ச்சி அடைகின்றபோது, சில தொடர்புகளால் உங்களுடன் சேர்ந்து வளர முடியாது. அந்தப் புரிதல் தனித்துவமானதொரு வலியைக் கொண்டுவரும். உங்களுடைய பழைய பிம்பத்தின் சாயலை இன்னும் எதிர்பார்த்துக் கொண்டிருக்கின்ற நபர்களோடு இடத்தைப் பகிர்ந்து கொள்வது உங்களுக்கு ஒருவிதமான அசௌகரியத்தைக் கொண்டுவரும்.

ஆனால், நீங்கள் இதைப் புரிந்து கொள்ள வேண்டும்: உங்கள் வாழ்க்கையில் நீங்கள் மேற்கொண்டுள்ள பெரிய மாற்றம் நம்பிக்கைத் துரோகம் அன்று. பரிபூரண வளர்ச்சி என்பது கைகழுவுதல் அன்று. மற்றவர்களைப் பின்னால் விட்டுவிட்டு நீங்கள் மட்டுமே வளர்ச்சியுறுவதுபோல உங்களுக்குத் தோன்றுகின்ற ஒன்று உண்மையில் உங்களை நீங்கள் கைவிடுவதை நிறுத்துவதற்கான துணிச்சலின் வெளிப்பாடே. நீங்கள் மற்றவர்களைவிடப் பெரிதாக வளர்ந்துவிட்டீர்கள்

என்று கூறுவதைத் தாண்டிய நுட்பமான ஒன்று அது. சில நேரங்களில் உங்களுடைய ஆத்மாவுக்கு வேறொரு திசையிலிருந்து அழைப்பு வந்திருக்கும். சில உறவுகள் வாழ்க்கை முழுவதும் நீடிப்பதற்காக வருகின்றன. வேறு சில, உங்களுடைய வாழ்க்கைக் கதையின் சில அத்தியாயங்களை அலங்கரிப்பதற்காக மட்டும் வருபவை. அவற்றுக்கு ஒரு தொடக்கமும், ஓர் ஓட்டமும், ஒரு முடிவும் இருக்கும்.

அதற்காக நீங்கள் அவர்களுடன் பகிர்ந்து கொண்டவை மதிப்பற்றவையாக ஆகிவிடாது. நீங்கள் அவர்களிடம் காட்டிய நேசம் நிஜமில்லை என்று கூற முடியாது. அந்த உறவுகளை நீங்கள் திடீரென்று வெட்டி வீசி எறிவதில்லை. ஓர் உறவை வலுக்கட்டாயமாகத் தொடர்ந்து கொண்டிருப்பதற்குப் பதிலாக, இயல்பாக எழுகின்ற வளர்ச்சியின் காரணமாக ஏற்படுகின்ற விலகல் என்று அதை எடுத்துக் கொள்ள வேண்டும்.

இந்த மாற்றத்தைக் கடினமாக்குவது குற்றவுணர்ச்சி அன்று. அவர்களுடன் நீங்கள் பகிர்ந்து கொண்டிருந்த வரலாற்றின் பாரம்தான் அதைக் கடினமானதாக ஆக்குகிறது. ஒருவர் உங்களைப் பல ஆண்டுகளாக அறிந்து வைத்திருந்தால், அவர்கள் வெறுமனே உங்களை அறிந்து மட்டும் வைத்திருப்பதில்லை. நீங்கள் யாராக உருவெடுத்திருக்கிறீர்களோ அதன் அம்சங்களின் உருவாக்கத்தில் அவர்கள் ஒரு பங்கு வகித்திருப்பர். அப்படிப்பட்டவர்களிடமிருந்து விலகிச் செல்வது, அது உங்களுடைய வளர்ச்சிக்கு இன்றியமையாததாக இருந்தாலும், உங்களுடைய சொந்தக் கதையின் சில பகுதிகளை இழப்பதைப் போன்றது. உங்களுடனான அவர்களுடைய உறவில் பெரும் மாற்றம் ஏற்படக்கூடும் என்றாலும், உங்களுக்கு வியப்பளிக்கும் விதமாக, உங்களுடைய இந்தப் பெரும் மாற்றத்தைச் சிலர் கொண்டாடவும் கூடும். நீங்கள் இப்போது யாராக ஆகியிருக்கிறீர்களோ அதை அவர்கள் கூடுதலாக நேசிக்கக்கூடும். அவர்களுடன் இப்போது உங்களால் பெருமளவு ஒத்துப் போக முடியாது என்பதை அவர்கள் அறிந்திருந்தாலும், உங்களுடைய வளர்ச்சி அவர்களுக்கு

ஆனந்தத்தை அளிக்கக்கூடும்.

> *நீங்கள் எப்போதும் உங்களுடைய பக்கத்தை எடுத்துரைக்க வேண்டியதில்லை ... காலம் அதைப் பார்த்துக் கொள்ளும்.*

அதே சமயம், வேறு சிலர் அதை எதிர்க்கக்கூடும். அதற்குப் பின்னால் அவர்களுக்கு ஒரு கெடுநோக்கு இருக்கும் என்று கூறிவிட முடியாது. மாற்றம் மற்றும் இழப்பு குறித்து அவர்கள் கொண்டிருக்கின்ற பயத்திலிருந்து முளைக்கின்ற ஒன்று அது. உங்களுடைய புதிய எல்லை வரையறைகளை, தங்களுக்கு அளிக்கப்படுகின்ற தண்டனையாக அவர்கள் கருதக்கூடும். விசுவாசமாக இருத்தல் என்பது எப்போதும் ஒரே மாதிரியாக இருப்பது என்று அவர்கள் உங்களை நம்ப வைக்க முயலக்கூடும். ஆனால், இக்கேள்வியை உங்களிடம் கேளுங்கள்: எது மிக மோசமான நம்பிக்கைத் துரோகம்? மற்றவர்களை சௌகரியமாக உணரச் செய்வதற்காக நீங்கள் உங்கள் வாழ்க்கையுடன் சமரசம் செய்து கொள்வதா, அல்லது ஒரு தொடர்பு அதன் இயல்பான ஓட்டத்தை நிறைவு செய்துவிட்டது என்பதை அங்கீகரிப்பதா?

தம்முடைய நோக்கத்தை நிறைவு செய்துவிட்டுள்ள உறவுகள்மீதான உங்களுடைய பிடியைத் தளர்த்துவதன் மூலம் நீங்கள் அவர்களைக் கௌரவிக்கலாம். இனியும் உங்களுடைய வாழ்வில் பொருந்துகின்ற நிலையில் இல்லாத அவர்களை வலுக்கட்டாயமாக அதற்குள் இழுப்பதற்குப் பதிலாக, கடந்தகாலத்தில் அவர்கள் உங்களுக்குக் கொடுத்தவற்றுக்காக அவர்களிடம் நன்றி பாராட்டலாம். உங்களுடைய சொந்த வளர்ச்சியைக் காவு கொடுக்காமலேயே உங்களால் உங்களுடைய கடந்தகாலத்தைக் கொண்டாட முடியும்.

நீங்கள் வளர்வதற்குப் பிறருடைய அனுமதி உங்களுக்குத் தேவையில்லை. நீங்கள் தேர்ந்தெடுத்துள்ள வாழ்க்கையை நீங்கள் எதற்காகத் தேர்ந்தெடுத்துள்ளீர்கள் என்பதை நீங்கள் விளக்கத் தேவையில்லை. ஏனெனில், உங்கள் மனத்தின் அடியாழத்தில் நீங்கள் அதை

ஏற்கனவே அறிந்திருக்கிறீர்கள். மக்களைப்போலவே, உறவுகளும், மாறாமல் இருக்கத் தேவையில்லை. சில உறவுகள், சில பருவங்களுக்கு நமக்குத் துணை புரியும். சில, நம்முடைய வாழ்க்கை முழுவதும் உடன் வரும். ஆனால், இவை அனைத்துமே நம்முடைய பயணத்தின் பிரிக்கப்பட முடியாத அம்சங்கள்தாம்.

> *நீங்கள் சிலருடன் பற்பல ஆண்டுகளாக நட்புறவைப் பேணலாம். ஆனால், அவர்கள் ஒருபோதும் உங்களுடைய நண்பர்களாக இருந்திருக்கவில்லை என்பதைப் புரிந்து கொள்ள உங்களுக்குப் பல ஆண்டுகள் பிடிக்கும்.*

உங்களுக்குச் சரிப்பட்டு வராத உறவுகளுக்கு விடைகொடுக்கின்றபோது ஏற்படுகின்ற வருத்தத்தின் ஊடாகப் பயணித்த பிறகு, நீங்கள் உங்கள் வாழ்க்கையின் புதிய கட்டம் ஒன்றைத் துவக்குவீர்கள். பல உறவுகளுக்கு முழுக்குப் போடுவதால் உண்டாகின்ற வெற்றிடத்தை எதிர்கொண்ட பிறகு, உங்களுக்குள் ஒரு பெரும் மாற்றம் நிகழும்.

அத்தியாயம் 13

உங்களுடைய உண்மையான சுயத்தின் எழுச்சி

கட்டவிழ்த்துவிடப்படுவதற்காக உங்களுக்குள் ஒரு நெருப்பு கனன்று கொண்டிருக்கிறது. அதீத சிந்தனை, சுய சந்தேகம், குற்றவுணர்ச்சி, பயம் ஆகியவற்றுக்கு அடியில் புதையுண்டு கிடக்கின்ற ஒரு சக்தி அது. நீங்கள் சுமக்கத் தேவையில்லாத சுமைகளை நீங்கள் உங்கள் வாழ்க்கை முழுவதும் சுமந்து திரிந்து வந்திருக்கிறீர்கள். அது இதுகாறும் உங்களை அழுத்திக் கொண்டிருந்துள்ளது. அதிலிருந்து விடுபடுவதற்கான வேளை வந்துவிட்டது. உங்களுடைய உண்மையான சுயத்தைத் தயக்கமின்றி வெளிக்காட்டுவதற்கான வேளை வந்துவிட்டது.

உங்களைக் காயப்படுத்தியுள்ளவற்றிலிருந்து விடுபடுவது என்பது பெரும் மாற்றம் அன்று. உங்களுடைய உண்மையான இயல்பை அழகாக மலர வைப்பது அது. சில வாழ்க்கைச் சூழல்கள் உங்களின் சில பகுதிகளை மறைத்து வைப்பதற்கு உங்களைத் தூண்டியதற்கு முன்பாக நீங்கள் எப்படி இருந்தீர்களோ அந்த இயல்பான நிலைக்குத் திரும்புவது அது. வெளிப்படுத்தப்படுவதற்குச் சரியான நேரத்திற்காகக் காத்துக் கொண்டிருந்த உங்களுடைய திறமைகள், பலங்கள் மற்றும் குணாம்சங்களை மறுகண்டுபிடிப்பு

செய்வதைப் பற்றியது இது.

> எந்த அளவுக்கு எனக்கு வயது கூடிக் கொண்டு போகிறதோ, அந்த அளவுக்கு, பிறரால் புரிந்து கொள்ளப்பட வேண்டும், அவர்களால் ஏற்றுக் கொள்ளப்பட வேண்டும், அவர்கள் தங்களுடைய வட்டத்தில் என்னையும் சேர்த்துக் கொள்ள வேண்டும் என்பதற்கான தேவை எனக்குள் குறைந்து கொண்டே வருகிறது.

வண்ணத்துப்பூச்சியின் பரிணாம வளர்ச்சி இதற்கான கச்சிதமான எடுத்துக்காட்டு. ஒரு கூட்டுப்புழு வெறுமனே இறக்கைகளை வளர்த்துக் கொள்வதில்லை. ஓர் அழகான வண்ணத்துப்பூச்சியாக ஆவதற்கான சாத்தியத்தை அது வளர்த்துக் கொள்கிறது. அறிவியலறிஞர்கள் இதைக் 'கற்பனை உருக்கட்டம்' என்று அழைக்கின்றனர். அங்கு முழுமையானதொரு பரிணாம மாற்றம் நிகழ்கிறது. அதுபோலவே நீங்களும் உங்களுடைய பழைய போக்குகள் மற்றும் உறவுகளிலிருந்து விடுபட்டு மாற்றமடைகிறீர்கள். ஆனால், உங்களுடைய முந்தைய அம்சத்திலிருந்து வெறுமனே சற்று மாறுபட்டிருக்கின்ற ஒருவராக நீங்கள் உருவெடுப்பதில்லை. உங்களுடைய அடிப்படைக் கட்டமைப்பிலேயே ஒரு மாற்றம் உங்களுக்குள் நிகழ்கிறது.

இது உங்களுக்கான நேரம். நீங்கள் வெகுகாலமாக அடக்கி வைத்து வந்துள்ள உங்களுடைய உண்மையான குரலை வெளிப்படுத்துவதற்கான வேளை வந்துவிட்டது. உங்களிடமிருந்து எதிர்பார்க்கப்படுகின்ற அம்சங்களை வெளிப்படுத்தாமல், உங்களுடைய இயல்பான திறமைகளை வெளிப்படுத்துவதற்கான வேளை வந்துவிட்டது. உங்கள்மீது திணிக்கப்பட்ட விழுமியங்களின்படி அல்லாது, நீங்கள் போற்றுகின்ற விழுமியங்களின்படி வாழ்வதற்கான வேளை வந்துவிட்டது. இதற்கு நீங்கள் எவரிடமும் விளக்கமளிக்கத் தேவையில்லை. உங்களை நீங்கள் வெளிப்படுத்திக் கொள்வதற்கு உங்களுக்கு நீங்களே அனுமதி வழங்க

வேண்டும், அவ்வளவுதான்.

இதிலிருந்து வெளியே வரப் போகின்ற நீங்கள் புதிய ஒருவராக இருக்க மாட்டீர்கள். அந்த சுயம் உங்களுக்குள் வெகுகாலமாக நீறு பூத்த நெருப்பாக இருந்து வந்துள்ளது. அதைப் பிறர் காண இப்போது நீங்கள் அனுமதிக்கிறீர்கள், அவ்வளவுதான் வித்தியாசம். அளவுக்கதிகமாகச் சிந்திக்கின்ற உங்களுடைய போக்கை இப்போது உங்களுடைய உள்ளுணர்வுகள் எடுத்துக் கொண்டுள்ளன. பிறரிடமிருந்து அங்கீகாரத்தை எதிர்பார்த்துக் கொண்டிருந்த நீங்கள் இப்போது உங்களை நம்பத் தொடங்கிவிட்டீர்கள். உங்களுடைய சுயமதிப்பை இப்போது நீங்கள் உணர்ந்துள்ளதால், உங்களுடைய குற்றவுணர்ச்சி இப்போது உங்களிடமிருந்து விடுபட்டிருக்கும்.

வசீகரமான ஆளுமை ஒன்றை உருவாக்குவதைப் பற்றியதோ அல்லது முற்றிலும் புதியதொரு நபராக ஆவதைப் பற்றியதோ அன்று இது. உங்களை இதுகாறும் அழுத்திக் கொண்டிருந்தவற்றைத் தூக்கியெறிவதைப் பற்றியது இது. நீங்கள் பிறக்கும்போது உங்களோடு பிறந்த ஞானத்திடம் திரும்புவதைப் பற்றியது இது. அந்த ஞானம் உங்களுடைய வாழ்க்கை அனுபவங்களாலும், உங்களுடைய வாழ்க்கைப் பயணத்தின் ஊடாக நீங்கள் கற்றுக் கொண்டுள்ள பாடங்களாலும் செழுமை அடைந்திருக்கும்.

உங்களுடைய அசலான சுயத்தோடு முன்னே செல்வது என்பது, புறத்திலிருந்து வருகின்ற அங்கீகரிப்புகளுக்காகக் காத்துக் கொண்டிருக்காமல், உங்களுடைய உள்ளார்ந்த மதிப்பை உணர்ந்திருப்பதாகும். ஊகங்களுக்கு இடம் கொடுக்காமல் உங்களுடைய சொந்தக் கண்ணோட்டங்களை நம்புவது இது. பிறருடைய அங்கீகாரம் கிடைக்காமல் போய்விடுமோ என்ற பயத்தில் இனியும் உழன்று கொண்டிருக்காமல், உங்களுடைய உண்மையான சுயத்தை வெளிப்படுத்துவது இது. மற்றவர்களைத் திருப்திப்படுத்துவதற்காக அல்லாமல், உங்களுடைய சொந்த ஆத்மாவுக்கு உண்மையான ஊட்டமளிப்பது இது.

இங்கு நீங்கள் வழிதவறிப் போகவில்லை. இங்கு நீங்கள் உடைந்து போயும் இருக்கவில்லை. திருத்தப்பட வேண்டிய ஒருவர் அல்லர் நீங்கள். மற்றவர்களின் எதிர்பார்ப்புகளின்படி நடந்து கொள்ளாமல், உங்களுடைய உண்மையான இயல்பு வெளிப்பட அனுமதிக்கின்ற ஒருவர் நீங்கள். இந்த வெளிப்பாட்டில்தான் உங்களுடைய உண்மையான பலமும் அதிகாரமும் ஒளிந்திருக்கின்றன.

உங்களுக்குள்ளிருந்து வெளிப்படுகின்ற இதை அங்கீகரிக்க இக்கணத்தைப் பயன்படுத்திக் கொள்ளுங்கள். உங்களுடைய உண்மையான சுயத்துடன் உங்களை ஐக்கியப்படுத்திக் கொள்வதிலிருந்து வருகின்ற சக்தியை உணருங்கள். உங்களுடைய சொந்த இயல்புக்கு எதிராக இனியும் நீங்கள் போராடிக் கொண்டிருக்க வேண்டியதில்லை என்ற உண்மையிலிருந்து கிடைக்கின்ற அமைதியைக் கொண்டாடுங்கள். வெளியே வாருங்கள். ஒரு புதிய மனிதராக அன்றி, தன்னை வெளிப்படுத்திக் கொள்வதற்காக நீண்டகாலமாகக் காத்துக் கொண்டிருந்த உங்களுடைய உண்மையான சுயத்துடன் வெளியே வாருங்கள்.

> **உங்கள் வாழ்க்கையில் யாரும் உங்களைத் தற்செயலாகச் சந்திக்கவில்லை. கடவுள் அனைத்தையும் திட்டமிட்டுள்ளார். இதை நம்புங்கள்.**

உங்களுடைய உண்மையான சுயத்தின் வெளிப்பாடு உங்களுடைய வாழ்க்கைப் பயணத்தில் ஒரு முக்கியமான மைல்கல் ஆகும். ஆனால், இதற்குப் பிறகு அதைத் தொடர்வதற்கு நீங்கள் தொடர்ந்து பயிற்சி செய்து வர வேண்டும், நடைமுறைக்கு ஏற்றத் தேர்ந்தெடுப்புகளை நீங்கள் மேற்கொள்ள வேண்டும். உங்களுடைய பழைய போக்குகள் தலைதூக்க முயல்கின்றபோது அவற்றின் தலையில் குட்டிவிட்டு, உங்களுடைய உண்மையான இயல்புடனான தொடர்பை எவ்வாறு தக்கவைத்துக் கொள்வது? உங்களுடைய உண்மையான சுயத்தை எதிர்கொள்ளத் தயாராக இல்லாத ஓர்

உலகில் இயங்குவது எப்படி? அடுத்த அத்தியாயத்தில் இடம்பெறுகின்ற அணுகுமுறைகள் அதற்கு உங்களுக்கு உதவும்.

அத்தியாயம் 14

வெற்று இடம்: அடையாளத்தின் இறப்பும் மறுபிறப்பும்

சில பாதைகளில் நீங்கள் தனியாகத்தான் பயணிக்க வேண்டும். அங்கு உங்களுடைய நண்பர்கள், குடும்ப உறுப்பினர்கள், வாழ்க்கைத் துணைவர் என்று எவரும் இருக்க மாட்டார்கள். நீங்களும் கடவுளும் மட்டுமே இருப்பீர்கள்.

சரிப்பட்டு வராத உங்களுடைய உறவுகளை உதறித் தள்ளுகின்றபோது உங்களுக்கு ஏற்படுகின்ற வருத்தத்தை தாண்டிய சவால் ஒன்று இருக்கிறது. உங்களுடைய பழைய ஆளுமை முழுமையாகக் கரைந்து அங்கு ஒரு வெற்றிடம் உருவாகியிருக்கும். அதை நீங்கள் எதிர்கொள்ள வேண்டியிருக்கும். உங்களுடைய வெளி வாழ்க்கையை மாற்றிக் கொள்வதையோ அல்லது உங்களுடைய புதிய பகுதிகளை அடையாளம் காண்பதையோ பற்றியது அன்று இது. நீங்கள் யார் என்று நீங்கள் நினைத்துக் கொண்டிருந்தீர்களோ அதைத் தாண்டி வருகின்றபோது நீங்கள் எதிர்கொள்கின்ற வெறுமையை எதிர்கொள்வதைப் பற்றியது இது.

இந்த வெறுமை, உங்களுடைய வாழ்க்கைப் பயணத்தில் நீங்கள் மேற்கொள்கின்ற கிளைப் பாதை அன்று. இது நீங்கள் சென்றடைய வேண்டிய பாதை.

நீங்கள் நச்சான உறவுகளிலிருந்து விலகிச் சென்று உங்களுடைய உண்மையான குரலில் பேசத் தொடங்கும்போது, நீங்கள் ஒரு வெற்றிடத்தை அடைவீர்கள். அங்கு நீங்கள் மற்றவர்கள் இல்லாதிருப்பதை உணர்வதோடு, உங்களுடைய உண்மையான சுயத்தையும் எதிர்கொள்ள நேரிடும்.

முதலில் இந்த வெறுமை ஆசுவாசமளிப்பதுபோலத் தோன்றும். இனியும் வேஷம் போட வேண்டியிருக்காது என்ற நிம்மதி உங்களுக்கு ஏற்படும். நீங்கள் யாராக இல்லையோ அந்த நபராக இருக்க வேண்டிய கட்டாயம் கொடுக்கின்ற அழுத்தம் விலகும். பின் மற்றொரு விதமான அசௌகரியம் தலைதூக்கும். அது ஓர் ஆழமான குழப்பம். அதைப் பற்றி வெகு சிலரே வெளிப்படையாகப் பேசுவர். உங்களுடைய ஆளுமை எந்த அளவுக்கு உங்களுடைய பழக்கவழக்கங்களாலும் உங்களை நியாயப்படுத்துகின்ற முயற்சிகளாலும் கட்டமைக்கப்பட்டுள்ளது என்பது உங்களுக்குப் புரியத் தொடங்கும்.

உங்களுக்கு ஆசுவாசமளித்துக் கொண்டிருந்ததாக நீங்கள் நம்பிக் கொண்டிருந்த வார இறுதி மதுவருந்துதல், உண்மையில் உங்களுடைய உணர்வுகளை மரத்துப் போகச் செய்வதற்கான முயற்சியாக இருப்பதை நீங்கள் காண்பீர்கள். தொடர்பில் இருப்பதற்காக நீங்கள் மேற்கொள்கின்ற ஒரு சமூக ஊடக உலா, உண்மையில், நீங்கள் உங்களுடன் ஆழமான உறவை ஏற்படுத்திக் கொள்வதைத் தடுப்பதற்கான முயற்சியாக இருப்பதை நீங்கள் காண்பீர்கள். இலட்சியம் என்று நீங்கள் முத்திரை குத்திக் கொண்ட ஒன்றுக்காக நீங்கள் கடினமான உழைப்பை முதலீடு செய்வது, உண்மையிலேயே எவை முக்கியமோ அவற்றை எதிர்கொள்வதிலிருந்து உங்களைத் தடுக்கின்ற முயற்சியாக இருப்பதை நீங்கள் காண்பீர்கள். உங்களுடைய பரிச்சயமான இந்த அடையாள நங்கூரங்கள் கழன்று விழுகின்றபோது, உங்களை

விடுவிக்கின்ற இக்கேள்வியை நீங்கள் எதிர்கொள்வீர்கள்: இப்போக்குகள் இல்லாமல் இருந்தால், நான் யாராக இருப்பேன்?

> உங்களுடைய படுக்கையில் காலியாக இருக்கின்ற அந்த இடம், உங்களுக்கு அருகே ஒரு தவறான நபர் இருப்பதைவிட மேலானது.

இந்த வெற்றிடத்தை எதிர்கொள்ள முடியாமல்தான் பலர் மீண்டும் பழைய பாதைக்குத் திரும்பிவிடுகின்றனர். அதை நீங்கள் விரும்பிச் செய்வதில்லை. உங்களுடைய சுயத்தை இழக்கின்ற உணர்வு, இதற்கு முன்பு நீங்கள் ஒருபோதும் அனுபவித்திராத ஒருவிதமான கலக்கத்தை உங்களிடம் ஏற்படுத்துவதுதான் அதற்குக் காரணம். உங்களுக்குப் பரிச்சயமான உங்களுடைய பழைய சுயத்தின் அடையாளங்கள் இல்லாமல் இருப்பதால், நீங்கள் தற்காலிகமாக வழி தெரியாமல் தடுமாறுவீர்கள். உங்களிடம் இவை போன்ற கேள்விகள் எழும்: நான் இதற்கு முன்பு இந்த அளவுக்கு மகிழ்ச்சியற்று இருந்திருக்கிறேனா? நான் என்னுடைய பழைய வழிக்குத் திரும்புவதுதான் இதற்கான தீர்வாக இருக்குமோ? இந்த வெற்றிடத்தை எதிர்கொள்வதற்குப் பதிலாக, என்னால் அடையாளம் காண முடிகின்ற அந்த நபராகவே இருந்துவிட்டு போவது மேம்பட்டதாக இருக்குமோ?

உங்களுடைய பழைய சுயம் அவ்வளவு எளிதில் உங்களிடமிருந்து அகன்றுவிடாது. ஒரு வீட்டிலிருந்து கழுத்தைப் பிடித்து வெளியே தள்ளப்பட்டுள்ளவரைப்போல, அது, உங்களுடைய இந்த வெற்றிடத்தை நோக்கிய உங்களுடைய பயணம் ஆபத்தானது என்றோ அல்லது முட்டாள்தனமானது என்றோ முழங்கும், அதற்கான காரணங்களை அடுக்கும். உங்களால் மாற முடியாது என்பதற்கான நிரூபணங்களாக உங்களுடைய பழைய தோல்விகளின் பட்டியலை அது உங்கள் கண்முன் கொண்டு வந்து நிறுத்தும், உங்களுடைய சந்தேகங்களை அபாய அறிவிப்புகளாக மாற்றும்.

ஆனால், இந்த எதிர்ப்பு, நீங்கள் தவறான திசையில் போய்க் கொண்டிருக்கிறீர்கள் என்பதற்கான அறிகுறி அன்று. மாறாக, நீங்கள் வாழ்வில் ஒரு முக்கியமான திருப்புமுனையை நோக்கி நகர்ந்து கொண்டிருக்கிறீர்கள் என்று அர்த்தம்.

ஒரு சமயத்தில் ஒரு பழைய கட்டடம் இருந்த, இப்போது காலியாக இருக்கின்ற ஓரிடமாக அதை நீங்கள் கருத வேண்டும். அந்தப் பழைய கட்டடம் இப்போது அங்கு இல்லை என்பதால், அது தற்காலிகமான வெற்றிடம் ஒன்றைத் தோற்றுவித்திருக்கும். அந்த வழியாகச் செல்கின்ற சாதாரணமான நபர்களுக்கு அது ஒரு பெரிய விஷயமாகத் தெரியாது. ஆனால், கட்டடத் தொழிலில் ஈடுபட்டிருக்கின்ற ஒருவருடைய கண்களில் அது படும்போது, ஒரு புதிய படைப்பை உருவாக்குவதற்கான கச்சிதமான இடமாக அது அவருக்குத் தெரியும். அந்த இடம் காலியாக இருந்தால்தான் அதில் புதிய ஒன்றைக் கட்டியெழுப்ப முடியும்.

உங்களுடைய வாழ்க்கைப் பயணத்தில், இதற்கு முன்பு நீங்கள் மேற்கொண்டிருந்த புற மாற்றங்கள் அல்லது உணர்ச்சிரீதியான மாற்றங்களின் ஊடாக உங்களால் முன்னேற்றத்தைப் பார்க்க முடிந்திருக்கும். ஆனால், இக்கட்டத்தில், அவற்றை மற்றவர்களால் பார்க்க முடியாது. அதைச் சரியான முறையில் விளக்குவது உங்களுக்கே கடினமாக இருக்கும். நீங்கள் மேம்பட்டுக் கொண்டிருக்கிறீர்கள் என்ற உணர்வு உங்களுக்கு ஏற்படாமல் போகலாம். அதற்குப் பதிலாக நீங்கள் சில நுட்பமான மாற்றங்களை அவதானிப்பீர்கள்:

- உங்கள் எண்ணங்களையும் உணர்வுகளையும் உங்களைக் கடந்து செல்கின்ற நிகழ்வுகளாக நீங்கள் பார்ப்பீர்கள்.
- ஒரு காலத்தில் உங்களை நிலைகுலைய வைத்த விஷயங்கள் இப்போது அந்த அளவுக்கு உங்களை உணர்ச்சிவசப்படச் செய்வதில்லை என்பதை நீங்கள் உணர்வீர்கள்.

- நடைபெறுகின்ற காரியங்களுக்கும் அவற்றுக்கு நீங்கள் எவ்வாறு எதிர்வினையாற்றுகிறீர்கள் என்பதற்கும் இடையே ஒரு சிறிய இடைவெளி இருப்பதை நீங்கள் காண்பீர்கள்.
- நீங்கள் முன்பு பிடித்துத் தொங்கிக் கொண்டிருந்த நிலைப்பாடுகள் மற்றும் அடையாளங்களை நியாயப்படுத்த இப்போது நீங்கள் அந்த அளவு ஆர்வம் காட்ட மாட்டீர்கள்.

நீங்கள் உங்களுடைய எண்ணங்களாக இருப்பதை நிறுத்திவிட்டு, அந்த எண்ணங்களை அவதானிக்கின்ற ஒருவராக நீங்கள் மாறுகிறீர்கள். உங்களுடைய உணர்ச்சிகளுக்கு அடிபணிவதிலிருந்து நீங்கள் விடுதலை பெற்றிருப்பீர்கள், அவை வந்து போவதை நீங்கள் வேடிக்கை பார்ப்பீர்கள். உங்களுடைய சொந்தக் கதையில் மூழ்கியிருப்பதற்குப் பதிலாக, வெளியேயிருந்து அதை நீங்கள் வேடிக்கை பார்ப்பீர்கள்.

உங்களுடைய சுயத்தை மீறி உங்களிடம் ஏற்பட்ட வளர்ச்சி சில முக்கியமான நோக்கங்களை நிறைவேற்றுவதற்கு உதவியிருக்கும். உங்களுடைய குழந்தைப்பருவத்துக் காயங்களைக் கடந்து செல்வதற்கும், கடினமான காலகட்டங்களில் தப்பிப் பிழைப்பதற்கும், உலகில் செயல்படுவதற்குப் போதுமான நிலைத்தன்மையை உருவாக்குவதற்கும் அது உங்களுக்கு உதவியிருக்கும். உங்களுடைய பழைய சுயம் ஒரு பிழையன்று. இதுவரை உங்களைப் பாதுகாத்து வந்துள்ள ஒரு கேடயம் அது. அதை எடைபோடுவதற்குப் பதிலாக, அது உங்களுக்குச் சேவை புரிந்துள்ளது என்று கருதுங்கள்.

இந்தக் கட்டத்தில் நீங்கள் உங்களின் பழைய அடையாளத்தைத் தூக்கி எறிந்துவிட்டு ஒரு புதிய அடையாளத்தை சுவீகரித்துக் கொள்வதோடு நின்றுவிடுவதில்லை. உங்களுடைய அனைத்து அடையாளங்களையும் தாண்டிய விழிப்புணர்வை நீங்கள் தரிசிக்கிறீர்கள். நீங்கள் உங்களுடைய மேம்பட்ட வடிவமாக ஆவதைப் பற்றியது அன்று இது. உங்களுடைய

உண்மையான இயல்பு இவை அனைத்தையும் தாண்டிய ஒன்று என்பதைப் புரிந்து கொள்வதைப் பற்றியது இது.

> *பல ஆண்டுகளுக்கு முன்பு நீங்கள் கூறியிருந்த சில விஷயங்கள் குறித்து இன்று உங்களுக்கு உடன்பாடு இல்லாமல் போகலாம். பல ஆண்டுகளுக்கு முன்பு நீங்கள் செய்திருந்த சில காரியங்களை இன்று நீங்கள் செய்ய விரும்பாமல் இருக்கலாம். அதற்காக, நீங்கள் இரட்டை வேடம் போடுகிறீர்கள் என்று அர்த்தமில்லை, மாறாக, நீங்கள் தேவையான மாற்றத்தை அடைந்து கொண்டிருக்கிறீர்கள். நாம் எல்லோருமே அப்படித்தான் இருக்க வேண்டும்.*

இந்த வெற்றிடம் குறித்த ஓர் ஆச்சரியமான உண்மை என்ன தெரியுமா? இங்கு நீங்கள் உங்களை இழந்து கொண்டிருப்பது போன்ற உணர்வு உங்களுக்கு ஏற்படலாம். ஆனால், உண்மையில், உங்களால் எதையும் இழக்க முடியாது என்பதையே அது வெளிப்படுத்துகிறது. உங்களுடைய உண்மையான சுயம் உங்களுடைய மற்றோர் அடையாளம் அன்று. அனைத்து அடையாளங்களும் கழன்று விழுந்த பிறகு உங்களிடம் மீதமிருக்கின்ற விழிப்புணர்வுதான் அது. உண்மையில் உங்களுடைய பயம், நீங்கள் யாராக இருக்கிறீர்களோ அதை நீங்கள் இழந்துவிடுவீர்கள் என்பதன்று. உங்களுடைய உண்மையான சாரம், நீங்கள் எந்தப் பாத்திரத்தை நடித்துக் கொண்டிருக்கிறீர்களோ அதுவன்று. மாறாக, இந்த நாடகத்தை அவதானித்துக் கொண்டிருக்கின்ற பிரக்ஞைதான் அது. இந்த வெற்றிடம் உங்களுக்குப் பழக்கமான பிறகு, வியப்பான ஒன்று நிகழும். நீங்கள் பயந்து போயிருந்த வெற்றிடம் உண்மையில் ஒரு வெற்றிடமே அன்று. அது ஏராளமான சாத்தியக்கூறுகளை உள்ளடக்கிய ஒன்று. நீங்கள் உங்களுடைய பழைய சுயத்தை இறுக்கமாகப் பிடித்துக் கொண்டிருந்ததால் உருவாக முடிந்திராத சாத்தியக்கூறுகள் அவை.

நீங்கள் யார் என்று நீங்கள் நினைத்துக் கொண்டிருந்தீர்களோ அவரல்லர் நீங்கள் என்பதை நீங்கள் இந்த வெற்றிடத்தைத் தாண்டிய பிறகுதான் அறிந்து கொள்வீர்கள். உங்களுடைய ஒரு குறிப்பிட்ட அடையாளத்தைத் தூக்கி நிறுத்துவதற்கான தேவை உங்களுக்கு இல்லாமல் போகின்றபோது, உங்களால் வாழ்க்கையை நெகிழ்வுத்தன்மையுடன் அணுக முடியும். நீங்கள் யாராக இருக்க வேண்டும் என்று நீங்கள் நம்பினீர்களோ அவராக இருப்பதற்கான முயற்சியில் இதுவரை நீங்கள் மாட்டிக் கொண்டிருந்தீர்கள். இப்போது அதிலிருந்து விடுபட்டு, உங்களுடைய வாழ்க்கையின் ஒவ்வொரு கணத்தையும் உங்கள் விருப்பப்படி வாழ்வதற்கு உங்களுக்கு ஒரு வாய்ப்பு கிடைத்திருக்கிறது.

இது ஒரு மாபெரும் சுதந்திரம். நீங்கள் யாராக வேண்டுமானாலும் ஆவதற்கான சுதந்திரம் அன்று இது. மாறாக, உங்கள் இருத்தலின் மதிப்பை நிலைநிறுத்துவதற்கு நீங்கள் யாராகவும் ஆக வேண்டியதில்லை என்ற புரிதலிலிருந்து கிடைக்கின்ற சுதந்திரம் இது. அந்த வெற்றிடம் உங்களுடைய பயணத்தின் முடிவன்று. உங்களுடைய உண்மையான சுயம் வளரத் தொடங்குவதற்காக உருவாக்கப்பட்டுள்ள காலியிடம் அது.

பகுதி 4

தீர்வுகள்

வயதாவதிலுள்ள ஒரு விநோதமான விஷயம் என்ன தெரியுமா? உங்களுடைய கண் பார்வை பலவீனமடையலாம், ஆனாலும், ஒரு மேம்பட்ட விதத்தில் மக்களை உங்களால் ஊடுருவிப் பார்க்க முடியும்.

விழிப்புணர்வு செயல்நடவடிக்கையாக மாறுகின்ற ஒரு கட்டத்தை நீங்கள் வந்தடைந்துள்ளீர்கள். சந்தேக மேகங்கள் கரைந்து, நீங்கள் இதுவரை எப்போதுமே அறிந்து வைத்துள்ள ஒன்றை அவை திரைவிலக்கிக் காட்டுகின்றன. சில விஷயங்களைச் சரி செய்யவே முடியாது. சிலர் ஒருபோதும் மாறவே மாட்டார்கள். பல நேரங்களில், முன்னேறிச் செல்வதற்கான ஒரே வழி சிலரைவிட்டு விலகிச் செல்வதாகத்தான் இருக்கும். நீங்கள் உங்களுடைய சொந்த யதார்த்தத்தையே கேள்விக்கு உட்படுத்துகின்ற நிலையை அடைந்துவிட்டப் பிறகு, இந்த விழிப்புணர்வை நம்புவது எப்படி? குற்றவுணர்ச்சி இன்னும் உங்களுடைய மனசாட்சியைப் பிடித்து உலுக்கிக் கொண்டிருக்கின்றபோது, அவர்களிடமிருந்து

விலகுகின்ற துணிச்சலை உங்களிடம் வளர்த்துக் கொள்வது எப்படி? அவர்களிடமிருந்து விலகுகின்ற முடிவால் உண்டான வருத்தத்திலிருந்து மீண்டு கரை சேர்வது எப்படி?

இதிலிருந்து மீள்வதற்கு நீங்கள் முதலில் உங்களுடைய சொந்தக் கண்ணோட்டத்தின்மீது நம்பிக்கை வைக்க வேண்டும். உங்களை நீங்கள் தொடர்ந்து சந்தேகிப்பதற்கு ஒருவர் உங்களைத் தூண்டிக் கொண்டே இருந்தால், யதார்த்தத்தோடு மீண்டும் பிணைப்பை உருவாக்கிக் கொள்வதற்கான தெளிவான உத்திகள் உங்களுக்குத் தேவைப்படும். கீழ்க்கண்ட அணுகுமுறை அதற்கு உங்களுக்கு உதவும்.

உங்களுடைய தன்னம்பிக்கையை மட்டம் தட்டுவதற்கு ஒருவர் தொடர்ந்து திட்டமிட்ட முறையில் முயன்று கொண்டிருந்தால், உங்களுடைய உறவில் பரஸ்பர நம்பிக்கையை மறுகட்டமைப்பு செய்து கொள்வது உங்களுடைய முதல் முன்னுரிமையாக இருக்க வேண்டும். ஆனால் அதற்காக, உங்களை வளைத்துக் கொண்டிருக்கின்ற நபரிடம் உங்களுடைய யதார்த்தத்தைப் புரிய வைக்க நீங்கள் முயல வேண்டியதில்லை.

யதார்த்த நங்கூரமிடுதல்: உங்களுடைய சொந்தக் கண்ணோட்டங்களை மீட்டெடுத்தல்

> *உங்கள் வாழ்வில் இருக்கக்கூடாத நபர்களைக் கடவுள் உங்களுக்குத் திரைவிலக்கிக் காட்டுவார். அவர்கள் யார் என்பதை நீங்கள் தேடிக் கண்டுபிடிக்க வேண்டியதில்லை ... நிரூபணம் உங்கள் மடியில் வந்து விழும்.*

யதார்த்தத்தைப் பாதுகாப்பதற்கான விதிமுறைகளைக் கீழ்க்கண்ட விதத்தில் செயல்படுத்துங்கள்:

முதலில் ஒரு குறிப்பேட்டில் உங்களுடைய அவதானிப்புகளைப் பதிவு செய்யுங்கள். நிகழ்வுகள்

முடிந்த கையோடு அதில் எழுதிக் கொள்ளுங்கள். கூறப்பட்ட வார்த்தைகளை அப்படியே துல்லியமாக எழுதிக் கொள்ளுங்கள். எந்தச் சூழலில் அவை கூறப்பட்டன என்பதையும் பதிவு செய்யுங்கள். அவை குறித்து நீங்கள் எப்படி உணர்ந்தீர்கள் என்பதை வடிகட்டாமல் எழுதிக் கொள்ளுங்கள். இது அளவுக்கதிகமான பயமன்று. பின்னர் விஷயங்களை நினைவுபடுத்திக் கொள்வதற்கு உதவுகின்ற ஒன்று இது. நாம் பழைய விஷயங்களை நினைத்துப் பார்க்கின்றபோது, பதிவாகியுள்ளவற்றை நாம் அப்படியே நினைவுகூர்வதில்லை, மாறாக, நாம் அவற்றை மறுவுருவாக்கம் செய்கிறோம் என்று உளவியல் ஆய்வுகள் தெரிவிக்கின்றன. உங்களுடைய கண்ணோட்டம் மீண்டும் மீண்டும் கேள்விக்கு உள்ளாக்கப்படுகின்றபோது, ஆவணப் பதிவு இல்லாமல் அவற்றை எதிர்கொள்வது கடினமாக இருக்கும்.

அடுத்து, உங்களுடைய அனுபவங்களில் தேர்ந்தெடுக்கப்பட்டச் சிலவற்றை வெளிநபர் ஒருவரிடம் அவ்வப்போது பகிர்ந்து கொள்ளுங்கள். அந்த நபர், உங்களைத் தங்கள் இஷ்டத்திற்கு வளைக்கின்ற நபருடன் தொடர்பில்லாதவராக இருத்தல் அவசியம். மேலும், உங்கள் இருவருக்கும் இடையேயான உறவுகளின் விளைவுகளால் பயனடையாதவராகவும் அவர் இருத்தல் வேண்டும். நடந்த விஷயங்களைக் கத்தரி போடாமல் அப்படியே அந்த நபரிடம் விவரியுங்கள். பின் அவரிடம், "இது உங்களுக்கு நியாயமாகப் படுகிறதா?" என்று கேளுங்கள். இப்படிக் கேட்டு உங்களுடைய தரப்பின் நியாயத்தை உறுதி செய்து கொள்வது உங்கள் பக்கம் அதிகமான ஆள்களைச் சேர்ப்பதற்காக அன்று, மாறாக, உண்மையான யதார்த்தத்தை அறிந்து கொள்வதற்காகத்தான்.

இறுதியாக, அவர்கள் உங்களைத் தங்கள் விருப்பப்படி வளைப்பதற்குப் பயன்படுத்துகின்ற தந்திரோபாயங்களை உணர்ந்து கொள்வதற்கு உங்களிடம் இக்கேள்விகளைக் கேளுங்கள்:

- "எளிமையான ஒரு விஷயத்தை நான்தான் குழப்பிக் கொள்கிறேனா?"
- "என்னுடைய அடிப்படைக் கண்ணோட்டங்களைத் தற்காத்துக் கொள்வதற்கும் அவற்றுக்கு விளக்கமளிப்பதற்கும் நான் ஏராளமான நேரத்தைச் செலவிட்டுக் கொண்டிருக்கிறேனா?"
- "இந்த நபருடன் உறவாடிய பிறகு நான் என்னைப் பற்றி முன்பைவிட அதிக மோசமாக உணர்கிறேனா?"
- "நான் வெளிப்படுத்துகின்ற ஆதங்கங்கள் எனக்கு எதிராகத் திருப்பிவிடப்படுகின்றனவா?"

இந்த அறிகுறிகள் இருப்பதை நீங்கள் கண்டுகொண்டால், உடனடியாகக் கீழ்க்கண்ட உத்திகளைக் கடைபிடியுங்கள்:

1. உரையாடலை நிறுத்துங்கள். "இது குறித்து நான் இன்னும் தெளிவாகச் சிந்திக்க வேண்டியிருக்கிறது."
2. உடல்ரீதியாக அவர்களிடமிருந்து விலகிச் செல்லுங்கள்.
3. உங்கள் மனத்திற்குள், "என்னுடைய கண்ணோட்டங்கள் கேள்விக்கு உட்படுத்தப்பட்டாலும் அவை சரியானவையே," என்று மீண்டும் மீண்டும் கூறுங்கள்.
4. நீங்கள் அனுபவித்துள்ளவை குறித்த வாதங்களில் ஈடுபட மறுத்துவிடுங்கள்.

இந்த அணுகுமுறை சிறப்பாகப் பலனளிக்கும். ஏனெனில், இங்கு, உங்களைத் தங்கள் இஷ்டத்திற்கு வளைக்க முற்படுகின்ற நபர்களை, உங்கள் கண்ணோட்டம்தான் சரி என்று ஒப்புக் கொள்ள வைக்க முயற்சிக்கின்ற காரியங்களில் நீங்கள் இறங்கவில்லை. அதற்கு மாறாக, உண்மையுடனான உங்களுடைய தொடர்பைப் பாதுகாக்க நீங்கள் முயற்சி செய்கிறீர்கள்.

> நான் என்னுடைய பக்கக் கதையை எடுத்துக் கூறாமல் இருந்ததன் மூலம் பலருடைய கௌரவத்தைக் காப்பாற்றியிருக்கிறேன். புயல் வீசுகின்றபோது

அமைதியாக இருப்பதே புத்திசாலித்தனம். நச்சான நபர்கள் உங்களை அழிக்கின்ற முயற்சியில் ஈடுபடும்போது தங்களைத் தாங்களே அழித்துக் கொள்கின்றனர்.

யதார்த்தத்துடனான உங்களுடைய தொடர்பை நீங்கள் வலுப்படுத்திய பிறகு, நீங்கள் அவர்களிடமிருந்து உணர்ச்சிரீதியாகவும் உளவியல்ரீதியாகவும் விலகுகின்ற சவாலை எதிர்கொள்வீர்கள். இதன் காரணமாக, பலர், பல முறை முயன்ற பிறகே நிஜமாக விலகுகின்றனர். முதலிலேயே அதைச் செய்வதற்கு உங்களுக்கு இந்த உத்திகள் உதவும்.

உறுதியான விலகல்: இன்னும் ஒரு முறை வாய்ப்புக் கொடுத்துப் பார்க்கலாம் என்பதைத் தாண்டி

மற்றவர்கள் என்ன சொல்கிறார்கள் என்பது குறித்து நான் சட்டை செய்வதில்லை ... நன்றியற்றவர்களிடம் நல்லவிதமாக நடந்து கொள்வது நல்ல மனிதர்களுக்குச் சலிப்பு ஏற்படுத்துகிறது.

இருப்பதிலேயே மிகக் கடினமான விஷயம், விலகிச் செல்வது என்ற முடிவு அன்று, அதை நடைமுறைப்படுத்துவதுதான். இதற்கு முன்பு பல முறை முயன்று பின்வாங்கிய பிறகு இம்முறை அதை நீங்கள் எப்படி நிறைவேற்றப் போகிறீர்கள்?

உறவுகளுக்கு வலிமையூட்டல் விலக்கிக் கொள்ளப்படுகின்றபோது உங்களுடைய நடத்தையில் சில மாற்றங்கள் ஏற்படுவதுதான் நீங்கள் அதிலிருந்து பின்வாங்குவதற்கான காரணம். உங்களைத் தங்கள் இஷ்டத்திற்கு ஆட்டி வைத்துக் கொண்டிருக்கின்ற நபர்களிடமிருந்து நீங்கள் விலகிச் செல்ல முயல்கின்றபோது, அவர்கள் தற்காலிகமாகச் சிறிது மாறுவர். பின்னர் அவர்கள் தங்களுடைய பழைய போக்குக்கே திரும்பிவிடுவர்.

இதை முறியடிப்பதற்கு நீங்கள் கீழ்க்கண்ட அணுமுறையை மேற்கொள்ளுங்கள்.

நீங்கள் மீண்டும் அவர்களிடம் திரும்பிச் செல்லாமல் இருப்பதற்கு, மீறப்பட்டுள்ள அனைத்து வாக்குறுதிகளையும் முதலில் பட்டியலிடுங்கள். "இந்தப் போக்கு இன்னும் ஐந்தாண்டுகளுக்கு நீடித்தால் என்னால் அதைப் பொறுத்துக் கொண்டிருக்க முடியுமா?" என்று உங்களிடம் கேளுங்கள். இதற்கான பதில், உண்மையான யதார்த்தத்தை உங்களுக்கு அடையாளம் காட்டும்.

உங்களுடைய தீர்மானம் தெளிவானவுடன், கீழ்க்கண்ட அம்சங்களை வைத்துக் கொண்டு, விலகுவதற்கான திட்டத்தை உருவாக்குங்கள்:

- நடைமுறைச் செயல்பாடுகள் (நிதி ஏற்பாடுகள், வாழ்க்கைச் சூழல்கள், பகிர்ந்து கொண்டுள்ள உடைமைகள்)
- ஆதரவு வளங்கள் (உங்களுடைய கடினமான காலகட்டத்தின்போது உங்களுக்கு உதவக்கூடியவர்கள்)
- உங்களைத் தங்கள் இஷ்டத்திற்கு வளைப்பவர்கள் கையாளக்கூடிய உத்திகளை முன்கூட்டியே ஊகித்தல், அவற்றுக்கு எப்படிச் செயல்விடை அளிப்பது என்பதைத் தயாரித்து வைத்துக் கொள்ளுதல்
- எந்தவிதமான சமரசங்களுமற்ற எல்லைகளை வைத்துக் கொள்ளுதல்

நீங்கள் அவர்களிடமிருந்து விலகிக் கொள்கின்ற செயல்திட்டத்தைக் கடைபிடிக்கின்றபோது, கருத்துப் பரிமாற்றம் தொடர்பான கீழ்க்கண்ட அணுகுமுறையை மேற்கொள்ளுங்கள்:

- தெளிவான நேரடியான மொழிநடையைக் கையாளுங்கள்

- காரணங்களை விலாவாரியாக விளக்குவதைத் தவிருங்கள் (அது தேவையற்ற விவாதத்திற்குத்தான் இட்டுச் செல்லும்)
- மாற்றங்களுக்கான வாக்குறுதிகள், பேச்சுவார்த்தைகள், பரிந்துரைக்கப்படுகின்ற சமரச நடவடிக்கைகள் போன்றவற்றை மறுதலியுங்கள்
- ஒரே ஒரு முறை திட்டவட்டமாக உங்களுடைய நிலைப்பாட்டை எடுத்துரைத்துவிட்டு அவர்களிடமிருந்து அகன்றுவிடுங்கள்

இந்த அணுகுமுறையை ஆற்றல்மிக்கதாக ஆக்குவது எது தெரியுமா? உங்களிடம் மிச்சமிருக்கின்ற குற்றவுணர்ச்சிதான் காரணங்களை விளக்குவதற்கான தூண்டுதலுக்குக் காரணம் என்ற புரிதல்தான். உளவியல்ரீதியான துன்புறுத்தல்கள் தொடர்பான ஆய்வுகளில் ஈடுபட்டுள்ள ஷன்னோன் தாமஸ் குறிப்பிடுவதுபோல, "ஓர் உறவுக்கு முற்றுப்புள்ளி வைத்தப் பிறகு அந்த யதார்த்தத்தை ஏற்றுக் கொள்வது என்பது உங்களுக்கு நீங்களே வழங்கிக் கொள்கின்ற ஒன்றுதானே அன்றி, வேறொருவரிடமிருந்து நீங்கள் பெறுகின்ற ஒன்று அன்று."

> எது 'வைரலாக' ஆக வேண்டும் என்று நான் விரும்புகிறேன் தெரியுமா? அடிப்படை மனிதக் கண்ணியம்.

உங்களுக்கு ஒத்துவராத உறவுகளிலிருந்து நீங்கள் விலகிய பிறகு, நீங்கள் யாராக இருந்தீர்களோ அதற்கும், நீங்கள் யாராக ஆகிக் கொண்டிருக்கிறீர்களோ அதற்கும் இடையேயான இடத்திற்குள் நீங்கள் நுழைவீர்கள். இந்தத் தற்காலிகமான இடம் உங்களுக்குக் கிலி ஏற்படுத்துவதாக இருக்கும். சரியான கட்டமைப்பு இருந்தால், அதன் ஊடாக உங்களால் எளிதாகப் பயணித்துவிட முடியும்.

மாற்றத்தைக் கடந்து செல்வதற்கான வழிமுறை

நீங்கள் யாராக இருந்தீர்களோ அதற்கும், நீங்கள் யாராக ஆகிக் கொண்டிருக்கிறீர்களோ அதற்கும் இடையேயான இடத்தைக் கடப்பது மிகவும் சவாலானதொரு காரியம். நீங்கள் உங்களுக்குப் பின்னால் விட்டுவிட்டு வந்துள்ள உறவுகள், போக்குகள், அடையாளங்கள் ஆகியவை உங்களைக் கட்டுப்படுத்துகின்றவையாக இருந்து வந்திருந்தபோதிலும், அவை உங்களுக்குப் பரிச்சயப்பட்டவையாக இருந்தன. இப்போது நீங்கள் அடையாளத் தொடர்பு முறிவை எதிர்கொள்ள வேண்டியிருக்கும். நீங்கள் முன்பு இருந்த அதே நபர் அல்லர்; அதே சமயம், நீங்கள் முழுமையான புதியதொரு வடிவத்திற்கு மாறியிருக்கவும் இல்லை என்ற மயக்க உணர்வுநிலை உங்களுக்கு ஏற்படும்.

> *உங்களை வீழ்த்துவதற்கு ஒரு கூட்டமே வேலை செய்து கொண்டிருக்கிறது என்பதை அறிகின்றபோது நீங்கள் அது குறித்துப் பெருமை கொள்ள வேண்டும்.*

இந்த இடத்தைக் கடப்பதற்கு நீங்கள் கீழ்க்கண்ட அணுகுமுறையைக் கடைபிடிக்கலாம்:

முதலில், நீங்கள் விட்டுச் செல்கின்ற சுயத்தைக் கௌரவியுங்கள். நீங்கள் உருவாக்கியிருந்த இந்த ஆளுமையில் சில குறைபாடுகள் இருந்தாலும், அது ஒரு முக்கிய நோக்கத்தை நிறைவேற்றியது. உங்களுக்குப் பாதுகாப்பு தேவைப்பட்டபோது, அதை அது உங்களுக்கு அறிவித்தது. உங்களுடைய இந்த சுயத்திற்கு நன்றி தெரிவித்து ஒரு கடிதம் எழுதுங்கள். அது உங்களுக்கு அளித்திருந்த உத்திகள் ஏன் பலனளிக்கவில்லை என்பதை இங்கிதமாக அதில் வெளிப்படுத்துங்கள்.

அடுத்து, உங்களுடைய ஓர் அடையாளத்திலிருந்து மற்றோர் அடையாளத்திற்கு நீங்கள் மாறியபோது இடையில் ஏற்பட்டிருந்த வெற்றிடத்தை, கீழே குறிப்பிட்டுள்ளதைப் போன்ற சிறிய, உறுதியான

நடைமுறைகளின் உதவியுடன் கடக்க முயற்சி செய்யுங்கள்.

- உங்களுடைய எண்ணங்களுக்கு அல்லாது உணர்ச்சிகளுக்குத் தீனி போடுகின்ற தினசரிச் சடங்குகளைக் கடைபிடியுங்கள்
- எடைபோடுதல் இல்லாத படைப்பாற்றல்மிக்க வெளிப்பாடுகளை வெளிப்படுத்துங்கள்
- இயற்கையுடன் தொடர்பு ஏற்படுத்திக் கொள்ளுங்கள்
- உடல் இயக்கத்திற்கு வழி வகுக்கின்ற காரியங்களில் ஈடுபடுங்கள்

இந்த வழிமுறைகள், மாற்றத்தால் உண்டாகின்ற அசௌகரியத்திலிருந்து உங்கள் கவனத்தைத் திசைதிருப்புவதற்கானவை அல்ல. நீங்கள் அந்த மாற்றத்தின் ஊடாகப் பயணிக்கும்போது பயன்படுத்திக் கொள்ளக்கூடிய வழிமுறைகளாக அவற்றைக் கருதுங்கள். மாற்றம் நிகழ்ந்து கொண்டிருக்கின்ற காலகட்டத்தில் சில கட்டுப்பாடுகளை மேற்கொள்வது, அந்த மாற்றத்துடன் தொடர்புடைய உளவியல்ரீதியான அழுத்தங்களைக் குறைக்க உதவும் என்று ஆய்வுகள் தெரிவிக்கின்றன.

இறுதியாக, உங்களுடைய சுயத்தைப் பேணுவதற்குக் கீழ்க்கண்ட அணுகுமுறைகளைக் கடைபிடியுங்கள்:

- பழைய தூண்டுதல்களுக்குப் புதிய செயல்விடைகளைக் கொண்டு பரிசோதனை செய்யுங்கள்.
- உங்களுடைய பழைய சுயத்திற்கு வியப்பளிக்கின்ற நடவடிக்கைகளை அவதானியுங்கள்.
- உங்களுடைய விழுமியங்களோடு ஒத்திசைவாக இருக்கின்ற, ஆனால், உங்களுக்குப் பரிச்சயமற்ற நடவடிக்கைகளில் வலிந்து ஈடுபடுங்கள்.
- உங்களுக்கு அசௌகரியமாக இருந்தாலும், உண்மையாக இருக்க முயற்சி செய்யுங்கள்.

இந்த அணுகுமுறையைத் தனித்துவமானதாக ஆக்குவது என்னவென்றால், அடையாள மாற்றம் என்பது மறுதலிப்பது அன்று, மாறாக, பரிணாம வளர்ச்சியே என்ற புரிதல்தான். நீங்கள் வித்தியாசமான ஒருவராக ஆகிக் கொண்டிருக்கவில்லை, மாறாக, உங்களுடைய உண்மையான சுயத்துடன் ஐக்கியப்படுகின்ற ஒருவராகப் பரிணமிக்க முயன்று கொண்டிருக்கிறீர்கள்.

இறுதிச் சவால், உத்திகளைப் பற்றியது அன்று. புற அங்கீகாரம் எதையும் பெற்றுக் கொடுக்காத ஒரு பாதையில் நடப்பதற்கான துணிச்சலைக் கண்டுபிடிப்பதைப் பற்றியது அது. பிறருடைய அங்கீகாரத்தைப் பெறுவது இன்றியமையாதது என்ற மனப்போக்குடன் வளர்க்கப்பட்டுள்ள நீங்கள், இதுவரை நீங்கள் அறிந்திராத ஒன்றுடன் ஒரு புதிய உறவை வளர்த்துக் கொள்ளவும், உங்களுடைய உள்ளார்ந்த வழிகாட்டி அமைப்புமுறையின்மீது நம்பிக்கை வைக்கவும் தூண்டப்படுவீர்கள்.

புதிய பயணத்திற்கான துணிச்சல்

சுதந்திரத்திற்கான கடைசிக் கட்டம் உத்திகளைப் பற்றியது அன்று. உங்களுடைய சொந்தப் பாதையில் நடப்பதற்கான துணிச்சலை சுவீகரித்துக் கொள்வதைப் பற்றியது அது. அந்தப் பாதை உங்களுக்குத் தெளிவாகப் புலப்படாமல் இருக்கலாம். அதில் பயணிக்கின்றபோது நீங்கள் சரியான திசையில்தான் பயணிக்கிறீர்கள் என்பதற்கான உத்தரவாதம் உங்களுக்குக் கிடைக்காமல் போகலாம்.

அத்தகைய துணிச்சலை உருவாக்கிக் கொள்வதற்கு நீங்கள் கீழ்க்கண்ட அணுகுமுறையைக் கடைபிடிக்கலாம்.

தினந்தோறும், முன்கூட்டியே திட்டமிட்டிராத ஒரு விஷயத்தைச் செய்யுங்கள். அதை அதற்கு முன்பு நீங்கள் ஒருபோதும் செய்திருக்கக்கூடாது. அதில் நீங்கள் வெற்றி பெறுவீர்கள் என்பதற்கான உத்தரவாதமும் இங்கு இருக்காது. சிறியதிலிருந்து தொடங்குங்கள். பொதுவாக

நீங்கள் முன்னுரிமை கொடுக்காத ஒன்றாக அது இருக்கட்டும். பொதுவாக நீங்கள் உதாசீனப்படுத்துகின்ற எல்லைகளை வகுத்துக் கொள்ளுங்கள். உங்களுடைய பழைய சுயம் ஒதுக்கித் தள்ளுகின்ற விஷயம் ஒன்றைத் தேர்ந்தெடுத்துக் கொள்ளுங்கள். முன்பின் அறிந்திராத அந்த உலகத்திற்குள் நீங்கள் எடுத்து வைக்கின்ற ஒவ்வோர் அடியும், உங்களுடைய சகிப்புத்தன்மையை உறுதிப்படுத்தும். உண்மையுடன் வாழ்தலுக்கான இன்றியமையாத திறன் அது.

அதில் கண்டிப்பாகச் சந்தேகம் தலைதூக்கும். அப்போது கீழ்க்கண்ட உத்தியைக் கடைபிடியுங்கள்:

1. உங்கள் நெஞ்சின்மீது கை வைத்துக் கொள்ளுங்கள்.
2. "இந்தத் தேர்ந்தெடுப்பு என்னை விரிவுபடுத்துமா அல்லது சுருக்குமா?" என்று உங்களிடம் கேளுங்கள்.
3. அப்போது உங்கள் உடலில் ஏற்படுகின்ற நுட்பமான மாற்றங்களை அவதானியுங்கள்.
4. பகுத்தறிவுரீதியான நியாயப்படுத்தல்களைவிட இந்த உடல்ரீதியான ஞானத்தை நம்புங்கள்.

உங்கள் உடலின் உள்ளார்ந்த நிலை குறித்து உங்கள் மூளை எப்படி உணர்கிறது என்பது தொடர்பாக மேற்கொள்ளப்பட்ட ஆய்வுகளோடு இது ஒத்துப் போகிறது. உள்ளுணர்வுரீதியான தீர்மானங்கள் எடுத்தலில் இது ஒரு முக்கியப் பங்காற்றுவதாக அந்த ஆய்வுகள் தெரிவிக்கின்றன. பிரக்ஞைபூர்வமான எண்ணங்களுக்கு முன்பாக உடலில் தோன்றுகின்ற நுட்பமான மாற்றங்களை அடையாளம் கண்டுகொள்ள நீங்கள் கற்றுக் கொள்கின்றபோது, பிறரால் தொட முடியாத ஒரு ஞானத்தை நீங்கள் கைவசப்படுத்துவீர்கள்.

உங்களுடைய துணிச்சலை உறுதிப்படுத்திக் கொள்வதற்கு நீங்கள் தினந்தோறும் உறுதிப் பிரகடனங்கள் சிலவற்றைச் சொல்லி வாருங்கள். "என் வாழ்க்கைக் கதையின் ஆசிரியன் நானே. நான் என்னுடைய கண்ணோட்டங்களை நம்புகிறேன். நான் என்னுடைய தேவைகளுக்கு மதிப்பளிக்கிறேன்.

என்னைச் சிறுமைப்படுத்துகின்ற நபர்களிடமிருந்து நான் விலகிவிடுகிறேன். என்னை விரிவாக்குகின்றவற்றை நோக்கி நான் நகர்கிறேன். என்னுடைய வளர்ச்சிக்கான விளக்கங்கள் எதையும் நான் எவருக்கும் அளிக்க வேண்டியதில்லை."

ஐக்கியப்படுத்துதல்

> *நேசத்துடனும் நேர்மையான நோக்கங்களுடனும் நீங்கள் செயல்பட்டால், நீங்கள் எப்போதும் வெற்றி பெறுவீர்கள்.*

பிறரால் வளைக்கப்படுகின்ற நிலையிலிருந்து சுதந்திரத்தை நோக்கிய பயணம், சுய சந்தேகத்திலிருந்து சுய நம்பிக்கையை நோக்கிய நகர்வு, முடங்கலிலிருந்து துணிச்சலை நோக்கிய பாய்ச்சல் ஆகியவை ஓர் ஒற்றைத் தீர்மானத்திலிருந்து முளைக்கின்றன. நீங்களே தேர்ந்தெடுத்த உங்களுடைய அன்றாட நடைமுறையிலிருந்து உருவான ஒன்று அது. பிறரால் புரட்டி எடுக்கப்படுகின்ற நிலையிலிருந்து சொந்தக் காலில் நங்கூரமிடுகின்ற நிலைக்கு மாறுவதிலிருந்து அது தொடங்குகிறது. உங்களை மட்டுப்படுத்துகின்ற சுழற்சி வட்டத்திலிருந்து நீங்கள் உறுதியுடன் வெளியேறும்போது அது தொடர்கிறது. உங்களுடைய அடையாள மாற்றத்தின் ஊடாக நீங்கள் பயணிக்கும்போது அது ஆழமடைகிறது. உங்களுடைய உள்ளார்ந்த திசைகாட்டியின் வழிகாட்டுதலுடன், நன்கு அறியப்படாத ஒரு பாதையில் நடப்பதற்கு நீங்கள் துணிந்து இறங்குவதில் போய் அது நிறைவடைகிறது.

நீங்கள் விட்டுவிட்டு வந்துள்ள சில குறிப்பிட்ட உறவுகள் அல்லது சூழல்கள் பற்றியது மட்டுமன்று இது. இந்த உலகில் நீங்கள் எப்படி இயங்குகிறீர்கள் என்பதை இது நிரந்தரமாக மாற்றியுள்ளது. இதில் நீங்கள் தெளிவுடனும், உறுதியுடனும், முழு அர்ப்பணிப்புடனும் இறங்கியுள்ளீர்கள். உங்களுடைய கண்ணோட்டம்

முக்கியமானது, உங்களுடைய தேவைகள் இன்றியமையாதவை, உங்களுடைய உண்மையான வெளிப்பாடு பொருட்படுத்தத்தக்கது ஆகியவற்றை அங்கீகரிப்பதைப் பற்றியது இது.

கட்டவிழ்த்துவிடப்படுவதற்காகக் காத்திருந்து வந்துள்ள நெருப்பை நீங்கள் புதிதாக உருவாக்கத் தேவையில்லை. அதை நீங்கள் அடக்கி வைக்காமல் இருந்தால் மட்டும் போதும். சந்தேகத்திற்குப் பின்னால், குற்றவுணர்ச்சிகளுக்குப் பின்னால், பயத்திற்குப் பின்னால், அது எப்போதும் இருந்து வந்துள்ளது. இப்போது நீங்கள் துணிந்து வெளியே இறங்கியிருக்கிறீர்கள். அது உங்களுடைய பாதையில் வெளிச்சத்தைப் பாய்ச்சும்.

> *நம்பிக்கைத் துரோகம்தான் இருப்பதிலேயே மிக மோசமான கோழைத்தனம். நேர்மையாக இருப்பதற்குத் துணிச்சல் தேவை. ஆனால், ஏமாற்றுவதற்கு அது தேவையில்லை. இது ஒரு தவறு அன்று, ஒரு தேர்ந்தெடுப்பு. விசுவாசத்தையும் நம்பிக்கையையும் பின்னுக்குத் தள்ளிவிட்டு சுயநலத்திற்கு முன்னுரிமை கொடுப்பது பிரக்ஞையுடன்கூடிய ஒரு தீர்மானமாகும்.*

சுதந்திரத்திற்கான இந்த நடைமுறை உத்திகள் இப்போது நம் கைவசம் இருப்பதால், இனி நாம் மாற்றத்தின் அதிக ஆழமான பரிமாணங்களை ஆய்வு செய்யலாம். இதுவரை நாம் பார்த்துள்ள வழிமுறைகள் அறிகுறிகளை அடையாளம் காண்பதற்கானவை. ஆனால், நிலையான சுதந்திரத்தை உருவாக்குவதற்கு இன்னும் ஆழமான புரிதல் தேவை. அது மறைந்து கிடக்கிறது.

பகுதி 5

மேற்பரப்புக்கு அப்பால் – முக்கியமான வேறு பிற யோசனைகள்

அத்தியாயம் 15

உங்களால் முடியும்

இந்த ஆண்டு, மக்கள் தங்களுடைய உண்மையான முகத்தைக் காட்டிவிட்டனர். எனக்கு அது தேவைப்பட்டது.

நீங்கள் உங்களுடைய வாழ்க்கையில் எத்தனை முறை, முன்னேறியிருக்கிறோம் என்ற பிரக்ஞையின்றி முன்னேறியிருக்கிறீர்கள்? சாத்தியமற்றது என்று உணரப்பட்ட எத்தனை விஷயங்களை நீங்கள் சாதித்திருக்கிறீர்கள்? பலகைப் பனிச்சறுக்கு விளையாட்டில் நான் முதன்முதலாக ஈடுபட்டது எனக்கு நன்றாக நினைவிருக்கிறது. இன்னும் சொல்லப் போனால், அப்போதுதான் நான் முதன்முதலாகப் பனியையே பார்த்தேன். அப்போது எனக்குப் பதினாறு வயது. என்னுடைய பெற்றோர், என் சகோதரன் மற்றும் சகோதரியுடன் நான் சென்றிருந்தேன். என் சகோதரன் அதற்கு முன்பு ஒரு முறை அங்குச் சென்றிருந்ததால், பலருக்கு ஒன்றாகக் கற்றுத் தருகின்ற பயிற்சியில் கலந்து கொள்ளுமாறு அவன் எனக்கு அறிவுறுத்தினான். அன்றைய தினத்தின் பயிற்சியின் முடிவில், “இது எனக்கு

ஒருக்காலும் சரிப்பட்டு வரப் போவதில்லை," என்ற முடிவுக்கு நான் வந்தேன். அன்றைய பயிற்சியின்போது நான் பல முறை கீழே விழுந்தேன், காயப்பட்டேன். நான் அதுவரை செய்திருந்ததிலேயே மிகக் கடினமானது அதுதான் என்ற முடிவுக்கு நான் வந்தேன். நான் அதைத் தொடராமல், மீதி விடுமுறை நாள்களை ஆசுவாசமாகக் கழிக்கப் போவதாக என்னுடைய சகோதரனிடம் கூறினேன். அதற்கு அவன், தொடர்ந்து நான் அதை முயற்சித்தால் அது என் வசப்பட்டுவிடும் என்று அறிவுறுத்தினான்.

நான் மறுநாள் மீண்டும் பயிற்சி வகுப்புக்குச் சென்றேன். என்ன நடந்தது தெரியுமா? சிறிது முன்னேற்றம் ஏற்பட்டது. அதனால் என்னுடைய தன்னம்பிக்கை சிறிது அதிகரித்தது. நான்காவது நாளன்று, மலைச்சரிவில் நானாகவே சறுக்கத் தொடங்கினேன். அவ்வப்போது நான் கீழே விழுந்தாலும், நான் நல்ல மேம்பாடு அடைந்திருந்தேன். மேலும், அதை நான் மிகவும் இரசித்து அனுபவித்துச் செய்யத் தொடங்கினேன். இங்குப் பிரச்சனை உங்களால் முடியாது என்பதன்று, மாறாக, உங்களால் முடியாது என்று உங்களுடைய எண்ணங்கள் கூறுவதுதான் பிரச்சனையே.

உண்மையைக் கூற வேண்டுமென்றால், நீங்கள் ஒருபோதும் எதிலும் மாட்டிக் கொண்டிருக்கவில்லை. தேர்ந்தெடுப்பதற்கு உங்களுக்கு எப்போதும் பல வழிகள் திறந்தே இருந்து வந்துள்ளன. அவற்றில் ஒன்றைத் தேர்ந்தெடுப்பது எளிதான காரியமாக இருக்காதுதான். அதில் ஆபத்தும் ஒளிந்திருக்கலாம். நீங்கள் ஒன்றில் மாட்டிக் கொண்டிருப்பதற்குக் காரணம், உங்களால் முன்னே செல்ல முடியாது என்பதன்று. நீங்கள் அது குறித்து பயப்படுவதுதான் அதற்குக் காரணம். ஒருவேளை, கீழே விழுந்துவிடுவோம் என்று நீங்கள் பயப்படக்கூடும். அல்லது மற்றவர்கள் என்ன நினைப்பார்களோ என்று நீங்கள் அஞ்சக்கூடும். நீங்கள் முயற்சி செய்தால்கூட எதுவும் மாறப் போவதில்லை என்று நீங்கள் கவலைப்படக்கூடும். அந்தப் பயங்களை எதிர்கொள்வதற்குப் பதிலாக, எதுவும் செய்யாமல்

இருப்பதை நீங்கள் தேர்ந்தெடுக்கிறீர்கள். அதைச் செய்வதற்கு உங்களுக்கு சக்தியில்லை என்று உங்களை நீங்களே நம்ப வைக்க முயற்சி செய்கிறீர்கள்.

நாம் பழைய இடத்திலேயே மாட்டிக் கொண்டிருப்பதுபோல உணர்வதற்கு இன்னொரு காரணமும் இருக்கிறது. நீங்கள் மீண்டும் மீண்டும் ஒரு காரியத்தைச் செய்யும்போது, உங்களுடைய ஆற்றல் ஒரு பரிச்சயமான போக்கில் மாட்டிக் கொள்ளும். நீங்கள் உங்களுடைய சூழலை மாற்றுகின்றபோது நீங்கள் உற்சாகமடைவதை நீங்கள் அவதானித்திருக்கக்கூடும். காலார ஒரு நடை நடந்துவிட்டு வருவது, ஒரு புதிய இடத்திற்குப் பயணிப்பது, வீட்டுக்குள் அறைகலன்களை இடம் மாற்றுவது போன்றவை இதற்கான சில எடுத்துக்காட்டுகள். அதற்கு ஒரு காரணம் இருக்கிறது. இயக்கம் புதிய ஆற்றலை உருவாக்குகிறது. புதிய இடங்கள் புதிய சாத்தியக்கூறுகளை உருவாக்குகின்றன.

ஒரு முறை நான் ஒரு பதற்றச் சுழலுக்குள் மாட்டிக் கொண்டேன். அதிலிருந்து வெளியே வருவதற்கு, சில வாரங்கள் என்னால் ஆன முயற்சிகளை நான் செய்து பார்த்தேன். நான் வலுவானவனாக இருக்க வேண்டும் என்று எனக்கு நானே சொல்லிக் கொண்டிருந்தேன். என்னுடைய மன உறுதியின் மூலமாக மட்டுமே என் பிரச்சனைக்குத் தீர்வு காண நான் முயன்று வந்தேன். நான் தியானங்களை மேற்கொண்டேன், குறிப்பேட்டில் எழுதினேன், எனக்குத் தெரிந்த மன உத்திகள் அனைத்தையும் பயன்படுத்தினேன். அவை தற்காலிகமாக நிவாரணமளித்தாலும் ஒரு நிரந்தரமான தீர்வை என்னால் கண்டுபிடிக்க முடியவில்லை. இதற்கு, மீண்டும் மீண்டும் முயற்சிகள் மேற்கொண்டதால் உருவான ஆற்றல் சேர்மானம்தான் காரணம். இப்பிரச்சனையை நான் சமாளித்தாக வேண்டியிருந்தது.

நான் சாலைவழிப் பயணம் ஒன்றை மேற்கொள்ளத் தீர்மானித்தவுடன் எல்லாம் மாறிவிட்டது. நான் பயணம் மேற்கொண்டு இரண்டு மணி நேரத்திற்குப் பிறகு, குறிப்பிடத்தக்க ஒன்று நிகழ்ந்தது. என்னுடைய பதற்றமும் அதீத சிந்தனைகளும் கரைந்து போயிருந்ததை நான்

கண்டேன். அந்த இரண்டு மணி நேரத்தில் என்னுடைய தாங்குதிறன் அதிகரித்திருக்க வாய்ப்பில்லை. நான் என்னுடைய இடத்தை மாற்றியிருந்தேன், அவ்வளவுதான். எனக்குப் பரிச்சயமான இடத்திலிருந்து இன்னும் அதிகத் தூரம் நான் சென்றபோது, என் மனம் மேலும் அமைதியாயிற்று. சில நேரங்களில், நாம் மனத்தடை என்று கருதுகின்ற விஷயங்கள் சுற்றுச்சூழல் தொடர்பானவையாக இருக்கும்போல!

அதனால்தான், சில நேரங்களில், உங்களுடைய முயற்சியை இரட்டிப்பாக்குவதன் மூலம் தீர்க்க முடியாதவற்றை, உங்களுடைய சூழலை மட்டும் மாற்றுவதன் மூலம் உங்களால் தீர்த்துவிட முடிகிறது. ஒரு முழு நாளை இயற்கைச் சூழலில் செலவிடுவது, ஒரு வார இறுதியின்போது வேறு ஓர் இடத்திற்குச் செல்வது, புதியதோர் இடத்திலிருந்து வேலை செய்வது போன்றவை நாம் ஒரு புதிய கண்ணோட்டத்தை உருவாக்கிக் கொள்வதற்கு நமக்கு உதவுவது இக்காரணத்தினால்தான். தொலைதூர இடம் ஒன்றுக்குச் செல்வது உளவியல்ரீதியான தூரத்தை உண்டாக்கி, உங்களுடைய சூழலை ஒரு புதிய கண்ணோட்டத்தில் பார்ப்பதற்கு உங்களுக்கு உதவுகிறது.

ஆற்றல் தேங்கிவிடுகின்றபோது, உங்களுடைய எண்ணங்கள் ஒரே வட்டத்தில் சுற்றிச் சுற்றி வரும். அதே கவலைகள், அதே பயங்கள், மற்றும் அதே சுய சந்தேகங்கள் உங்களுடைய மனத்தில் மீண்டும் மீண்டும் வட்டமிட்டுக் கொண்டிருக்கும். உங்களுடைய சுற்றுச்சூழலில் உள்ள எதுவும் மாறாமல் இருப்பதால், உங்களுடைய மனத்தின் உள்ளமைப்பும் எந்த மாற்றத்தையும் அடைந்திருக்காது. நீங்கள் அதே பிரச்சனையை அதே கண்ணோட்டத்துடன் அணுகுவீர்கள். அப்படியிருக்கும்போது, நீங்கள் அதே தீர்வுகளையே மீண்டும் மீண்டும் எட்டுவதில் வியப்பில்லை.

கச்சிதமான கணத்திற்குக் காத்திருப்பதன் மூலம் வளர்ச்சி உண்டாவதில்லை. இப்போது நீங்கள் இருக்கும் இடம் நிச்சயமாக வேலைக்கு ஆகாது என்று நீங்கள் தீர்மானிப்பதிலிருந்தே அது வருகிறது. நீங்கள்

பயந்து போயிருந்தாலும் செயல்நடவடிக்கையில் இறங்குவதிலிருந்து அது வருகிறது. நீங்கள் தயாராக இல்லை என்ற உணர்வு உங்களிடம் இருந்தாலும், துணிந்து காரியத்தில் இறங்குவதன் மூலம் அது உண்டாகிறது. வெற்றிக்கான உத்தரவாதம் இல்லாமல் இருந்தாலும் நீங்கள் தைரியமாக அதில் குதிப்பதிலிருந்து அது வருகிறது. சில நேரங்களில், ஒரு புதிய சூழலுக்கு உங்களை இடம் மாற்றிக் கொள்வது என்ற ஒரு சிறிய விஷயம்கூட அந்தச் செயல்நடவடிக்கையாக இருக்கலாம்.

நீங்கள் ஓரிடத்தில் மாட்டிக் கொண்டீர்கள் என்ற உணர்வு உங்களுக்கு ஏற்பட்டால், உங்களிடம் இப்படிக் கேளுங்கள்: "நான் உண்மையிலேயே மாட்டிக் கொண்டுள்ளேனா அல்லது வித்தியாசமான வேறு ஒன்றைச் செய்ய பயப்பட்டுக் கொண்டிருக்கிறேனா?" அல்லது இப்படிக்கூட நீங்கள் உங்களைக் கேட்டுக் கொள்ளலாம்: "நான் ஒரே சுற்றுச்சூழலில் நீண்டகாலம் இருந்து கொண்டு, எந்த மனம் பிரச்சனையை உருவாக்கியதோ அதே மனத்தைக் கொண்டு அதற்குத் தீர்வு காண முயன்று கொண்டிருக்கிறேனா?" ஏனெனில், பெரும்பாலான சமயங்களில் உங்களை ஒரே இடத்தில் வைத்திருப்பது உங்களைச் சுற்றியுள்ள உலகம் அன்று, உங்களுடைய மனத்தில் வட்டமிட்டுக் கொண்டிருக்கின்ற கதைதான். நீங்கள் அங்கிருந்து இடம்பெயர முடிவு செய்கின்ற கணத்தில், அதற்குத் தீர்வு காண்பதற்கான திறன் உங்களிடம் எப்போதுமே இருந்து வந்துள்ளதை நீங்கள் புரிந்து கொள்வீர்கள். உங்களைக் கட்டுப்படுத்துகின்ற இக்கதைகளை எது உருவாக்குகிறது? இந்த மனத்தடைகளுக்குப் பின்னால் ஆற்றல்மிக்க ஒரு சக்தி இருக்கிறது. அது ஒரே சமயத்தில் உங்களைப் பாதுகாக்கவும் செய்கிறது, கட்டுப்படுத்தவும் செய்கிறது. உங்களுடைய அகங்காரம்தான் அது. இது எப்படி வேலை செய்கிறது என்பதைப் புரிந்து கொள்வது, மாட்டிக் கொண்டுவிட்ட உணர்விலிருந்து விடுபடுவதற்கான சுலபமானதொரு வழியாகும்.

அத்தியாயம் 16

அகங்காரத்தின் அமைதியான தந்திர வேலை: உங்கள் மனம் எவ்வாறு உங்களைக் குறுக்குகிறது

சில நேரங்களில், மக்கள், நீங்கள் கையாள்வதற்குக் கடினமானதொரு நபர் என்பதுபோல நடந்து கொள்வர். அதற்குக் காரணம், எளிதில் முட்டாளாக்கப்படக்கூடிய ஒரு நபராக நீங்கள் இல்லாமல் இருப்பதுதான்.

அகங்காரம் பெரும்பாலும் தவறாகப் புரிந்து கொள்ளப்படுகின்ற ஒன்றாக விளங்குகிறது. தன்னைப் பற்றிச் சத்தமாகப் பெருமையாகப் பேசிக் கொள்கின்ற ஒரு நபரை, மற்றவர்களைவிடத் தன்னை உயர்வாகக் கருதிக் கொள்கின்ற ஒரு நபரை அகங்காரக்காரன் என்று முத்திரை குத்துவது சுலபம். ஆனால், அகங்காரம் பெரும்பாலும் சத்தமில்லாமல் காரியங்களைச் செய்கின்ற ஒன்றாக இருக்கிறது. அது மிதமிஞ்சிய தன்னம்பிக்கையாக மட்டும் தன்னை வெளிப்படுத்திக் கொள்வதில்லை. சுய சந்தேகம், எடைபோடுதல் குறித்த பயம், உங்களை முன்னிலைப்படுத்துவதற்கான தயக்கம் போன்றவற்றின் வடிவிலும் அது வெளிப்படும்.

நீங்கள் உங்களுடைய எண்ணங்களைப் பிறரோடு

பகிர்ந்து கொள்வதைத் தடுப்பது அகங்காரம்தான். மக்கள் உங்களுடைய கருத்தோடு முரண்படக்கூடும் என்ற பயம் அதற்குக் காரணமாக இருக்கலாம். உங்களுடைய கனவுகள் குறித்த சந்தேகத்தைக் கிளப்புவதும் அகங்காரம்தான். ஏனெனில், நீங்கள் உங்களுடைய கனவுகளை அடையாமல் போனால், அது உங்களுக்குக் கௌரவக் குறைச்சலாகிவிடும் என்று நீங்கள் அஞ்சுகிறீர்கள். உங்களுடைய சௌகரிய வட்டத்தைவிட்டு வெளியே வரவிடாமல் உங்களைத் தடுப்பதும் அகங்காரம்தான். ஆபத்தை வலிய விலைக்கு வாங்குவதைவிட, இருக்கின்ற இடத்தில் இருப்பதே உத்தமம் என்று அது உங்கள் காதில் ஓதும். நீங்கள் சொல்வதுதான் எப்போதும் சரியாக இருக்கும் என்று அகங்காரம் உங்களிடம் கூறும். நீங்கள் மாறுவதையோ அல்லது வளர்வதையோ அல்லது கற்றுக் கொள்வதையோ அது சகித்துக் கொள்ளாது. நீங்கள் ஒரே இடத்தில் மாட்டிக் கொண்டு அங்கேயே வளைய வந்து கொண்டிருக்க வேண்டும் என்று அது விரும்பும்.

ஆனால் இங்கு ஒரு முரண்பாடு இருக்கிறது. அகங்காரத்தின் முக்கியமான இலக்கு உங்களை மகிழ்ச்சிப்படுத்துவது அன்று, உங்களைப் பாதுகாப்பாக வைத்திருப்பதுதான். அப்படிச் செய்ய முற்படுகையில் அது உங்களை வளரவிடாமல் வைத்திருக்க முயலும், முன்பின் தெரியாத சூழலுக்குள் நீங்கள் இறங்குவதை அது தடுக்கும். மறுதலிப்பு, சங்கடத்திற்கு உட்படுத்தப்படுதல், தோல்வியடைதல் போன்றவற்றைத் தவிர்ப்பது உங்களுக்கு நல்லது என்று அது உங்களை நம்ப வைக்கும். ஆனால், இவற்றைத் தவிர்ப்பது நீங்கள் மேம்பாடு அடைந்துள்ளீர்கள் என்ற உணர்வை உங்களுக்குக் கொடுக்குமா? ஆபத்தை எதிர்கொள்வதற்குப் பயந்து உங்களை நீங்களே குறுக்கிக் கொள்வது உங்களிடம் தன்னம்பிக்கையை வளர்த்துக் கொள்ள உதவுமா?

அகங்காரம் மேற்கொள்கின்ற தந்திரங்களில் மிகப் பெரியது, நீங்கள் அசௌகரியங்களைத் தவிர்த்துவிட்டால் உங்களால் பாதுகாப்பாக இருக்க முடியும் என்று உங்களை நம்ப வைப்பதுதான்.

ஆனால், யதார்த்தத்தில், அசௌகரியங்களைத் தவிர்ப்பது நிலைமையை இன்னும் மோசமாகத்தான் ஆக்கும். பாதுகாப்பாகச் செயல்படுவது உங்களுடைய தன்னம்பிக்கையை வளர்த்துக் கொள்ள உதவாது. உங்கள் வழியில் எதிர்ப்படுகின்ற எதுவொன்றையும் உங்களால் சமாளித்துவிட முடியும் என்பதை உங்களுக்கு நீங்களே நிரூபித்துக் கொள்வதன் மூலம் மட்டுமே உங்களால் தன்னம்பிக்கையைப் பெருக்கிக் கொள்ள முடியும்.

அகங்காரம் காரணமாக நீங்கள் தவிர்த்துள்ள விஷயங்களை நினைவுகூருங்கள். மற்றவர்கள் உங்களைத் தவறாக எடைபோட்டுவிடுவார்கள் என்ற பயத்தால் நீங்கள் எத்தனை முறை உங்களை வெளிப்படுத்திக் கொள்வதைத் தவிர்த்திருக்கிறீர்கள்? உங்கள் முயற்சி தோல்வியடைந்தால் நீங்கள் எள்ளி நகையாடப்படுவீர்கள் என்று நினைத்து எத்தனை முறை நீங்கள் சில நல்ல சந்தர்ப்பங்களை நழுவவிட்டிருக்கிறீர்கள்? முயற்சி செய்து தோற்று அவமானப்படுவதைவிட, முயற்சி மேற்கொள்ளாமல் இருப்பதனால் உண்டாகின்ற பின்வருத்தத்தோடு வாழ்ந்தால் பரவாயில்லை என்று அகங்காரம் உங்களைச் சமாதானப்படுத்தும். ஆனால், நீண்டகால நோக்கில் இவற்றில் எது உங்களை அதிகமாகக் காயப்படுத்தும்?

உண்மையில், அகங்காரம் என்பதுகூட மற்றொரு மன உருவாக்கம்தான். உங்களுடைய பழைய அனுபவங்கள், சமூகம் உங்கள் மனத்தில் புகுத்தியுள்ள கருத்துகள், தனிப்பட்டப் பயங்கள் போன்றவற்றிலிருந்து உருவான பாதுகாப்புக் கேடயம் இது. ஆனால், அது நீங்கள் அல்லர். அதன் தந்திரங்களை நீங்கள் உணரும் கணத்தில் உங்களால் அதன்மீது அதிகாரம் செலுத்த முடியும். அதற்குப் பிறகு, பயம் உங்களுடைய தீர்மானங்களை மேற்கொள்வதற்கு நீங்கள் அனுமதிக்க மாட்டீர்கள். உங்களுக்கு வருகின்ற வாய்ப்புகளை, மக்கள் என்ன நினைப்பார்களோ என்ற எண்ணத்தினால் இனியும் நீங்கள் தவறவிட மாட்டீர்கள். உண்மையான வளர்ச்சியை நீங்கள் அனுபவிப்பதிலிருந்து, மாயையான பாதுகாப்பு உணர்வு உங்களைத் தடுக்க நீங்கள் இனியும்

அனுமதிக்க மாட்டீர்கள். உங்களுடைய அகங்காரம் உங்களைப் பாதுகாக்க எப்போதுமே முயலும். ஆனால், உங்களுக்குப் பாதுகாப்பான வாழ்க்கை வேண்டுமா அல்லது மனநிறைவான வாழ்க்கை வேண்டுமா என்பதைத் தீர்மானிக்க வேண்டியது நீங்கள்தாம்.

நீங்கள் வித்தியாசமான என்னைப் பார்த்தால், நான் நிஜமான உங்களைப் பார்க்கிறேன் என்று பொருள்.

அகங்காரம் நம்மை மட்டுப்படுத்துகின்ற வழிகளுக்கு அப்பால் நாம் செல்லும்போது, வாழ்வின் மிகச் சிக்கலான விஷயங்களில் ஒன்றை நாம் எதிர்கொள்வோம்: நாம் குணமாவதற்குப் பிறரை மன்னித்தல். சுயமுன்னேற்றப் புத்தகங்களில் தொடங்கி ஆன்மிகம்வரை மன்னிப்பின் பல்வேறு பரிமாணங்களை எடுத்துரைப்பதை நாம் கேள்விப்பட்டிருப்போம். ஆனால், குணமாதலுக்கான மன்னிப்பு என்ற ஒன்று இருக்கிறது. ஏனெனில், குணமாதல் எப்போதும் ஒரு நேர்க்கோட்டில் இருப்பதில்லை. மன்னிப்புடனான நம்முடைய உறவு தனிப்பட்டது. மன்னிப்பு என்றால் உண்மையில் என்ன? காயப்பட்டுவிட்டப் பிறகு அதிலிருந்து மீண்டு அமைதியடைவதற்கு ஒரே ஒரு வழிதான் இருக்கிறதா? இக்கேள்விகளை ஆராய்வதன் மூலம், குணமாதல் நாம் நம்ப வைக்கப்பட்டுள்ளதைவிட அதிக நுட்பமான விஷயங்களை உள்ளடக்கியிருப்பதையும், முன்னேறிச் செல்வதற்கான நம்முடைய சொந்தப் பாதை நாம் எதிர்பார்ப்பதிலிருந்து முற்றிலும் வித்தியாசமான ஒன்றாக இருக்கக்கூடும் என்பதையும் நாம் கண்டறிவோம்.

பகுதி 6

சுதந்திரத்திற்கான வழிகள்

அத்தியாயம் 17

மன்னித்தல் குறித்து உங்களிடம் சொல்லப்படாதவை

குணமாதலுக்கு மன்னித்தல் இன்றியமையாதது என்ற போதனையை நம் வாழ்நாள் நெடுகிலும் நாம் எதிர்கொள்கிறோம். செய்தி தெளிவாகத் தெரிகிறது: மன அமைதியைப் பெறுவதற்கு, நமக்குத் தீங்கு விளைவித்துள்ளவர்களை நாம் மன்னித்தாக வேண்டும். குணமாதல் பயணத்திற்குள் நாம் ஆழமாகச் செல்லும்போது, அதிக நுட்பமான ஓர் உண்மையை நாம் கண்டறிகிறோம். மன்னித்தலின் ஆழமான சக்தியையும், ஒவ்வொரு நபரின் குணமாதல் பாதையின் தனிப்பட்ட இயல்பையும் மதிக்கின்ற ஓர் உண்மை அது.

உங்களை நீங்கள் பார்க்கும் விதத்தையும், உலகின் ஊடாக நீங்கள் செயல்படும் விதத்தையும், உங்களுடைய சொந்த உடலில் நீங்கள் எவ்வளவு பாதுகாப்பாக உணர்கிறீர்கள் என்பதையும் ஒருவர் அடியோடு மாற்றியிருக்கும்போது, மன்னித்தல் என்பது ஊக்குவிப்பு மேற்கோள்கள் பரிந்துரைப்பதைவிட அதிகச் சிக்கலானதாக ஆகிறது. இந்த ஆழமான காயங்கள் நம்முடைய இருத்தலின் மையத்தைத் தொட்டு,

நம்முடனும் நம்மைச் சுற்றியுள்ள உலகத்துடனுமான நம்முடைய உறவை மறுவடிவமைப்பு செய்கின்றன.

இச்சூழ்நிலைகளில், குணமாதல், முன்கூட்டியே வரையறுக்கப்பட்ட ஒரு சூத்திரத்தை எப்போதும் பின்பற்றுவதில்லை. சில நேரங்களில், முழுமைக்கான பாதை, சில காயங்கள் வேறு விதமாக மதிக்கப்பட வேண்டும் என்பதை அங்கீகரிப்பதை உள்ளடக்கியுள்ளது. இது பழிவாங்குதலைப் பற்றியதோ அல்லது தொடர்ந்து கோபத்துடன் இருப்பதைப் பற்றியதோ அன்று. மாறாக, உண்மையான குணமாதல் நீங்கள் உண்மையாக நடந்து கொள்வதிலிருந்துதான் வருகிறதே அன்றி, உங்களுக்கு விருப்பமில்லாமல் வலுக்கட்டாயமாக அடுத்தவரை மன்னிப்பதிலிருந்து அன்று.

அவசரமாக மன்னிப்பதைவிட உங்கள் சொந்தக் குணமாதலுக்கு முன்னுரிமை கொடுப்பதைத் தேர்ந்தெடுப்பதில் ஓர் அமைதியான வலிமை உள்ளடங்கியுள்ளது. இந்தத் தேர்ந்தெடுப்பு, தெளிவைப் பிரதிபலிக்கிறதே அன்றி, கோபத்தை அன்று—நடந்ததை ஒரு தெளிவான பார்வையுடன் ஏற்றுக் கொள்ளுதல் மற்றும் உங்கள் சொந்த நலனுக்கு உங்களை அர்ப்பணித்துக் கொள்ளுதல். யதார்த்தத்தை உள்ளது உள்ளபடியே நீங்கள் ஏற்றுக் கொள்கிறீர்கள். அடுத்தவர் ஒருபோதும் மாறாமல் போகக்கூடும், மன்னிப்பு கேட்காமல் போகக்கூடும், அல்லது பொறுப்பேற்றுக் கொள்ளாமல் போகக்கூடும் என்பதை நீங்கள் ஏற்றுக் கொண்டுள்ளீர்கள். மன்னித்தலுக்குப் பதிலாக எல்லைகள் மற்றும் சுயமரியாதை மூலமாக நீங்கள் மன அமைதியைக் கண்டுகொண்டுள்ளபோதிலும், அது உண்மையானதுபோல உங்களுக்குத் தோன்றவில்லை.

உங்கள் உடலின் இயல்பான குணமாக்கும் செயல்முறையைப் பற்றிச் சிந்தித்துப் பாருங்கள். உங்கள் உடலில் ஓர் ஆழமான வெட்டுக்காயம் ஏற்படும்போது, அதைக் குணப்படுத்துவதற்கு, எது அந்த வெட்டுக்காயத்தை ஏற்படுத்தியதோ அதை உங்கள் உடல் 'மன்னிக்க' வேண்டியதில்லை. வெறுமனே அந்தக் காயத்தைச் சுத்தப்படுத்தி, மேலும் அதிகத் தீங்கு நேர்வதிலிருந்து

அதைப் பாதுகாப்பதும், அது குணமாவதற்குப் போதிய நேரத்தை அதற்குக் கொடுப்பதும், பிறகு முறையான மருத்துவக் கவனிப்பைக் கொடுப்பதும்தான் அதற்குத் தேவை. காயத்தை ஏற்படுத்திய பொருளுடன் சமரசம் செய்து கொள்வதை விடுத்து, உடல்நலனை மீட்டெடுப்பதற்கு முன்னுரிமை கொடுப்பதில்தான் உங்கள் உடலின் ஞானம் அடங்கியுள்ளது. நம்முடைய உணர்ச்சிரீதியான குணமாதலும் இதே போக்கைக் கடைப்பிடிப்பது நல்லது. எது நமக்கு மனவேதனை ஏற்படுத்தியதோ அதனுடனான நம்முடைய உறவின்மீது கவனம் செலுத்துவதற்குப் பதிலாக, நம்முடைய மனக்காயத்தை ஆற்றுவதன்மீதுதான் நாம் முதலில் கவனம் செலுத்த வேண்டும்.

உண்மையான மன்னித்தல், அது இயல்பாக நம்முள் இருந்து வரும்போது, அளப்பரிய ஆற்றல் கொண்டதாக இருக்கிறது. ஒவ்வொரு சூழ்நிலைக்கும், நாம் எல்லோருமே ஒரு நாள் அந்த உச்சகட்ட நிலையை அடைய விரும்புகிறோம். ஆனால் நாம் அதற்குத் தயாராக இருந்தால் மட்டுமே அது சாத்தியம். வெளிப்புற அழுத்தம் அல்லது கடமையினால் அல்லாமல், ஆத்மார்த்தமாக அது உங்களுக்குள் இருந்து வெளிப்படும்போது, அது ஆழ்ந்த மன அமைதியைத் தரக்கூடியதாக இருக்கும். இருப்பினும், இந்த வகையான மன்னிப்பை உருவாக்கவோ அல்லது அவசரப்படுத்தவோ முடியாது. சரியான சூழ்நிலைகள் அமையும்போது மலர்கின்ற ஒரு பூவைப்போல, நாம் கேட்கும்போது அல்லாமல், அது அதன் சொந்த நேரத்தில் வருகிறது.

உண்மையான மற்றும் ஆத்மார்த்தமான தயார்நிலையில் அல்லாமல், கடமையுணர்வால் வழங்கப்படுகின்ற மன்னிப்பு, குணமடைவதை உண்மையில் எவ்வாறு தடுக்கக்கூடும் என்பதைப் பற்றி பலர் வெளிப்படையாகப் பேசுவதில்லை. மன்னிக்கத் தயாராக இல்லாதபோது ஒருவரை மன்னிப்பதற்குத் தங்களை வலுக்கட்டாயமாக உந்தித் தள்ளுபவர்கள், பெரும்பாலும் தொடர்ச்சியான பாதிப்பு அல்லது நீடித்த மனக்கசப்பு போன்ற சுழற்சிகளில் சிக்கிக்

கொள்கிறார்கள், பின்னர் அது குறித்து அவர்கள் குற்றவுணர்ச்சி கொள்கின்றனர். தாங்கள் எத்தகைய உணர்வை அனுபவிக்க வேண்டும் என்று அவர்கள் நம்புகிறார்களோ அதற்கும், அவர்கள் உண்மையில் எந்த உணர்வை அனுபவிக்கிறார்களோ அதற்கும் இடையிலான முரண்பாடு கூடுதல் துன்பத்தை உருவாக்குகிறது—இப்போது அவர்கள் தங்களுக்கு ஏற்பட்டுள்ள மனக்காயத்தைச் சமாளித்துக் கொண்டிருப்பதோடு, 'முறையாக' மன்னிக்காதது குறித்து உள்ளூர ஒரு போதாமை உணர்வையும் அவர்கள் அனுபவிக்கின்றனர்.

மன்னித்தலுடனான உங்கள் உறவு காலப்போக்கில் வளர்ச்சியுறும். இன்று சாத்தியமற்றதாகத் தோன்றுகின்ற ஒன்று, நீங்கள் உங்களை வளர்த்தெடுக்கும்போது மெள்ள மெள்ள மாறும். ஒரு நாள், உங்கள் மனக்காயம் இனியும் உங்கள் அடையாளத்தின் எந்தவொரு பகுதியையும் வரையறுக்காதபோது, எதிர்பாராத விதமாக மன்னித்தல் வரக்கூடும். அடுத்தவர் மன்னிப்பிற்குத் தகுதியானவர் என்பதன்று காரணம், மாறாக, உங்களைப் பாதுகாத்துக் கொள்வதற்கு அதை இனியும் நீங்கள் அடக்கிக் கொள்ள வேண்டியதில்லை. அல்லது, உங்கள் பாதை வேறு எங்கோ இட்டுச் செல்லக்கூடும். அதுவும் சரிதான்.

குணமாதலின் சாரம், புறவுலக எதிர்பார்ப்புகளை நிறைவேற்றுவதைப் பற்றியதன்று, மாறாக, நீங்கள் மீண்டும் முழுமையானவராக ஆவதைப் பற்றியது. உங்களுடைய உண்மையான சுயத்தை மீண்டும் கைவசப்படுத்துவதைப் பற்றியது அது. நீங்கள் உன்னதமானவர் என்று நிரூபிப்பதற்காக நீங்கள் மன்னிக்க வேண்டியதில்லை. உங்களுடைய குணமாதல் பயணத்தை நீங்கள் யாரிடமும் நியாயப்படுத்த வேண்டியதில்லை. உங்களுடைய சொந்தப் பாதையை வரையறுத்துக் கொள்வதற்கான உரிமை உங்களுக்கு இருக்கிறது:

> *குணமாதலுக்கு நான் திட்டமிட்டுள்ள காலக்கெடுவை நான் மதிக்கிறேன். நான் தயாராக ஆவதற்கு முன்பு இரக்கத்தை உணர்வதற்கான அழுத்தத்தை நான்*

விடுவிக்கிறேன். சுதந்திரத்திற்குப் பல பாதைகள் இருப்பதை நான் அங்கீகரிக்கிறேன்.

உண்மையிலேயே முக்கியமான விஷயம் நீங்கள் மன்னிக்கிறீர்களா என்பது அன்று, மாறாக, உண்மையானதாகவும் முழுமையானதாகவும் உணர்கின்ற ஒரு வழியில் வாழ்வில் உங்களால் முன்னோக்கிச் செல்ல முடிகிறதா என்பதுதான். பலர், சில ஆழமான காயங்களுக்கு மன்னித்தல் என்ற நிலையை அடையாமலேயே, தங்களுடைய சொந்த விழுமியங்களைக் கொண்டு செழிப்பான, நிறைவான ஒரு வாழ்க்கையைக் கட்டியெழுப்பியுள்ளனர். இது அவர்களுடைய குணமாதலை எந்த விதத்திலும் பாதிக்கவில்லை. தங்களுடைய அனுபவங்களைக் கையாள்வதற்கும், படிப்பினைகளைத் தங்கள் வாழ்க்கையில் ஒருங்கிணைப்பதற்கும், தெளிவான எல்லைகளை நிர்ணயிப்பதற்கும், தங்களுக்கு மகிழ்ச்சியையும் நோக்கத்தையும் கொண்டுவருகின்ற விஷயங்களை நோக்கித் தங்களுடைய ஆற்றலை மடைமாற்றுவதற்குமான வழிகளை அவர்கள் கண்டுபிடித்துள்ளனர்.

மனக்கசப்பிலேயே சிக்கிக் கிடப்பதற்கும், தொடர்ந்து முன்னோக்கிச் செல்கின்ற அதே நேரத்தில் மன்னிக்காமல் இருப்பதைப் பிரக்ஞையோடு தேர்ந்தெடுப்பதற்கும் இடையே ஓர் ஆழமான வேறுபாடு இருக்கிறது. முந்தையது உங்களைக் கடந்தகாலத்துடன் கட்டிப் போட்டுவிடுகிறது; பிந்தையது, நிகழ்ந்துள்ள சம்பவம் உங்கள் வருங்காலத்தைத் தீர்மானிக்க அனுமதிக்காமலேயே அதை அங்கீகரிக்கிறது. உங்கள்மீது ஒருவர் கொண்டிருந்த இறுக்கமான பிடியை, அவரை மன்னிக்காமலேயே உங்களால் விடுவிக்க முடியும். அவர்களை மன்னிக்காமலேயே, அவர்களுடைய நடவடிக்கைகளின் பாரத்தை நீங்கள் சுமப்பதை உங்களால் நிறுத்த முடியும். சமுதாயம் அடிக்கடி நம்மிடமிருந்து எதிர்பார்க்கின்ற மன்னித்தல் எனும் அந்தக் குறிப்பிட்டச் சடங்கை நிறைவு செய்யாமலேயே

உங்களுடைய அதிகாரத்தையும் மன அமைதியையும் மீண்டும் உங்களால் கைவசப்படுத்த முடியும்.

உங்களுடைய குணமாதல் பயணத்தின்மீதான கட்டுப்பாட்டை நீங்கள் மீண்டும் கைவசப்படுத்தும்போது, குறிப்பிடத்தக்க ஒன்று நிகழ்கிறது. உங்களுக்கு நிகழ்ந்துள்ளவற்றைப் பற்றிய கதைகளையெல்லாம் தாண்டி, ஆழமான ஒன்றை நீங்கள் உணரத் தொடங்குகிறீர்கள்: எந்தவோர் உறவுக்கும் அல்லது கடந்தகாலக் காயத்திற்கும் அப்பாற்பட்ட, உள்ளார்ந்த மன அமைதி என்ற ஓர் அடிப்படை ஊற்றுதான் அது. இந்த நகர்வு, உங்களுடைய கவனத்தைப் புறச் சூழல்களிடமிருந்து திருப்பி, உங்களுடைய சொந்த உள்ளார்ந்த இணக்கத்தை வளர்த்தெடுப்பதை நோக்கி மடைமாற்றுகிறது.

மன்னித்தல் என்பது நாம் நம்முடனும் நம்முடைய கடந்தகாலத்துடனும் கொண்டுள்ள தொடர்பைப் பற்றியது; உள்ளார்ந்த அமைதி என்பது நிகழ்கணத்தில் நம்முடன் நாம் கொண்டுள்ள தொடர்பைப் பற்றியது. இறுதியில், உங்களுடனான இந்த உறவுதான் மிக முக்கியமான குணமாதலாக இருக்கக்கூடும்.

அத்தியாயம் 18

மகிழ்ச்சிக்கு அப்பால்: உள்ளார்ந்த அமைதியைக் கண்டுபிடித்தல்

சரிசெய்யப்பட விரும்பாத ஒருவரை உங்களால் சரிசெய்ய முடியாது, ஆனால் அம்முயற்சியில் உங்களால் உங்கள் வாழ்க்கையைச் சீரழித்துவிட முடியும்.

நீங்கள் ஒரு மனிதர்...அவ்வளவுதான். மனிதராக இருப்பதற்கு உங்களை அனுமதியுங்கள், கச்சிதமாக இருப்பதைப் பற்றி யோசிக்காதீர்கள். ஏற்றுக் கொள்ளக் கடினமான ஓர் உண்மை இதோ: மகிழ்ச்சி என்பது ஒரு மாயை. நிரந்த மகிழ்ச்சிக்கான தேடல்தான் நாம் மேற்கொள்கின்ற மிகத் தவறான தேடலாகும். மனிதகுல வரலாற்றில் அது ஒரு புதிய வெறியாகவும் ஆகியுள்ளது. நாம் எப்போதும் ஓர் ஆனந்த நிலையிலும் மனநிறைவு நிலையிலும் இருக்க வேண்டும் என்ற யோசனை அது.

சற்றுச் சிந்தித்துப் பாருங்கள்: எல்லா நேரமும் மகிழ்ச்சியாக இருப்பதுதான் மனித இருத்தலின் இலக்கு என்று எப்போது நாம் தீர்மானித்தோம்? உண்மையில் என்னதான் நடந்து கொண்டிருக்கிறது? மகிழ்ச்சி

என்ற சொல்லுக்கு என்ன அர்த்தம்? வெளியே போய் குதூகலமாக இருப்பதா, எப்போதும் மிகுந்த உற்சாகத்தில் இருப்பதா, அல்லது எந்தப் பிரச்சனையும் இல்லாமல் மன அமைதியோடு இருப்பதா? நாம் எல்லா நேரமும் 'நல்லவிதமாக' உணர்ந்து கொண்டிருக்கவில்லை என்றால் நம்மிடம் ஏதோ பிரச்சனை உள்ளது என்று எப்போது நாம் நம்பத் தொடங்கினோம்? மகிழ்ச்சி என்ற இந்த நவீன மாயை, ஆழமான ஏமாற்றத்திற்கான அடித்தளத்தை நமக்கு அமைத்துக் கொடுத்துள்ளது. சரியான வேலையை, வீட்டை, வாழ்க்கைத்துணைவரை, உடலை, அல்லது வாழ்க்கைமுறையை நாம் தேடிக் கொண்டால், நிரந்தரமான மனநிறைவை நாம் அடைந்துவிடுவோம் என்ற யோசனை நம்மிடம் வெற்றிகரமாக விற்கப்பட்டுள்ளது. ஆனால் அந்த வாக்குறுதி, அடிப்படையில் குறையுடையது.

மகிழ்ச்சி இயல்பாகவே நிலையற்றது. அது வரும், போகும். சூழல்கள், ஹார்மோன்கள், வானிலை, நம்முடைய கட்டுப்பாட்டிற்கு அப்பாற்பட்ட எண்ணற்ற வாழ்க்கை மாறிலிகள் ஆகியவற்றுடன் அவை வரும், போகும். நாம் அதை எவ்வளவு தீவிரமாகத் துரத்திச் செல்கிறோமோ, அவ்வளவு அதிகமாக அது நம்முடன் கண்ணாமூச்சி விளையாடும். மகிழ்ச்சிக் கணங்களை உடும்புபோலப் பற்றிக் கொள்ள நாம் எவ்வளவு அதிகமாக முயற்சிக்கிறோமோ, அவ்வளவு வேகமாக அவை நம்முடைய விரலிடுக்குகள் வழியாக நழுவிவிடுகின்றன. இந்த நிலையற்ற நிலையை நாம் தொடர்ந்து துரத்திச் சென்று கொண்டே இருக்கும்போது, முழுமையான மனித அனுபவத்தின் செழுமையை நாம் தவறவிட்டுவிடுகிறோம்.

நாம் மனித இயல்பை ஏற்றுக் கொள்வதன் ஒரு பகுதி, நாம் எப்போதும் கற்றல் செயல்முறையில் இருக்கிறோம் என்பதை ஒப்புக் கொள்வதாகும். அச்செயல்முறை அரிதாகவே ஒரு நேர்க்கோட்டில் செல்கிறது. சில சமயங்களில் நாம் பதினைந்து ஆண்டுகளாக ஒரே தவற்றைச் செய்கிறோம். முன்பு நம் மனத்தைப் புண்படுத்திய அதே வகையான மனிதர்களிடமே நாம்

மீண்டும் செல்கிறோம்.

நாம் தினமும் செய்கின்ற சிறு தவறுகளைப் பற்றி என்ன சொல்வது? தவறவிட்ட வாய்ப்பு, கவனக்குறைவான ஒரு வார்த்தை, செய்ய மறந்துவிட்ட ஒரு வேலை? பெரிய தவறான போக்குகளைவிட, இந்தச் சிறிய, அன்றாடத் தவறுகளுக்காக நம்மிடம் அடிக்கடி நாம் அதிகக் கடுமையாக நடந்து கொள்கிறோம். "நான் ஒரு தவறு செய்துவிட்டேன், ஆனால் பரவாயில்லை," என்று கூறுவிட்டு, பிறகு அந்த எண்ணத்திலேயே உழலாமல் வாழ்வில் முன்னோக்கிச் செல்வதில் ஒருவித நிம்மதி இருக்கிறது. ஏற்கனவே நடந்து முடிந்துவிட்ட ஒன்றை எதிர்க்கவும் அதைத் திருத்தவும் முயற்சிக்கும்போதுதான் பதற்றம் தலைதூக்குகிறது. கச்சிதமற்றவராக இருப்பதற்கு உங்களுக்கு நீங்கள் இடமளிக்க வேண்டும். தவறுகள் செய்வது மனிதர்களாக இருப்பதன் ஒரு பகுதி என்பதை நீங்கள் எவ்வளவு அதிகமாகப் புரிந்து கொள்கிறீர்களோ, உங்கள்மீதான அவற்றின் தாக்கம் அவ்வளவு குறைவாக இருக்கும்.

நீங்கள் ஒரு சிறிய தவறு செய்யும்போது, ஒரு கணத்திற்கு அதை முழுமையாக உணருங்கள், பிறகு அதை ஏற்றுக் கொண்டு முன்னால் செல்ல உங்களுக்கு அனுமதி வழங்குங்கள். அந்தத் தவற்றினால் குடிமூழ்கிப் போய்விடாது என்பதை விரைவில் நீங்கள் உணர்வீர்கள். பின்னால் திரும்பிப் பார்ப்பதற்குப் பதிலாக முன்னோக்கிச் சென்று கொண்டே இருந்தால் வாழ்க்கை தொடர்ந்து புதிய வாய்ப்புகளை வழங்குவதை நீங்கள் பார்ப்பீர்கள். நீங்கள் ஒரு சந்திப்புக்கூட்டத்தில் தெளிவின்றிப் பேசியது, ஒரு மின்னஞ்சலில் எழுத்துப் பிழை செய்தது, ஒரு வேலையைச் செய்ய மறந்துவிட்டது—இவற்றை மீண்டும் மீண்டும் அசைபோட்டுப் பார்ப்பதை நிறுத்துங்கள். மாறாக, அவற்றை ஏற்றுக் கொண்டு, மனிதராக இருப்பதற்கு உங்கள்மீது இரக்கம் காட்டுங்கள், அப்போது தினசரி மன அமைதிக்கான திறவுகோலை நீங்கள் கண்டுபிடிப்பீர்கள்.

வாழ்க்கையைப் பின்னால் திரும்பிப் பார்த்து, "எனக்கு அது தெரிந்திருந்திருக்க வேண்டும். நான்

ஏராளமான நேரத்தை வீணாக்கிவிட்டேன். என் கண்முன்னால் இருந்த அதைப் பார்ப்பதற்கு எனக்கு ஏன் அவ்வளவு காலம் ஆயிற்று?" என்று யோசிப்பது எளிதானது. ஆனால் உண்மை அதிக எளிமையானது மற்றும் அதிக ஆழமானது: உங்களுக்கு உண்மையிலேயே தெரிந்திருந்தால், நீங்கள் இப்போது மேற்கொண்டு கொண்டிருக்கின்ற தீர்மானத்தை நீங்கள் அன்றைக்கு எடுத்திருந்திருப்பீர்கள். வாழ்வின் எந்தவொரு கணத்திலும், அக்கணத்தில் உங்களுக்கு என்ன தெரிந்திருக்கிறதோ அதுதான் உங்களுக்குத் தெரியும். நீங்கள் உண்மையிலேயே தயாராக இருக்கும்போது நீங்கள் மாற்றங்களை மேற்கொள்கிறீர்கள். நீங்கள் முன்பே மாறியிருக்கவில்லை என்றால், நீங்கள் இன்னும் கற்றுக் கொள்ள வேண்டியிருந்தது என்பது அதன் அர்த்தம்.

இதனால்தான், பல சமயங்களில், மாற்றத்தின் நேரம் நாம் உணர்வதைவிட அதிகக் கச்சிதமானதாக இருக்கிறது. நாம் கற்றுக் கொள்ள வேண்டிய பாடங்கள், அவை எப்போது வர வேண்டும் என்று நாம் நினைக்கிறோமோ அப்போது வருவதில்லை, மாறாக, அவற்றைப் பெற நாம் தயாராக இருக்கும்போதுதான் அவை நம்மை வந்தடைகின்றன. நீங்கள் அளவுக்கதிகமான காலம் நீடித்த அந்த உறவு? ஆண்டுக்கணக்கில் நீங்கள் மீண்டும் மீண்டும் மேற்கொண்ட ஒரு குறிப்பிட்ட நடவடிக்கை? அவையெல்லாம் வீணாக்கப்பட்ட நேரங்கள் அல்ல. இப்போது நீங்கள் பெற்றிருக்கும் தெளிவைப் பெறுவதற்கு உங்களுக்குத் தேவைப்பட்டத் துல்லியமான அனுபவங்கள் அவை. இது உங்கள் பயணம். உங்கள் கைரேகையைப்போல அது தனித்துவமானது. இது வேறொருவருடைய பயணம் அன்று.

இயற்கையைப் பாருங்கள்—இயற்கை உலகில் எதுவுமே ஒரு நிலையான நிலையில் இருப்பதில்லை. பருவகாலங்கள், சுழற்சிகள், ஏற்ற இறக்கங்கள் ஆகியவை இருக்கின்றன. மரங்கள் ஆண்டு முழுவதும் பூப்பதில்லை. விலங்குகள் தொடர்ச்சியாக இடம் பெயர்வதில்லை. பெருங்கடல்கள் ஓர் ஒற்றை அலைமட்டத்தைக்

கொண்டிருப்பதில்லை. அப்படியானால், நம்முடைய உணர்ச்சிரீதியான வாழ்க்கை மட்டும் வித்தியாசமாக இருக்க வேண்டும் என்று நாம் ஏன் எதிர்பார்க்கிறோம்? வருத்தம், கோபம், விரக்தி, துயரம் போன்ற இயல்பான மனித உணர்ச்சிகளை, இந்த மாயையான 'நிரந்தர மகிழ்ச்சி நிலைக்கான' தடைகளாக முத்திரை குத்தி, நாம் ஏன் அவற்றை நோய்களாகக் கருதுகிறோம்? மகிழ்ச்சியை நாடுவதற்குப் பதிலாக, நிலைத்து நீடிக்கக்கூடிய, அதைவிட ஆழமான வேறு எதையேனும் நாம் நாடினால் என்ன? இங்கு இலக்கு மகிழ்ச்சிக்குப் பதிலாகப் புரிதலாக இருந்தால் என்ன ஆகும்? எல்லாம் சரியாகப் போவதைச் சார்ந்திராத, ஆனால் விஷயங்கள் தவறாகப் போகும்போதும் வாழ்க்கையைப் புரிந்து கொண்டு அதை ஏற்றுக் கொள்வதற்கான உங்கள் திறனைச் சார்ந்திருக்கின்ற ஒரு நிலையைப் பற்றி என்ன நினைக்கிறீர்கள்? வாழ்க்கையில் மகிழ்ச்சியும் வருத்தமும், சௌகரியமும் போராட்டமும், வசதியும் வேதனையும் இருக்கும், இந்த அனுபவங்கள் அனைத்திற்கும் அர்த்தமுண்டு என்ற ஓர் அடிப்படை உணர்தல் அது.

மாற்றம் குறித்த பயம், பரிச்சயமான வேதனையில் சௌகரியமாக உணர்தல், அகங்காரத்தின் அமைதியான சூழ்ச்சித்திறம்—இவையெல்லாம் புரிதலுக்கான பாதையில் உள்ள தடைகளாகும். நம்மைப் பாதுகாப்பாக உணரச் செய்கின்ற, ஆனால் இறுதியில் வாழ்க்கையில் முழுமையை நம்மிடமிருந்து பறித்துவிடுகின்ற போக்குகளில் அவை நம்மைச் சிக்க வைக்கின்றன. இந்தப் போக்குகளை உடைத்து அவற்றிலிருந்து விடுபடுவது என்பது ஏதோ கச்சிதமான மகிழ்ச்சி நிலையை அடைவதைப் பற்றியது அன்று. அனைத்துக் குழப்பங்களுடனும் கச்சிதமின்மைகளுடனும் ஒரு முழுமையான மனிதராக இருப்பதற்கு உங்களை அனுமதிக்கின்ற அதே நேரத்தில், கற்றுக் கொள்வதற்கும் வளர்வதற்குமான இடத்தையும் முழுமையாக உங்களுக்குக் கொடுத்துக் கொள்வதைப் பற்றியது அது.

உண்மையான புரிதலானது ஏற்றுக் கொள்வதிலிருந்து வருகிறதே அன்றி, மறுப்பதிலிருந்து

அன்று. யதார்த்தத்திற்கு எதிரான தொடர்ச்சியான போராட்டத்தைக் கைவிட்டுவிட்டு, அதனோடு சேர்ந்து செயல்படக் கற்றுக் கொள்வதிலிருந்து அது வருகிறது. எல்லாவற்றையும், உங்களைச் சுற்றிலும் உள்ள எல்லோரையும் கட்டுப்படுத்துவதற்கான தேவையைக் கைவிடுவதிலிருந்து அது வருகிறது. வாழ்க்கை எதைக் கொண்டுவந்தாலும் சரி, அது நீங்கள் எதிர்பார்த்திராததாகவோ அல்லது விரும்பாததாகவோ இருந்தாலும்கூட, அதை உங்களால் புரிந்து கொள்ள முடியும் என்று நம்புவதிலிருந்து அது வருகிறது.

ஆனால் அதற்காக, நீங்கள் ஒருபோதும் வருத்தமோ, கோபமோ, ஏமாற்றமோ, அல்லது பயமோ கொள்வதில்லை என்று அது அர்த்தமாகாது. நீங்கள் இவற்றை எதிர்ப்பதில்லை அல்லது அவற்றுக்குள் சிக்கிக் கொள்வதில்லை என்பதுதான் அதன் பொருள். அந்த உணர்ச்சிகள் உங்களின் ஊடாகக் கடந்து செல்ல நீங்கள் அனுமதிக்கிறீர்கள், அவை கற்றுக் கொடுக்கின்ற பாடங்களைக் கற்றுக் கொள்கிறீர்கள், பிறகு அந்த உணர்ச்சிகளை விட்டுத்தள்ளுகிறீர்கள். எண்ணங்களைப்போலவே உணர்ச்சிகளும் தற்காலிகமான விருந்தினர்கள்தாமே அன்றி, நிரந்தரமான குடியிருப்பாளர்கள் அல்ல என்பதை நீங்கள் உணர்கிறீர்கள். நீங்கள் வேதனையிடமிருந்து விலகி ஓடிக் கொண்டிருக்காமலும், இன்பத்தின் பின்னால் ஓடிக் கொண்டிருக்காமலும், வெறுமனே நிகழ்கணத்தில் லயித்தும் இருக்கின்ற அந்த அமைதியான கணங்களில், புரிதல் உண்மையில் தொலைந்து போயிருக்கவில்லை என்பதை நீங்கள் கண்டறிவீர்கள். நீங்கள் அதைக் கவனிப்பதற்காக அது வெறுமனே காத்துக் கொண்டிருந்தது, அவ்வளவுதான். அந்தக் கவனிப்பில், நீங்கள் இத்தனை காலமும் தேடி வந்துள்ள ஒன்று இவ்வளவு காலமும் உங்களுடன்தான் இருந்து வந்துள்ளது என்பதை நீங்கள் கண்டறிவீர்கள்.

எனவே, கேள்வி, "நான் எப்படி மகிழ்ச்சியாக இருப்பது?" என்பது அன்று. மாறாக, "உள்ளதை உள்ளபடியே ஏற்றுக் கொண்டு அதை நான் எவ்வாறு

புரிந்து கொள்வது?" என்பதுதான். ஏனெனில், நீங்கள் அந்தப் புரிதலைக் கண்டுபிடிக்கும்போது, மகிழ்ச்சியை நீங்கள் இனியும் துரத்திச் செல்ல வேண்டியதில்லை. அது, முழுமையாக வாழப்பட்டுள்ள ஒரு வாழ்க்கை எனும் செழுமையான திரைச்சீலையில் இன்னொரு நிறமாக ஆகிறது.

நிரந்தர மகிழ்ச்சிக்கான களைப்பூட்டும் தேடலைக் கைவிட்டுவிட்டு, அதற்குப் பதிலாகப் புரிதலை நாம் சுவீகரிக்கும்போது, அசாதாரணமான ஒன்று நிகழத் தொடங்குகிறது. வாழ்க்கையை அதன் மகிழ்ச்சிகளோடும் வருத்தங்களோடும், சௌகரியங்களோடும் சவால்களோடும் ஏற்றுக் கொள்வது, அதிக ஆழமான அனுபவப் பரிமாணம் முளைத்தெழுவதற்கான ஓர் இடத்தை உருவாக்குகிறது. துல்லியமாக அந்தப் புரிதலில்தான், வாழ்க்கை குறித்த உண்மையான மெச்சுதல் இருக்கிறது. வாழ்வின் ஏற்ற இறக்கங்களைப் புரிந்து கொள்வதில் ஓர் அமைதி இருக்கிறது. அந்த அமைதியை வேறு எதனாலும் கொடுக்க முடியாது.

<u>பகுதி 7</u>

ஒளி

அத்தியாயம் 19

வாழ்க்கைப் பயணத்தில் ஒளியைக் கண்டுபிடித்தல்

இப்புத்தகத்தில் நாம் முதலில் பார்த்ததுபோல, கண்விழித்தெழும் அந்த முதல் சில கணங்கள், நம்மீது ஏதோ சுமை ஏற்றப்பட்டிருப்பது போன்ற உணர்வை நமக்குக் கொடுக்கக்கூடும். இதை நான் நன்கு அறிவேன்—தூக்கத்திற்கும் பிரக்ஞைக்கும் இடைப்பட்ட அந்த நேரத்தில், நேற்றைய கவலைகளும் நாளைய நிச்சயமின்மைகளும் ஒரே நேரத்தில் வந்து குவியும். பெரும்பாலான காலை நேரங்களில், அந்தச் சுமை என் நெஞ்சை அழுத்துவது போன்ற உணர்வுடன் நான் கண்விழிக்கிறேன்; நான் கண்களைத் திறப்பதற்கு முன்பே ஒரு தெளிவற்ற அசௌகரிய உணர்வு என்னை ஆட்கொள்கிறது. சில நேரங்களில், அது ஒருவித எதிர்மறை உணர்வு மட்டுமே; அதை அந்த நேரத்தில் என்னால் விளக்கவோ அல்லது புரிந்து கொள்ளவோ முடிவதில்லை, நான் அதை உணர்கிறேன், அவ்வளவுதான். ஆனால், ஒரு நம்பிக்கை ஒளி இருக்கிறது.

நான் வீட்டிலிருந்து கிளம்பும்போது, அந்தச் சுமையையும் என்னோடு சுமந்து செல்லாமல் இருப்பதற்கு

என்னால் முடிந்த அளவு ஆவன செய்கிறேன். ஒவ்வொரு நாளும் என் பயணம் இங்கேதான் தொடங்குகிறது: நான் அந்தச் சுமையை மறுப்பதில்லை, மாறாக, அதனோடு நான் வேறு எதைச் சுமப்பேன் என்பதை நான் தேர்ந்தெடுக்கிறேன். நான் என் கையை என் இதயத்தின்மீது மென்மையாக வைத்து, என்னுடைய நங்கூரமாக ஆகியுள்ள பின்வரும் வாசகத்தை எனக்குள் மென்மையாகக் கூறிக் கொள்கிறேன்: "என் வாழ்வில் எனக்குக் கிடைத்துள்ள இந்த இன்னொரு நாளுக்காக நன்றி." அக்கணத்தில் மாற்றம் தொடங்குகிறது. அன்றைய நாள் கச்சிதமானதாக இல்லாமல் போகலாம்—சவால்கள், ஏமாற்றங்கள், விரக்திக் கணங்கள் போன்றவை நமக்காகக் காத்திருக்கக்கூடும்—ஆனால் இந்தப் புனிதமான காலைச் சடங்கில், வரக்கூடிய எதுவொன்றையும் நான் எவ்வாறு எதிர்கொள்வேன் என்பதற்கான அடித்தளத்தை நான் அமைக்கிறேன். "நான் எவ்வாறு உணர்கிறேன் என்பதும் என்னுடைய கட்டுப்பாட்டில்தான் உள்ளது," என்று நான் எனக்குள் அமைதியாகக் கூறுகிறேன். அது சிறிதளவு கட்டுப்பாடாக இருந்தாலும்கூட, அது போதும். என்னுடைய ஒவ்வொரு சுவாசத்திலும் என் இதயத்தை அன்பாலும் ஒளியாலும் நான் நிரப்புகிறேன். என் வாழ்வில் இப்போது உள்ள அனைத்து ஆசிர்வாதங்களுக்கும் இனி வரவிருக்கின்ற ஆசிர்வாதங்களுக்கும் நான் நன்றியை உணர்கிறேன்.

இது நேர்மறைச் சிந்தனையை வலுக்கட்டாயமாகத் திணிப்பதோ அல்லது கஷ்டங்கள் என்று எதுவும் கிடையாது என்று பாசாங்கு செய்வதோ அன்று. உயிர்வாழ்வதற்கு இன்னுமொரு நாளும், நேசிப்பதற்கும் வளர்வதற்கும் இருத்தல் எனும் அசாதாரணமான அதிசயத்தை அனுபவிப்பதற்குமான இன்னுமொரு வாய்ப்பும் நமக்குப் பரிசாகக் கிடைத்திருப்பதை அங்கீகரிப்பதைப் பற்றியது இது. ஒவ்வொரு நாளும் நமக்கு உத்தரவாதமில்லை, மாறாக, அது நமக்கு அருளப்படுகிறது என்பதை நாம் உண்மையிலேயே புரிந்து கொள்ளும்போது, எல்லாம் மாறுகிறது. சாதாரணமான ஒன்று புனிதமானதாக ஆகிறது. சிறு ஆனந்தங்கள்

பொக்கிஷங்களாக ஆகின்றன.

இந்த நன்றியுணர்வின் ஊடாகத்தான், நம்முடைய மிகவும் சவாலான காலகட்டங்களில்கூட, நம்மைச் சூழ்ந்துள்ள நம்புதற்கரிய அபரிமிதத்தை நாம் புதிய கண்களுடன் பார்க்கத் தொடங்குகிறோம். நாம் நேசிக்கின்ற மக்களின் முகங்கள்—நம்மைப் பற்றி எல்லாம் அறிந்திருந்தும்கூட நம்மை முழுமையாக ஏற்றுக் கொண்டுள்ள நம்முடைய குடும்ப உறுப்பினர்கள் மற்றும் நண்பர்கள். ஒவ்வொரு நாளும், அமைதியான அதிகாலை வேளையில் நான் அவர்களை என் மனத்தில் காட்சிப்படுத்தி, என்னுடைய வாழ்க்கைப் பயணத்தில் என்னுடன் சேர்ந்து பயணிக்கின்ற அவர்கள் ஒவ்வொருவர் குறித்தும் என் இதயத்தை நன்றியால் நிரப்புகிறேன். நாம் நேசிக்கின்ற இந்தக் குறிப்பிட்ட மக்களுடன் சேர்ந்து செலவிடுவதற்கு நமக்கு ஒரே ஒரு வாழ்க்கை மட்டுமே கிடைக்கிறது. நமக்காகப் பல தியாகங்களைச் செய்துள்ள நம்முடைய பெற்றோர், நம்மைப் பெற்றோராக்கி நம்மை மகிழ்வித்துக் கொண்டிருக்கின்ற நம்முடைய குழந்தைகள், வாழ்வின் கடினமான காலகட்டங்களில் தவறாமல் நமக்குத் தோள் கொடுத்து உதவுகின்ற நம்முடைய நண்பர்கள், இன்பத்திலும் துன்பத்திலும் நமக்கு உறுதுணையாக இருக்கின்ற நம்முடைய வாழ்க்கைத்துணைவர், நிபந்தனையின்றி நம்மை நேசிக்கின்ற நம்முடைய செல்லப்பிராணி, மிக முக்கியமாக, நாம். நான் எனக்காகவும் நன்றி கூறிக் கொள்கிறேன்.

> *இதை நினைவில் கொள்ளுங்கள்: உங்களுடைய வழக்கமான நாள் இன்னொருவருடைய கனவாக இருக்கிறது. எனவே, ஒவ்வொரு நாளும் நன்றியுடன் இருங்கள்.*

நான் என் வீட்டைவிட்டுக் கிளம்புவதற்கு முன்பு அந்த அமைதியான கணங்களில் தொடங்கிய அச்சடங்கு, மெள்ள மெள்ள என்னுடைய வாழ்க்கைமுறையாக விரிவடைந்தது. நன்றியுணர்வு என்பது வெறுமனே

அவ்வப்போது வந்து போகின்ற ஓர் உணர்வு அன்று; எல்லாவற்றையும் பார்ப்பதற்கான ஒரு லென்ஸாக அதை ஆக்கிக் கொள்வதை நம்மால் தேர்ந்தெடுக்க முடியும் என்பதை நான் கண்டுகொண்டுள்ளேன். நன்றியுணர்வு என்ற லென்ஸின் ஊடாக நாம் பார்க்கும்போது, பொதுவாக நாம் பார்க்கத் தவறக்கூடிய சிறிய அதிசயங்களை நாம் கவனிக்கிறோம். நம் தரையில் பரவும் சூரிய ஒளியின் கதகதப்பு, நம்முடைய சன்னலுக்கு வெளியே பறவைகள் பாடுகின்ற இன்னிசை, தன்னிடம் குறைகள் இருந்தாலும் தொடர்ந்து நம்மைச் சுமக்கின்ற நம் உடலின் வலிமை ஆகியவற்றைச் சொல்லலாம்.

நாம் செய்கின்ற நல்ல விஷயங்கள் பன்மடங்கில் நம்மிடம் திரும்பி வருகின்றன என்று நான் ஆழமாக நம்புகிறேன். உண்மையான நன்றியுணர்வோடு வாழ்க்கையை நாம் அணுகும்போது, நாம் அதிகப் பெருந்தன்மை கொண்டவராகவும், அதிக இரக்கமுள்ளவராகவும், நிகழ்கணத்தில் வாழ்பவராகவும் ஆகிறோம். மற்றவர்களுடைய குறைகள் நம்மை அவ்வளவாகப் பாதிப்பதில்லை. இந்தப் பண்புநலன்கள் அவற்றையொத்த அதே ஆற்றல்களை நம்மை நோக்கி ஈர்க்கின்றன. நாம் ஏதோ பிரபஞ்ச வெகுமதி அமைப்புமுறையைத் தந்திரமாக நமக்குச் சாதகமாக வளைத்துக் கொண்டிருப்பதாக நினைத்துவிடாதீர்கள். உண்மையில், நன்றியுணர்வானது, நம்மையும், இந்த உலகத்துடன் நாம் கலந்துறவாடும் விதத்தையும் அடியோடு மாற்றிவிடுகிறது.

என் வாழ்வின் மிகவும் சவாலான காலகட்டங்கள் இந்த உண்மையை மிகத் தெளிவாக எனக்கு வெளிப்படுத்தியுள்ளன. திரும்பிப் பார்க்கும்போது, ஒவ்வொரு பின்னடைவும் எவ்வாறு என்னால் கற்பனை செய்திருக்க முடியாத வளர்ச்சிக்கு என்னைத் தயார்படுத்திக் கொண்டிருந்தது என்பதை என்னால் தெள்ளத்தெளிவாகப் பார்க்க முடிகிறது. வானிலையைப்போலவே, நம்முடைய வாழ்க்கைக்கும் பருவகாலங்கள் உள்ளன என்பது உண்மைதான். வேதனையுடன் முறிந்த அந்த உறவு, அதிக ஆழமான

அன்பு நுழைவதற்கான இடத்தை உருவாக்கியது. தொழில்ரீதியான அந்த ஏமாற்றம், என் ஆன்மாவுக்கு இதமளித்த வேலையை நோக்கி என்னை வழிநடத்தியது. அந்த உறுதியற்றக் காலகட்டம், வாழ்வின் போக்கில் நம்பிக்கை கொள்வதை எனக்குக் கற்றுக் கொடுத்தது. வேறு எந்த சௌகரியமான வழியிலும் அதை என்னால் ஒருபோதும் கற்றிருந்திருக்க முடியாது.

நான் கண்டுபிடித்துள்ள இன்னோர் உண்மை இது: நமக்குப் போதுமான நேரம் இருக்கிறது. நாம் எப்போதும் விரைந்து கொண்டே இருக்கிறோம், நேரம் வேகமாகக் கரைந்து கொண்டிருப்பதாக நாம் உணர்கிறோம். இருப்பினும், புதிய கனவுகளையும் புதிய அனுபவங்களையும் பின்தொடர்வதற்கும், வெற்றி பெறுவதற்கும், பரிபூரணமாக மாறுவதற்கும் போதுமான நேரம் நமக்கு இருக்கிறது. 27 ஆண்டுகளைச் சிறையில் கழித்த நெல்சன் மண்டேலாவை நினைத்துப் பாருங்கள். இருபத்தேழு ஆண்டுகள்! 27 ஆண்டுகளுக்கு முன்பு நீங்கள் எங்கே இருந்தீர்கள் என்று ஒரு கணம் யோசித்துப் பாருங்கள். கடந்த 27 ஆண்டுகளாக நீங்கள் பல்வேறு தருணங்களையும் அனுபவங்களையும் அனுபவித்து வந்துள்ளீர்கள், ஆனால் அவரோ, அந்த ஒட்டுமொத்தக் காலகட்டத்தை ஒரு சிறையில் கழித்தார். உங்களால் சுதந்திரமாகச் செய்ய முடிகின்ற எதையும் அவரால் செய்ய முடியவில்லை.

இதை யோசித்துப் பாருங்கள்: மண்டேலா சிறையிலிருந்து விடுவிக்கப்பட்டபோது அவருக்கு வயது 71. தன்னுடைய 75-வது வயதில் அவர் தென்னாப்பிரிக்காவின் அதிபராக ஆனார். ஓர் ஒட்டுமொத்த நாட்டைப் பரிபூரணமாக மாற்றி, பல தலைமுறைகளின் ஊடாக எதிரொலிக்கவிருக்கின்ற ஒரு மாபெரும் சீதனத்தைத் தன் பெயர் சொல்லும்படியாக விட்டுச் செல்லும் அளவுக்கு அவர் ஒரு மாபெரும் தலைவராக உருவெடுத்தார். நான் இப்போது உங்களிடம் ஒன்று கேட்கிறேன்: உங்கள் வாழ்வின் அடுத்த 27 ஆண்டுகளைக் கொண்டு நீங்கள் என்ன செய்வீர்கள்? எந்தக் கனவுகளை நீங்கள் நிறைவேற்றுவீர்கள், எத்தகைய

தாக்கங்களை ஏற்படுத்துவீர்கள், எத்தகைய ஆனந்தத்தை நீங்கள் உருவாக்குவீர்கள்?

தன் வாழ்வின் 27 ஆண்டுகளை இழந்த பிறகும் மண்டேலாவால் பெரும் சாதனைகளைப் படைக்க முடிந்தது என்றால், உங்களால் என்னவெல்லாம் சாதிக்க முடியும்? "காலம் கடந்துவிட்டது," "எனக்குப் போதுமான நேரம் இல்லை," என்றெல்லாம் நினைத்துக் கொண்டு எந்தக் கனவுகளை நீங்கள் புறந்தள்ளியுள்ளீர்கள்? உண்மை என்னவென்றால், ஒன்றைத் துவக்குவதற்கும், உருவாக்குவதற்கும், மாற்றுவதற்கும், வாழ்வதற்கும் ஒருபோதும் காலம் கடந்துவிடவில்லை. எல்லாமே ஒரு காரணத்திற்காக நடக்கிறது. ஒவ்வோர் அனுபவமும், நாம் யாராக ஆக வேண்டுமோ அத்தகையவராக நம்மைச் செதுக்குகிறது.

ஒவ்வொரு சூறாவளியின்போதும், ஒவ்வொரு மன வேதனையின்போதும், இனி என்னால் என் வாழ்க்கையைத் தொடரவே முடியாது என்று நான் நினைத்த ஒவ்வொரு தருணத்தின்போதும், இறுதியில் எல்லாம் நல்லபடியாக அமையும் என்று வாழ்க்கை தொடர்ந்து எனக்கு நிரூபித்து வந்துள்ளது. ஆனால் அது எப்போதும் நான் எதிர்பார்த்த வழிகளில் நடக்கவில்லை. நான் விதித்தக் காலக்கெடுவின்படி நடக்கவில்லை. ஆனால், இறுதியில் என்னுடைய வளர்ச்சிக்கும் அறிவுத் தெளிவுக்கும் உதவும் வழிகளில் அவை எப்போதும் வேலை செய்தன. இது கண்மூடித்தனமான நேர்மறைப் போக்கு அன்று; இது என்னுடைய வாழ்க்கையிலும், எதிர்காலம் மூடுபனியால் சூழப்பட்டிருந்தபோதும் இந்தப் பயணத்தை நம்பத் துணிந்த எண்ணற்ற மற்றவர்களின் வாழ்க்கையிலும் நான் மீண்டும் மீண்டும் கண்ட ஓர் உண்மையாகும்.

இந்தப் பக்கங்கள் வழியாக நீங்கள் உங்களுடைய சொந்தப் பயணத்தை மேற்கொண்டு வந்துள்ளீர்கள். உங்களைப் பற்றிய அசௌகரியமூட்டும் உண்மைகளை நீங்கள் எதிர்கொண்டுள்ளீர்கள். இனி உங்களுக்குப் பயனளிக்காத போக்குகளை நீங்கள் அடையாளம் கண்டுள்ளீர்கள். உங்கள் வாழ்க்கைப் பயணத்தின்

ஊடாகத் தொலைந்து போன, உங்கள் ஆளுமையின் சில பகுதிகளை மீட்டெடுக்கும் செயல்முறையை நீங்கள் தொடங்கியிருக்கிறீர்கள். மேலும், என்னைப்போலவே, சில காலை வேளைகளில் இந்த அனைத்தின் பாரத்தையும் உணர்ந்தபடி நீங்கள் கண்விழிக்கக்கூடும்.

வேறோர் உணர்வையும் இப்போது நீங்கள் அனுபவிக்கிறீர்கள் என்று நான் நினைக்கிறேன். நீங்கள் எங்கே இருக்க வேண்டுமோ, துல்லியமாக அந்த இடத்தில் நீங்கள் இருக்கிறீர்கள் என்ற ஓர் அமைதியான உறுதிப்பாடுதான் அது. ஒவ்வொரு சவாலும், ஒவ்வோர் ஆனந்தமும், தற்செயலானதுபோலத் தோன்றுகின்ற ஒவ்வொரு சந்திப்பும் உங்கள் வாழ்வின் தனித்துவமான திரைச்சீலையை அசாதாரணமான துல்லியத்துடன் நெய்து கொண்டிருக்கின்றன. எதுவும் வீணாவதில்லை. எதுவும் தற்செயலானதன்று. நீங்கள் எத்தகைய நபராக ஆவதற்கு விதிக்கப்பட்டுள்ளீர்களோ, துல்லியமாக அத்தகைய நபராக நீங்கள் ஒவ்வொரு கணமும் செதுக்கப்பட்டுக் கொண்டிருக்கிறீர்கள்.

எனவே, நாளை காலையில், பிரக்ஞை திரும்பி வந்து, அந்தப் பரிச்சயமான பாரத்தை நீங்கள் உணரும்போது, உங்கள் கையை உங்கள் இதயத்தின்மீது வையுங்கள். பாரம், கவலை, களைப்பு என்று அங்கு என்ன இருந்தாலும் அதை உணருங்கள். பிறகு, ஒவ்வொரு சுவாசமாக, அந்த இடத்தை அன்பாலும் ஒளியாலும் நிரப்புங்கள். கூடவே, "இன்னுமொரு நாள் வாழக் கிடைத்துள்ளதற்கு நன்றி," என்று கூறுங்கள். எந்தெந்தச் சாத்தியக்கூறுகளுக்கு நீங்கள் நன்றியுடையவராக இருக்கிறீர்கள் என்பதைப் பட்டியலிட்டுச் சொல்லுங்கள். நன்றியுணர்வு உங்களை ஆட்கொண்டு, இந்தப் பொன்னான நாளை நீங்கள் எவ்வாறு எதிர்கொள்வீர்கள் என்பதைப் பரிபூரணமாக மாற்றட்டும்.

நாம் இப்புத்தகத்தின் நிறைவை எட்டியுள்ள நிலையில், இறுதியாக நான் உங்களுக்கு ஒன்றைச் சொல்லிக் கொள்ள விரும்புகிறேன்... ஒவ்வொரு சவாலும் உங்களைச் செதுக்கிக் கொண்டிருக்கிறது. ஒவ்வோர் ஆனந்தமும் உங்களை வெளிப்படுத்திக்

கொண்டிருக்கிறது. ஒவ்வொரு கணமும், கோபத்திற்குப் பதிலாக மெச்சுதலையும், அகங்காரத்திற்குப் பதிலாக நன்றியுணர்வையும், கவனச்சிதறலுக்குப் பதிலாக நிகழ்கணலயிப்பையும் தேர்ந்தெடுப்பதற்கான ஒரு வாய்ப்பாகும். தொடர்ந்து ஒவ்வொரு காலை வேளையிலும் மேற்கொள்ளப்படுகின்ற அந்தத் தேர்ந்தெடுப்பில், நீங்கள் எதிர்கொள்ளக்கூடிய எந்தவொரு தடையையும்விட மிகப் பெரிய சக்தி ஒன்று குடிகொண்டுள்ளது. உங்களுடைய பொன்னான இந்த வாழ்க்கை ஓர் அசாதாரணமான பரிசு என்பதைப் பார்ப்பதற்கான சக்தி அது. நீங்கள் நினைப்பதைவிட அதிக வலிமையானவர் நீங்கள். நீங்கள் எப்போதுமே பெரும் வலிமை வாய்ந்தவராகவே இருந்து வந்துள்ளீர்கள்.

அத்தியாயம் 20

வாழ்க்கையை வாழுங்கள்

இது நீங்கள் எழுத வேண்டிய அத்தியாயம். போய் வாழுங்கள்...

அன்பும் ஒளியும்,
டேனியல் சிடியாக்

இப்புத்தகத்தைப் படித்து முடித்துள்ளதற்கு உங்களுக்கு என் மனமார்ந்த வாழ்த்துகள்! உங்களை மேம்படுத்திக் கொள்ள நீங்கள் கொண்டுள்ள அர்ப்பணிப்பைப் பற்றி இது ஏராளமாகச் சொல்கிறது. இது உங்கள் குணத்தைப் பற்றி ஏராளமாகச் சொல்கிறது. இப்பயணத்தை உங்களுடன் பகிர்ந்து கொள்வதற்கான வாய்ப்பை எனக்குக் கொடுத்ததற்கு உங்களுக்கு என் நன்றி. உங்கள் பயணத்தில் எல்லாம் சிறப்பாக அமைய என் வாழ்த்துகள். உங்களுக்கு எப்போது உதவி தேவைப்பட்டாலும், நீங்கள் இப்புத்தகத்திடம் திரும்பி வந்து, உங்களுக்குத் தேவையான பகுதியைப் படித்துத் தெளிவு பெறலாம் என்பதை நினைவில் கொள்ளுங்கள். சில நேரங்களில் நம் எல்லோருக்குமே ஓர் ஆரோக்கியமான நினைவூட்டல் தேவைப்படுகிறது.

இப்புத்தகம் உங்களுக்குப் பிடித்திருந்து, உங்கள் மனத்திற்கு இசைவானதாக இருந்திருந்தால், அது குறித்து நீங்கள் ஒரு சிறு விமர்சனத்தை எழுதினால் நான் அதை உண்மையிலேயே மெச்சுவேன். பின்வரும் கியூஆர் குறிப்பை ஸ்கேன் செய்வதன் மூலம் நீங்கள் அதைச் செய்யலாம்:

இன்ஸ்டாகிராம்: *@danielchidiac*
டிக்டாக்: *@daniel_chidiac*
ஃபேஸ்புக்: *@danielgchidiac*

நாகலட்சுமி சண்முகம்

மொழிபெயர்ப்பாளர்

நாகலட்சுமி ஒரு தலைசிறந்த பேச்சாளர் மற்றும் மொழிபெயர்ப்பாளர் ஆவார். கடந்த 15 ஆண்டுகளில் 100க்கும் மேற்பட்ட நூல்கள் இவருடைய மொழிபெயர்ப்பில் வெளிவந்துள்ளன.

இவருடைய மொழிபெயர்ப்புகளுக்குக் கிடைத்துள்ள சில அங்கீகாரங்களில், 'சேப்பியன்ஸ்–மனிதகுலத்தின் ஒரு சுருக்கமான வரலாறு' நூலுக்காகத் திருப்பூர் தமிழ்ச் சங்கம் வழங்கிய விருதும், 'இறுதிச் சொற்பொழிவு' நூலுக்காக 'நல்லி திசையெட்டும் விருதும்', தமிழக அரசு வழங்கிய 'சிறந்த மொழிபெயர்ப்பாளர்' விருதும் அடங்கும்.

தம்பதியருக்கு இடையேயான உறவுகளை மேம்படுத்துவதற்கு இவர் எழுதிய 'மகிழ்ச்சியான மணவாழ்க்கை – மறந்து போன ரகசியங்கள்' என்ற நூல் இவருடைய முதல் சுயபடைப்பாகும்.

தமிழ் நாடகத் துறையின் முன்னோடி மேதைகளான டி.கே.எஸ். சகோதரர்களில் ஒருவரான திரு முத்துசாமி அவர்களின் பேத்திகளில் ஒருவர் இவர். இவருடைய கணவர் PSV குமாரசாமியும் ஒரு சிறந்த மொழிபெயர்ப்பாளர் என்பது குறிப்பிடத்தக்கது. இவர் தற்போது தன் கணவருடனும் தன் மகன்கள் இருவருடனும் சென்னையில் வசித்து வருகிறார்.

நாகலட்சுமியைப் பற்றி மேலும் அறிந்து கொள்ள NagalakshmiShanmugam.com என்ற அவருடைய வலைத்தளத்தை அணுகலாம்.

டேனியல் சிடியாக்

நூலாசிரியர்

'ஹு சேய்ஸ் யூ கான்ட்? யூ டு' மற்றும் 'மார்டன் பிரேக் அப்' ஆகிய பிரபல நூல்களின் ஆசிரியரான டேனியல் சிடியாக்கின் புத்தம் புதிய நூல் இது. டேனியல் கூறுவதுபோல, "உங்களைத் திக்குமுக்காட வைப்பதற்காக வடிவமைக்கப்பட்டுள்ள இவ்வுலகில், உங்களுடைய மன அமைதியைப் பாதுகாத்துக் கொள்வது எப்படி என்பதைக் கற்றுக் கொள்வது முக்கியமானது மட்டும் அல்ல, அது இன்றியமையாததும்கூட."